पुणे विद्यापीठाच्या प्रथम वर्ष वाणिज्य शाखेच्या (F.Y.B.Com.) २०१३-१४च्या
सुधारित अभ्यासक्रमानुसार लिहिलेले क्रमिक पुस्तक;
तसेच महाराष्ट्रातील इतर सर्व विद्यापीठांना उपयुक्त.

I0631555

कार्यालयीन संघटन कौशल्ये

Organizational Skills Development

डॉ. जगदीश लांजेकर

प्रा. जॉन्सन बोर्जेस

डायमंड पब्लिकेशन्स

कार्यालयीन संघटन कौशल्ये
डॉ. जगदीश लांजेकर, प्रा. जॉन्सन बोर्जेस

Karyalayin Sanghatan Kaushalye
Dr. Jagdish Lanjekar, Prof. Johnson Borges

प्रथम आवृत्ती : जुलै २०१३

ISBN 978-81-8483-538-0

© डायमंड पब्लिकेशन्स

मुखपृष्ठ
शाम भालेकर

प्रकाशक
डायमंड पब्लिकेशन्स
२६४/३ शनिवार पेठ, ३०२ अनुग्रह अपार्टमेंट
ओंकारेश्वर मंदिराजवळ, पुणे-४११ ०३०
☎ ०२०-२४४५२३८७, २४४६६६४२

info@diamondbookspune.com
www.diamondbookspune.com

प्रमुख वितरक
डायमंड बुक डेपो
६६१ नारायण पेठ, अप्पा बळवंत चौक
पुणे-४११ ०३० ☎ ०२०-२४४८०६७७

प्रस्तावना

पुणे विद्यापीठाच्या नव्या व सुधारित अभ्यासक्रमानुसार 'प्रथम वर्ष वाणिज्य'च्या 'कार्यालयीन संघटन कौशल्ये' या विषयासाठी जो अभ्यासक्रम निर्धारित करण्यात आला आहे; त्याला अनुसरून या पुस्तकाची रचना करण्यात आली आहे.

उपयोजित किंवा व्यावहारिकदृष्ट्या महत्त्वाचे स्वरूप लक्षात घेऊन पुणे विद्यापीठाने काही महत्त्वाचे बदल या विषयाच्या अभ्यासक्रमात केले आहेत, ही बाब उल्लेखनीय व तशीच स्वागतार्हही आहे.

व्यवहारातील पद्धती आणि प्रक्रिया यांचा अभ्यास महत्त्वाचा असला तरीही मूळ सैद्धान्तिक बैठक पक्की असणे हेही आवश्यक आहे; हाच उद्देश निश्चित करून जशी या अभ्यासक्रमाची रचना करण्यात आली आहे, तशीच या पुस्तकाची रचना करताना नव्या अभ्यासक्रमाची तार्किकता संपूर्णपणे लक्षात घेतली आहे.

या पुस्तकामध्ये विषयाची मांडणी थोडक्यात, सोप्या आणि सरल शैलीमध्ये करण्यात आली आहे. विद्यार्थ्यांनी विषयाचा अभ्यास करताना, प्रत्येक प्रकरणावरील प्रश्नांच्या उत्तरांमध्ये भाषेतील नेमकेपणा आणि सर्वसमावेशकता स्वीकारणे अगत्याचे आहे. नेमकी हिच बाब लक्षात ठेवून या पुस्तकातील प्रत्येक प्रकरणाचे लेखन केले गेले आहे. याचा विद्यार्थ्यांना निश्चितच उपयोग होईल याची आम्हाला खात्री आहे; नकळतपणे पुस्तकात काही त्रुटी असतील तर त्याबद्दलच्या सूचनांचे आणि अभिप्रायांचे स्वागतच आहे.

प्रस्तुत पुस्तक प्रकाशित करण्यासाठी डायमंड पब्लिकेशन्सचे श्री. दत्तात्रेय पाष्टे व त्यांचा कर्मचारी वर्ग यांनी केलेल्या सहकार्याबद्दल आम्ही त्यांचे आभारी आहोत.

डॉ. जगदीश लांजेकर
प्रा. जॉन्सन बोर्जेस

लेखक-परिचय

पूर्ण नाव :– जगदीश रामचंद्र लांजेकर

जन्मगाव :– वाई, जि. सातारा

शिक्षण :– एम. कॉम., एम. फिल., जी. डी. सी. ॲण्ड ए., डी. बी. एम., एम. बी. ए. (फायनान्स), पी. एचडी. (बँकिंग)

अनुभव :– डेक्कन एज्युकेशन सोसायटीच्या वाई येथील द्रविड हायस्कूल व व्यवसाय शिक्षण विभागात (कनिष्ठ महाविद्यालयीन स्तर) निदेशक म्हणून ११ वर्षे सेवा.

सन २००५ पासून डेक्कन एज्युकेशन सोसायटीच्या बृहन्महाराष्ट्र वाणिज्य महाविद्यालयात वरिष्ठ विभागात साहाय्यक प्राध्यापक म्हणून रुजू.

सध्या त्या महाविद्यालयात उपप्राचार्य व 'बँकिंग ॲण्ड फायनान्स' या विभागाचा प्रमुख म्हणून जबाबदारी.

इतर :– अभ्यासक्रमावरील व इतर विषयांवरील पुस्तकांचे लेखन. राष्ट्रीय व आंतरराष्ट्रीय चर्चासत्रे, परिषदांमध्ये विविध विषयांवर शोधनिबंध सादर.

लेखक-परिचय

नाव :- प्रा. जॉन्सन बोर्जेस

शिक्षण :- (B.E. Electrical)

अनुभव :- प्रा. जॉन्सन एम. बोर्जेस हे अभियांत्रिकी शाखेचे पदवीधर (B.E. Electrical) असून डायमंडच्या संपादक मंडळाचे एक सदस्य आहेत.

श्री. जॉन्सन यांचा संबंध जरी अभियांत्रिकी या शाखेशी असला तरीही त्यांचा इतर विषयांवरील लेखनाचा आवाका व्यापक असाच आहे. डायमंड सामाजिक ज्ञानकोशाच्या प्रमुख संपादकांपैकी एक असलेले जॉन्सन यांनी आपल्या वैशिष्ट्यपूर्ण अशा लेखनशैलीने डायमंड संपादक मंडळामध्ये एक विशेष असे स्थान निर्माण केले आहे.

अद्ययावत माहितीने परिपूर्ण लेखन ही त्यांच्या लेखनाची उल्लेखनीय अशी बाब आहे.

डायमंड वाणिज्य कोश या पाच खंडाच्या ज्ञानकोशाचे ते सह-संपादक/ लेखकही आहेत.

अभ्यासक्रम

पुणे विद्यापीठ प्रथम वर्ष वाणिज्य शाखेचा कार्यालयीन संघटन कौशल्ये या विषयाचा सुधारित अभ्यासक्रम
(Organizational Skills Development)
(२०१३-१४ पासून लागू)

उद्दिष्टे :

१) 'संघटन' आणि 'आधुनिक कार्यालय' या संकल्पनेच्या दृष्टीने विद्यार्थ्यांना पूर्वाभिमुख बनविणे.

२) कार्यालय व्यवस्थापकाची भूमिका आणि त्याची कार्ये यांची विद्यार्थ्यांना ओळख करून देणे.

३) कार्यालय व्यवस्थापकाच्या संघटनात्मक कौशल्यासंदर्भात विद्यार्थ्यांमध्ये दूरदृष्टी विकसित करणे.

४) आधुनिक कार्यालयातील विविध यंत्रे, इ-प्रपत्रे इ. ची विद्यार्थ्यांना ओळख करून देणे.

भाग – १

प्रकरण १ : आधुनिक कार्यालय

१.१ ओळख, व्याख्या, वैशिष्ट्ये, महत्त्व आणि कार्ये

१.२ कार्यालयाची पारंपरिक आणि आधुनिक संकल्पना

१.३ कार्यालयाचे स्थान – अर्थ, उद्दिष्टे, कार्यालय स्थानाची तत्त्वे, कार्यालयाचा आराखडा – अर्थ, उद्दिष्टे, तत्त्वे मॉड्यूलर आणि संरचित फर्निचर

१.४ प्रसन्न कार्यालयीन वातावरणाचे घटक, कार्यालयातील प्रकाश योजना, स्वच्छता, आंतरसजावट

प्रकरण २ : कार्यालय संघटन

२.१ व्याख्या, महत्त्व

२.२ तत्त्वे, टप्पे

२.३ प्रकार

२.४ कार्यालय प्रशासकाची संकल्पना आणि कार्ये

प्रकरण ३ : कार्यालय व्यवस्थापक आणि संघटनात्मक कौशल्य

३.१ कार्यालय व्यवस्थापक-भूमिका, कार्ये आणि जबाबदाऱ्या

३.२ योग्यता, गुणवैशिष्ट्ये आणि कौशल्य

३.३ वेळेचे व्यवस्थापन – व्याख्या, गरज, तत्त्वे, फायदे, तोटे, तंत्रे

३.४ ध्येय निश्चिती – संकल्पना, महत्त्व, स्मार्ट कसोटी

प्रकरण ४ : कार्यालयीन सेवा

४.१ टपालसेवा व कुरिअर सेवा - गरज आणि महत्त्व

४.२ कार्यालयीन प्रपत्रे - उद्दिष्टे, फायदे, प्रकार, इ-प्रपत्रे व त्यांचे फायदे

४.३ संघटनाचे वेबपेज - आशय, फायदे, वेबपेज वर आधारित कार्ये

४.४ कार्यालयीन स्टेशनरी आणि पुरवठा - महत्त्व, स्टेशनरी नियंत्रणासाठी आवश्यक बाबी, स्टेशनरी खरेदी, संग्रह, स्टेशनरीच्या नोंदी

भाग – २

प्रकरण ५ : कार्यालयीन दप्तर व्यवस्थापन

५.१ ओळख - गरज - उद्दिष्टे - दप्तरांचे प्रकार

५.२ दप्तर खात्याचे संघटन

५.३ दप्तर आणि धारिकांचे वर्गीकरण आणि सूचिकरण - दप्तर साठा व दप्तर नष्ट करणे.

५.४ दप्तराचे अंकीकरण - अर्थ, फायदे, प्रक्रिया, उपयोगिता आणि व्यवहार्यता

प्रकरण ६ : कार्यालय संदेशवहन

६.१ कार्यालय संदेशवहनाचा अर्थ आणि घटक

६.२ संदेशवहनाची माध्यमे - अंतर्गत आणि बहिर्गत

६.३ परिणामकारक संदेशवहनाचे महत्त्व आणि अडथळे

६.४ आधुनिक संदेशवहनातील नवे प्रवाह - फॅक्स, इ-मेल, इंटरनेट, इंट्रानेट, वर्ल्ड वाईड वेब, टेली कॉन्फरन्सिंग, व्हिडिओ कॉन्फरन्स

प्रकरण ७ : जनसंपर्क

७.१ जनसंपर्काची व्याख्या, स्वरूप, व्याप्ती

७.२ जनसंपर्काचे उद्देश, महत्त्व आणि कार्ये

७.३ आधुनिक कार्यालयातील जनसंपर्क अधिकाऱ्याची भूमिका

७.४ जनसंपर्कातील नवीन तंत्रे

प्रकरण ८ : कार्यालय स्वयंचलिकरण

८.१ व्याख्या, स्वरूप, व्यवहार्यता आणि फायदे

८.२ आधुनिक कार्यालयीन उपकरणे, यंत्रे

८.३ कार्यालयीन कार्याचे संगणकीकरण - लॅन, वॅन

८.४ अकाऊंटिंग पॅकेजेस, पे-रोल अकाऊंटिंग, इन्व्हेन्टरी अकाऊंटिंग, वित्तीय अहवाल, लीव्ह अकाऊंटिंग, हजेरी.

अनुक्रम

प्रकरण १

आधुनिक कार्यालय
Modern Office

१.१ प्रस्तावना

आधुनिक व्यापारी कार्यालयाद्वारे व्यवस्थापनाला महत्त्वाची सेवा उपलब्ध करून दिली जाते. आधुनिक व्यापारी कार्यालयाद्वारे जी काही कार्ये केली जातात त्यांचे व्यवसाय संघटनेत महत्त्वाचे योगदान आहे. सामाजिक, सरकारी, शैक्षणिक, सांस्कृतिक अथवा कोणत्याही संघटनेमध्ये व्यापारी कार्यालयाला महत्त्वाचे स्थान आहे. व्यवसायासंबंधित महत्त्वाचे प्रश्न कार्यालयाद्वारे उपलब्ध झालेल्या, अचूक व योग्य वेळेत मिळालेल्या माहितीच्या आधारे सोडविता येतात. व्यवसायाच्या माहितीचे परिणामकारकतेने व

कार्यक्षमतेने व्यवस्थापन करणे, हे आधुनिक व्यापारी कार्यालयाचे मूलभूत कार्य आहे. कार्यालय म्हणजे व्यवसायाच्या सर्व क्रियांचे व कार्यांचे नियंत्रण करणारे केंद्र होय. संपूर्ण व्यवसाय संघटनेचे महत्त्वाचे शक्तिस्थान म्हणून कार्यालयाचे वर्णन केले जाते.

आधुनिक युगामध्ये व्यापार व उद्योगाचे स्वरूप झपाट्याने बदलत आहे. उत्पादन व व्यापार प्रचंड प्रमाणावर चालविणाऱ्या संस्था उदयाला येत आहेत. तंत्रज्ञानात अधिकाधिक प्रगती होत आहे. त्यामुळे व्यवसायाच्या यशस्वीतेसाठी उत्तम व्यवस्थापन ही अत्यंत महत्त्वाची बाब बनली आहे. व्यवस्थापनाचे कार्यही अलीकडे अधिक गुंतागुंतीचे होत चालले आहे. व्यवस्थापनातील व्यक्तींना विविध स्तरांवर निर्णय घ्यावे लागतात; व्यवसायातील ध्येये, धोरणे ठरवावी लागतात; त्यात आवश्यक ते बदल करावे लागतात; ठरविलेल्या निर्णयांची अंमलबजावणी करावी लागते व तिच्यावर देखरेख व नियंत्रण ठेवावे लागते. व्यवस्थापनाची ही विविध कामे करताना व्यापार किंवा उद्योगसंस्थेच्या कार्यालयांकडून उपलब्ध होणारी माहिती व इतर सेवा यांच्या मदतीशिवाय आपली जबाबदारी पार पाडणे केवळ अशक्य असते.

१.२ कार्यालय : व्याख्या व अर्थ

ज्या ठिकाणाहून व्यापाराचे संचालन होते, म्हणजेच व्यावसायिक धोरणे ठरविणे, महत्त्वपूर्ण निर्णय घेणे आणि त्यांची प्रत्यक्ष अंमलबजावणी करणे ही कार्ये जेथून चालतात, अशा ठिकाणाला 'व्यापारी कार्यालय' (Commercial Office) असे म्हणतात.

'व्यवसाय संस्थेतील विविध कार्यांमध्ये समन्वय साधण्यासाठी व नियंत्रण ठेवण्यासाठी आवश्यक असणारे सर्व प्रकारचे कारकुनी कामकाज करण्याचे केंद्र म्हणजे कार्यालय' अशीही कार्यालयाची व्याख्या केली जाते; परंतु आज 'कार्यालय' ही संज्ञा अधिक व्यापक अर्थाने वापरली जाते. कार्यालयाचा अर्थ केवळ 'कारकुनी कामकाजाचे केंद्र' इतकाच मर्यादित न ठेवता, विविध व्यक्तींनी कार्यालयांमधील केलेली विविध कार्ये म्हणजे कार्यालय अशा व्यापक स्वरूपात तो घेतला जातो. कार्यालयातील कार्ये कुठे केली जातात किंवा ती कार्ये कोण करते, याला 'कार्यालयाच्या' आधुनिक संकल्पनेत महत्त्व नाही. कार्यालय म्हणजे कार्यालयीन कामकाजाची जागा असेच मानले जाते.

मिल्स व स्टर्डिंगफोर्ड यांनी केलेली कार्यालयाची व्याख्या या दृष्टीने लक्षात घेता येईल. त्यांच्या मते, 'कार्यालय म्हणजे व्यवसायाचे प्रशासकीय केंद्र' संज्ञापन व दप्तर या सेवा पुरविणे हे कार्यालयाचे उद्दिष्ट असते.' (The office is the administrative centre of a business, the purpose of an office has been defined as 'service provider for communication and record.')

जॉर्ज टेरी (Geroge Terry) यांनी दिलेल्या कार्यालयाच्या व्याख्यानेनुसार, 'माहिती

गोळा करणे, तिच्यावर प्रक्रिया करणे, तिचे जतन करणे आणि ती उपलब्ध करून देणे ही कार्यालयाची कार्ये असतात.' (The acts of collecting, processing, storing and distributing information comprise the functions of the office.)

वरील दोन्ही व्याख्या कार्यालयातील कार्यांनाच महत्त्व देतात. या व्याख्यांनुसार कार्यालयाचा संबंध प्रामुख्याने व्यवसायातील दप्तराशी असतो. दप्तर किंवा रेकॉर्ड तयार करणे, त्याचा उपयोग करणे व भविष्यकालीन उपयोगासाठी त्याचे योग्य प्रकारे जतन करणे ही कार्यालयाची प्रमुख जबाबदारी असते. मग ही जबाबदारी एखादा कारकून कार्यालय नावाच्या खोलीत, एखादा फोरमन त्याच्या वर्कशॉपमध्ये किंवा एखादा विक्रेता रस्त्यावरून जाता जाता करीत असेल.

महत्त्व

पूर्वीच्या काळी व्यापार व उद्योगांमध्ये कार्यालयाला दुय्यम स्थान दिले जात असे. कार्यालयीन कामकाज काहीसे अनुत्पादक व अनावश्यक असल्याचा समज होता; परंतु वाणिज्याच्या उत्क्रांतीबरोबर व्यापार व उद्योगाची व्याप्ती वाढत गेली. त्याबरोबर व्यवस्थापनशास्त्रसुद्धा विकसित होत गेले व त्यामुळे कार्यालय आणि त्यातील कामकाज यांना अधिकाधिक महत्त्व प्राप्त होत गेले.

हेन्री ब्रूर यांच्या मते, व्यापार किंवा उद्योगात उत्पादन विभागाइतकेच कार्यालय महत्त्वाचे आहे. प्रा. डिस्की यांच्या मते, घड्याळामध्ये मुख्य स्प्रिंगची जेवढी आवश्यकता असते, तितकीच व्यवसायाला कार्यालयाची आवश्यकता असते. व्यापारी कार्यालयाला उद्योग संस्थेच्या मेंदूची उपमा अनेकदा दिली जाते. याचे कारण, मानवी शरीरात सर्व शारीरिक हालचालींचे संकलन, नियंत्रण, सुसूत्रीकरण, मेंदूकडून केले जाते. हीच कार्ये उद्योगसंस्थेत व्यापारी कार्यालयाकडून केली जातात. कार्यालयाशिवाय कोणत्याही व्यवसाय संस्थेचे पान हलू शकत नाही असेच दिसते. स्वाभाविकच, कोणत्याही व्यवसायसंस्थेची कार्यक्षमता तिच्या कार्यालयाच्या कार्यक्षमतेवरून ठरविता येते, असे म्हणता येईल. त्यामुळे व्यवसायातील कोणत्याही संस्थेचे यशापयश बऱ्याच अंशी तिच्या कार्यालयाच्या कार्यक्षमतेवरच अवलंबून असते.

व्यवसायाला आवश्यक अशा विविध गोष्टींची माहिती गोळा करणे, तिची नोंद ठेवणे, त्या माहितीच्या आधारे योजना निश्चित करणे, हिशोब ठेवणे, पत्रव्यवहार करणे इत्यादी कार्ये करणे हे आधुनिक व्यापारी कचेरीचे कार्यक्षेत्र आहे. 'कार्यालय' हा आज व्यवसायाचा अत्यावश्यक घटक बनला आहे. त्याच्याशिवाय यशस्वीपणे व्यवसाय करणे अशक्यच आहे.

अलीकडच्या काळात व्यापार व्यवसायाचा झालेला प्रचंड विस्तार, व्यवसायातील

वाढती गुंतागुंत, तीव्र स्वरूपाची स्पर्धा लक्षात घेता, या परिस्थितीला यशस्वीपणे तोंड देण्याकरिता अचूक, परिपूर्ण व विश्वसनीय माहिती वेळेवर उपलब्ध होणे व व्यवस्थापनाला योग्य निर्णय घेण्याच्या प्रक्रियेत साहाय्य मिळणे अत्यावश्यक झालेले आहे. हे साहाय्य कार्यक्षम व्यापारी कार्यालयामार्फत मिळू शकते; म्हणूनच कार्यालयाचे महत्त्व अनन्यसाधारण आहे.

१.३ कार्यालयाची वैशिष्ट्ये

कार्यालयाची वैशिष्ट्ये खालीलप्रमाणे :

१) कार्यालय हे कोणत्याही संस्थेस अत्यावश्यक असते.

२) कार्यालयाशिवाय संस्थेचे कामकाज अशक्य आहे.

३) कार्यालयातील कार्यांमध्ये सर्वांत श्रेष्ठ स्थान 'माहिती' या घटकाला असते.

४) 'कार्यालय' या संकल्पनेत कार्यालयात चालणाऱ्या कार्यांना महत्त्व असते, कार्यालयाच्या जागेला नव्हे.

५) कार्यालयामुळे संस्थेच्या अस्तित्वाची जाणीव होते.

६) कार्यालयाच्या संदर्भात कार्यालयीन कार्याचा विचार प्रधान मानला जातो.

७) संस्थेचा व्याप जसजसा वाढतो तसतसा कार्यालयाचा व्यापसुद्धा वाढतो.

८) कार्यालयीन कामकाज हे बौद्धिक स्वरूपाचे असते.

९) कार्यालयीन कामकाजाचा संबंध हा प्रत्यक्षपणे माहितीशी येतो.

१०) ध्येय-धोरणे ठरविणे, योजना तयार करून त्या राबविणे, योग्य त्या घटकांमध्ये समन्वय प्रस्थापित करणे, नियंत्रण करणे, पूर्वानुमान काढणे इत्यादी कार्ये ही कार्यालयातील प्रमुख कार्ये होत.

११) सध्याच्या आधुनिक युगात संगणकाला कार्यालयात अतिशय महत्त्व प्राप्त झाले आहे.

१२) सध्याच्या 'लॅपटॉपच्या' आविष्कारामुळे कार्यालयाचे अस्तित्व चार भिंतीच्या आतील न राहता सार्वत्रिक झाले आहेत.

१३) कार्यालय हे संपर्काचे साधन आहे.

१४) कार्यालय हे महितीचे केंद्र आहे.

१५) कार्यालय हे संस्थेचे नियंत्रण केंद्र आहे.

१६) जनमानसात संस्थेची योग्य प्रतिमा निर्माण करण्याचे कार्य कार्यालयामार्फतच केले जाते.

आधुनिक कार्यालयाची वैशिष्ट्ये

आधुनिक कार्यालयाची वैशिष्ट्ये पुढीलप्रमाणे :

१) आधुनिक कार्यालय हे व्यवसायाचे एक प्रशासकीय केंद्र : व्यवसाय कार्यालयामध्ये प्रामुख्याने नियोजन, नियंत्रण व धोरणे ठरविणे ही महत्त्वाची कामे केली जातात. व्यवसायाशी संबंधित प्रशासकीय कामही कार्यालयात केले जाते, म्हणून कार्यालय हे व्यवसायाचे महत्त्वाचे प्रशासकीय केंद्र आहे. व्यवसायाशी संबंधित सर्व क्रियांचे नियोजन कार्यालयाद्वारे केले जाते.

२) कारकुनी कामाबरोबरच समन्वय ठेवण्याचे काम : कार्यालयामध्ये केवळ कारकुनी कामच केले जाते असे नव्हे, तर विविध विभागांच्या कार्यात सुसूत्रता ठेवण्याचेही काम केले जाते. उत्पादन व खरेदीसंबंधीची माहिती एकत्र करून गरजेनुसार इतर विभागांना दिली जाते. उत्पादनानुसार खरेदी व विक्रीचे धोरण ठरविले जाते.

३) संदेशवहन किंवा संज्ञापनास महत्त्वाचे स्थान : माहितीची देवाण-घेवाण करण्यास म्हणजेच संदेशवहनास आधुनिक कार्यालयामध्ये विशेष महत्त्वाचे स्थान आहे. कागदपत्राद्वारे माहिती देण्याबरोबरच तोंडी माहिती देणे, विभागांची माहिती एकत्र करणे, विभागांना सूचना देणे, सभा घेणे, माहितीवर प्रक्रिया करणे इत्यादी अनेक प्रकारची कार्ये यामध्ये समाविष्ट आहेत. आधुनिक कार्यालयात माहितीची देवाण-घेवाण करण्यासाठी आधुनिक साधनांचा वापर केला जातो. यामध्ये फॅक्स, इंटरनेट, टेलिफोन इत्यादींचा समावेश होतो.

४) नोंदी ठेवणे : व्यवसायाशी संबंधित विविध कार्यांची अद्ययावत नोंद ठेवणे, कागदपत्रे निर्माण करणे हा आधुनिक कार्यालयाचा महत्त्वाचा हेतू आहे. माहिती जमविणे, माहितीवर प्रक्रिया करणे, अनेक वर्षांच्या माहितीची तुलना करणे, निष्कर्ष काढणे यांसारख्या कार्यांचा यामध्ये समावेश होतो. कार्यालय हा व्यवसायाचा मेंदू असतो, असे म्हटले जाते, कारण कार्यालयात व्यवसायासंबंधित सर्व माहिती संग्रहित केली जाते व त्याद्वारेच व्यवसायाच्या क्रिया नियंत्रित केल्या जातात.

५) व्यवसाय कार्यालय म्हणजेच व्यवसायाच्या क्रियांचे केंद्र : आधुनिक कार्यालयात करण्यात येणारी कार्ये विविध प्रकारची आणि मोठ्या स्वरूपाची असतात. कार्यालयाच्या जागेपेक्षा कार्यालयाद्वारे करण्यात येणाऱ्या कार्यांना महत्त्व दिले जाते. म्हणूनच माहिती मिळविणे, संघटित करणे, माहिती पुरविणे ही कामे ज्या ठिकाणी केली जातात, त्या सर्व ठिकाणांचा समावेश कार्यालयात केला जातो. किंबहुना कार्यालय ही संज्ञा केवळ एखाद्या इमारतीशी किंवा ठिकाणाशी संबंधित नाही.

१.४ कार्यालयाचे महत्त्व

१) माहिती केंद्र : व्यापारी संस्थेला लागणारी माहिती जमा करून, ती योग्य स्वरूपात व हवी तेव्हा उपलब्ध करून देण्याचे केंद्र (Data Bank) म्हणजे कार्यालय. माहिती गोळा करणे, साठविणे, तिच्यावर प्रक्रिया करून ती व्यवस्थापनाला पाहिजे त्या प्रकारे तत्परतेने देणे ही कार्ये निर्णय घेणाऱ्या व्यवस्थापनाला खूपच महत्त्वाची वाटतात. विशेषत: आजच्या माहितीयुगात अनेक प्रकारची, असंख्य विषयांवरची माहिती सतत अनंत मार्गांनी मिळविता येते. ते काम कार्यालय करते व मिळालेली माहिती व्यवस्थापनाला देऊन निर्णय प्रक्रियेत महत्त्वाचा वाटा उचलते.

२) संज्ञापन देवघेव केंद्र : व्यवस्थापनाचे निर्णय, धोरणे, कार्यक्रम संस्थेच्या सर्व घटकांपर्यंत कार्यालयामार्फत पोहोचवले जातात. संस्थेतील नियम, आदेश, आवाहने सर्व कर्मचाऱ्यांना माहिती करून देण्याचे काम कार्यालय त्यांच्याशी लेखी व तोंडी संपर्काने करते. त्याचप्रमाणे खालच्या स्तरांवरील कर्मचाऱ्यांच्या अडचणी, प्रश्न, सूचना, तक्रारी, वरिष्ठांपर्यंत पोहोचवण्याचे कामही कार्यालय करते. म्हणजे संस्थेत 'वरून खाली' किंवा 'खालून वर' संज्ञापन करण्याचे महत्त्वाचे माध्यम कार्यालय असते. त्याचप्रमाणे बाह्य जगाशी संज्ञापनाद्वारे संपर्क साधण्याचे काम कार्यालयच करते. लेखी संज्ञापनाचे आदान-प्रदान करणारे केंद्र असे कार्यालयाचे एक स्वरूप असते.

३) ध्येय-धोरणांचे उगम केंद्र : संस्थेची उद्दिष्टे व ती साध्य करण्यासाठी आवश्यक असणारी धोरणे कार्यालयात ठरविली जातात. उद्दिष्टांच्या पूर्ततेसाठी पूर्व-निश्चित धोरणांनुसार कृती-कार्यक्रमही कार्यालयात तयार केले जातात.

४) पर्यवेक्षक, समन्वयक व नियंत्रण : संस्थेतील सर्व विभाग व त्यामधील कर्मचारी नियोजित कार्यक्रमांप्रमाणे मन:पूर्वक काम करीत आहेत, हे पाहण्याचे काम कार्यालय करते. विविध विभाग व त्यांतील कर्मचाऱ्यांच्या कामांमध्ये सुसूत्रता किंवा समन्वय साधणे, हेही कार्यालयाचे कार्य असते. संस्थेतील कामांवर नियंत्रण ठेवून ठरल्याप्रमाणे प्रत्येक गोष्ट घडते आहे याची खातरजमा कार्यालय करते.

५) पत्रव्यवहार व दप्तर केंद्र : व्यवसाय संस्थेतील पत्रव्यवहाराचे महत्त्व निर्विवाद मानले जाते. तत्पर व उचित पत्रव्यवहार संस्थेची जनमानसातील प्रतिमा उंचावतो. संस्थेत येणाऱ्या पत्रांची, म्हणजेच आवक पत्रांची योग्य प्रकारे नोंद करणे व त्यांची संबंधित विभागात पाठवणी करणे हे कार्यालयाचे काम असते. तसेच संस्थेतून बाहेर जाणाऱ्या पत्रांची, म्हणजे जावक पत्रांची योग्य प्रकारे नोंद करणे व ती संबंधितांकडे रवाना करणे हे कामही कार्यालय करते. येणाऱ्या पत्रांची त्वरित दखल घेणे व जाणाऱ्या पत्रांची व्यवस्थित रवानगी करणे ही कार्ये कार्यालयामुळेच शक्य होतात.

तसेच आलेली पत्रे व पाठवलेल्या पत्रांच्या प्रती, दस्तऐवज, मौल्यवान माहिती असणारी कागदपत्रे, करार, महत्त्वाची निवेदने इत्यादींचे दप्तर (रेकॉड) सांभाळणे हे कामही कार्यालय करते. 'दप्तराचे राखणदार' ही कार्यालयाची भूमिका महत्त्वपूर्ण असते; कारण भविष्यकालीन संदर्भासाठी भूतकालीन कागदपत्रे कार्यालय काळजीपूर्वक जपत असते. कार्यालयाचे महत्त्व आणखी एका पद्धतीने सांगता येते. व्यवसाय संस्थेशी संबंधित घटक संस्थेचा अतिशय महत्त्वाचा भाग म्हणून कार्यालयाकडे बघतात, असे दिसून येते. संस्थेचे भागधारक किंवा सभासद सभा-दाखले मिळणे, भाग-हस्तांतरण नोंदणी, लाभांश मिळणे, सभेच्या सूचना मिळणे इत्यादी अनेक बाबींसाठी कार्यालयावर अवलंबून असतात. त्यासाठी त्यांना कार्यालयाशी पत्रव्यवहार करावा लागतो व कार्यालयही त्यांच्याशी पत्रव्यवहाराद्वारे संपर्क साधते. नेमणुका, बढत्या, निवृत्ती वेतन, भविष्यनिर्वाह निधी इत्यादींसाठी संस्थेतील कर्मचारी कार्यालयावरच अवलंबून असतात. व्यवस्थापन कार्यालयामार्फत कर्मचाऱ्यांशी संज्ञापन साधते व कर्मचारी कार्यालयामार्फत व्यवस्थापनाशी संपर्क साधून आपली गाऱ्हाणी, सूचना, मते इत्यादी कळवितात. कर्मचाऱ्यांच्या संघटनाही कार्यालायाशी संपर्क साधून असतात.

चौकशी, खरेदी-आदेश, तक्रारी इत्यादींसाठी संस्थेचे ग्राहक कार्यालयाकडे येतात. विविध माध्यमांद्वारे संस्थेच्या मालाची जाहिरात कार्यालयाकडूनच केली जाते व संस्थेच्या मालाला नवीन ग्राहक मिळवून दिले जातात. निरनिराळी सरकारी खाती व त्यांचे अधिकारी विविध कायद्यांमधील तरतुदींचे पालन कार्यालयाकडूनच अपेक्षितात. संस्थेच्या सामाजिक जबाबदाऱ्या कार्यालयाकडून पार पाडल्या जातील, अशीच आशा सर्वसामान्य लोकही व्यक्त करतात. संस्थेतर्फे चालणाऱ्या विविध सामाजिक उपक्रमांचे आयोजन कार्यालयामार्फतच केले जाते. सारांश, कोणत्याही आधुनिक व्यवसाय संस्थेचे कार्यालय म्हणजे त्या संस्थेतील चैतन्य, प्राणशक्ती किंवा त्या संस्थेचा आत्मा असतो.

१.५ कार्यालयाची कार्ये

कार्यालयामध्ये करण्यात येणाऱ्या कार्यांचे वर्गीकरण पुढील दोन गटांत करण्यात येते.

अ) प्राथमिक कार्ये :

प्राथमिक कार्यांनाच 'मूलभूत कार्ये' असेही म्हटले जाते. जी कार्ये सर्व प्रकारच्या कार्यालयांमधून केली जातात, त्यांना 'मूलभूत कार्ये' असे म्हणतात. अशी कार्ये माहितीशी संबंधित असतात. या कार्यांत प्रशासकीय आणि व्यवस्थापकीय कार्यांचा समावेश होतो. अशी कार्ये पुढीलप्रमाणे सांगता येतील -

१) माहिती जमविणे : कार्यालयामध्ये दोन प्रकारे माहिती जमविली जाते. 'अंतर्गत माहितीचे स्रोत' म्हणजेच अंतर्गत विभाग अधिकाऱ्यांची पत्रे, टिपणे, अहवाल, सूचना, परिपत्रके या सर्व साधनांद्वारे माहिती संकलित केली जाते. 'बाह्य स्रोत' म्हणजेच शासकीय कार्यालये, भागधारक, ग्राहक, पुरवठादार यांच्याद्वारे जमविलेली माहिती होय. दूरध्वनी, फॅक्स, आदेश, किंमतपत्रके याद्वारेही कार्यालयामध्ये माहिती जमविली जाते.

२) माहितीची नोंद करणे : कार्यालयाकडे आलेल्या माहितीची नोंद करणे आवश्यक असते. भविष्यकाळात तिचा संदर्भ म्हणून उपयोग केला जातो. माहितीची नोंद विशिष्ट पद्धतीने व व्यवसाय संघटनेच्या गरजेनुसार केली जाते. माहितीची नोंद विशिष्ट नोंदवहीत केली जाते. उदा. आवक-जावक नोंदवही, वेतन नोंदवही, विक्री-खरेदी नोंदवही इत्यादी.

३) माहितीचे विश्लेषण करणे : कार्यालयाकडे वेगवेगळ्या मार्गांनी जमा झालेल्या माहितीचे विश्लेषण करणे आवश्यक असते. अहवाल, वृत्त, कोष्टके, आलेख, तक्ते इ. साधनांचा वापर करून जमविलेल्या माहितीचे विश्लेषण केले जाते. माहितीचे विश्लेषण केल्यामुळे निर्णय घेण्यासाठी तिचा वापर करता येतो.

४) माहिती साठविणे : कार्यालयाकडे वेगवेगळ्या मार्गांनी माहिती जमा होते. अशी माहिती योग्य प्रकारे जपून ठेवावी लागते. त्यासाठी धारिका पद्धतीचा अवलंब करण्यात येतो. व्यवसायाची ध्येय-धोरणे ठरविण्यासाठी माहिती साठविणे किंवा जतन करणे आवश्यक असते.

५) माहिती पुरविणे : व्यवस्थापनाला योग्य वेळेस योग्य ती माहिती पुरविण्याचे महत्त्वाचे कार्य कार्यालयाला करावे लागते. कार्यालयातील माहितीच्या आधारे व्यवस्थापन निर्णय घेते. उत्पादन, विक्री इत्यादी संबंधित आकडेवारी व अहवाल याचा व्यवस्थापनाला उपयोग होतो.

ब) दैनंदिन किंवा दुय्यम कार्ये :

प्रशासकीय कार्यांना पूरक अशी व्यवसायाशी संबंधित जी कार्ये केली जातात, त्यांना 'दैनंदिन किंवा दुय्यम कार्ये' असे म्हणतात. यामध्ये पुढील कार्यांचा समावेश होतो -

१) व्यवसायाशी संबंधित आवक-जावक पत्रव्यवहार सांभाळणे.
२) व्यवसायाच्या मालमत्तेचे संरक्षण करणे.
३) कार्यालयाची धारिका पद्धत निश्चित करणे.
४) कार्यालयीन कर्मचाऱ्यांच्या कार्याचे योग्य पद्धतीने मूल्यमापन करणे.
५) व्यवसायाच्या विविध विभागांमधील कार्यांमध्ये समन्वय निर्माण करणे.

६) व्यवसायात केल्या जाणाऱ्या कार्याचे नियोजन करणे.
७) कार्यालयातील कार्याची रचना करणे व प्रमाणीकरण करणे.
८) कार्यालयासाठी आवश्यक लेखनसाहित्य खरेदी करणे.
९) कार्यालयातील कार्यांचा मार्ग ठरविणे.
१०) कार्यालयातील कार्यांचे शास्त्रीय पद्धतीने संघटन करणे.
११) व्यवसायासाठी आवश्यक कर्मचाऱ्यांची निवड करणे व त्यांना प्रशिक्षण देणे.
१२) वेतन, बढती, पदनिश्चिती इ. कर्मचाऱ्यांशी संबंधित कार्ये करणे.
१३) कार्यालयाची कार्यक्षमता वाढविणे व टिकवून ठेवणे.
१४) जनसंपर्काद्वारे व्यवसायातील प्रतिमा टिकवून ठेवणे.
१५) व्यवसायाचा नावलौकिक वाढविण्यास मदत करणे.
१६) जनसंपर्क विषयक कार्य करण्यासाठी जनसंपर्क अधिकाऱ्याची नेमणूक करणे.

वरील कार्याबरोबरच माहितीची देवाण-घेवाण, संदेशवहन, कार्यनियोजन यांसारखी कार्येही कार्यालयाद्वारे केली जातात.

१.६ कार्यालयाची आधुनिक व पारंपरिक संकल्पना

पारंपरिक कार्यालय-संकल्पना :

पारंपरिक कार्यालय ही संज्ञा विचारात घेतल्यास प्रामुख्याने ज्या ठिकाणी व्यवसाय केला जात असेल, त्याच ठिकाणास कार्यालय असे संबोधले जाते. खालील व्याख्येवरून पारंपरिक कार्यालयाची कल्पना स्पष्ट करता येते.

रॅन्डम हाउस डिक्शनरी : 'ज्या ठिकाणी व्यवसायाचे कामकाज केले जाते अथवा व्यावसायिक सेवा उपलब्ध करून दिल्या जातात ते ठिकाण म्हणजे कार्यालय होय.'

थोडक्यात, व्यवसाय, उद्योग व पेशाशी संबंधित कार्ये ज्या ठिकाणी केली जातात, त्यालाच कार्यालय असे म्हटले जाते. कार्यालय या संज्ञेच्या पारंपरिक कल्पनेनुसार व्यवसाय-उद्योगासंबंधित मूलभूत कार्ये उदा. खरेदी, विक्री, अहवालपूर्तता इत्यादीसंबंधी कारकुनी कामे ज्या ठिकाणी होतात, व्यवसायाचे नियंत्रण व नियोजन ज्या केंद्रातून होत असते, त्याला 'कार्यालय' असे म्हणतात.

आधुनिक कार्यालय-संकल्पना :

मिल्स आणि स्टडिंगफोर्ड : 'कार्यालय हे व्यवसायाचे प्रशासन केंद्र आहे. संदेशवहन व नोंदी या दोन महत्त्वाच्या सेवा पुरविणे हा कार्यालयाचा प्रमुख उद्देश आहे.' कार्यालयाचे आधुनिक स्वरूप विचारात घेता धोरणे, नियोजन, नियंत्रण, समन्वय, संघटन, अंमलबजावणी इत्यादी अनेक कार्ये ज्या ठिकाणी केली जातात, त्यास कार्यालय असे

म्हटले जाते. कार्यालयाच्या आधुनिक संकल्पनेत कार्यालयाच्या जागेपेक्षा कार्यालयातील कार्ये महत्त्वाची मानली आहेत. कार्यालयामध्ये कारकुनी कामाबरोबरच बौद्धिक कामेही केली जातात. माहिती जमा करणे, माहितीवर प्रक्रिया करणे, माहिती संग्रहित करणे, माहिती पुरविणे, पत्रे पाठविणे, अहवाल तयार करणे यांसारखी मूलभूत कामे आधुनिक कार्यालयाद्वारे अपेक्षित आहेतच; परंतु त्याचबरोबर विविध विभागांमध्ये समन्वय साधणे, आदेश, धोरणे व नियोजन यांची अंमलबजावणी करणे, व्यवसायाच्या सर्व विभागांवर नियंत्रण ठेवणे ही कार्येही आधुनिक कार्यालयाद्वारे अपेक्षित आहेत. कार्यालयाच्या आधुनिक संकल्पनेमध्ये कारकुनी कामाबरोबर प्रशासकीय कार्याचाही समावेश होतो.

कारकुनी स्वरूपाची कार्ये जेथे केली जातात अशी जागा म्हणजे पारंपरिक कार्यालय होय. याउलट कार्यालयाच्या आधुनिक संकल्पनेत कार्यालयाच्या विशिष्ट जागेला महत्त्व नसून कार्यालय ही क्रियात्मक संकल्पना मानली जाते. यात कार्यालयाचा संबंध कार्याशी असतो; जागा तसेच व्यक्तीशी नसतो.

कार्यालयाच्या पारंपरिक व आधुनिक संकल्पनांतील फरक खालीलप्रमाणे :

पारंपरिक संकल्पना	आधुनिक संकल्पना
१) कारकुनी स्वरूपाची कार्ये.	१) कार्यालयीन कामकाज.
२) पारंपरिक व्यवस्थापन.	२) शास्त्रीय पद्धतीचे व्यवस्थापन.
३) अनुभव, प्रयोग, विश्लेषण, निरीक्षण, पूर्वानुमान इत्यादींना फारसे स्थान नसते.	३) अनुभव, प्रयोग, विश्लेषण, निरीक्षण, पूर्वानुमान इत्यादींना महत्त्वाचे स्थान असते.
४) कार्यालयातील अंतर्गत रचनेत आधुनिकता.	४) आधुनिक साधनांचा महत्तम उपयोग.
५) आकर्षकता नसते.	५) आकर्षकतेला महत्त्वाचे स्थान असते.
६) सर्वांना बढतीची संधी प्राप्त होऊ शकते.	६) केवळ प्रगल्भ कर्मचाऱ्यांना (Knowledge Worker) स्थान दिले जाते.
७) कारकुनी कार्य कार्यालयातच केले जाते.	७) कार्यालयीन कामकाज कोणीही करते व कोठेही केले जाते.
८) कार्याची विशिष्ट वेळ ठरलेली असते.	८) वेळेत किंवा त्यापूर्वी कार्ये करून तत्परता दाखविली जाते.

पारंपरिक संकल्पना	आधुनिक संकल्पना
९) नोंदीला महत्त्व असते.	९) माहितीला महत्त्व असते.
१०) कामकाज मानवी पद्धतीने होते.	१०) कामकाज संगणकाद्वारे होते.
११) वेळेचा अपव्यय होतो.	११) वेळेला अतिशय महत्त्व दिले जाते.
१२) भांडवली खर्चात बचत.	१२) भांडवली खर्चात वाढ.
१३) माहितीचे जतन मर्यादित स्वरूपात असते.	१३) संगणकामुळे माहितीचा प्रचंड साठा जतन केला जातो.
१४) संशोधन आणि विकास या कार्यक्रमाशी संबंध नसतो.	१४) संशोधन आणि विकास या कार्याला महत्त्वाचे स्थान असते.
१५) कागदपत्रांना महत्त्वाचे स्थान असते.	१५) कार्यालय कागदपत्र-विरहित असते.

१.७ कार्यालयाचे स्थान

प्रस्तावना

कार्यालयासाठी योग्य ठिकाण किंवा स्थान असणे आवश्यक असते. कामगार आणि ग्राहक यांना सोईस्कर अशी जागा कार्यालयासाठी निवडणे आवश्यक असते. कार्यालयाचे स्थान योग्य असेल, तरच कार्यालयाद्वारे केली जाणारी कार्ये कार्यक्षमतेने केली जातात. विविध विभागांना आवश्यक सेवा व माहिती उपलब्ध करून देणे, हा कार्यालयाचा मुख्य उद्देश असतो. म्हणून विविध विभागांना योग्य माहिती देण्या-घेण्याच्या दृष्टीने कार्यालयाचे स्थान सोयीचे असावे. विविध व्यवसायांचे स्वरूप, विस्तार, विभागांची संख्या, कार्ये इत्यादी घटकांचा कार्यालयाच्या स्थानावर प्रामुख्याने प्रभाव पडत असतो. म्हणून विविध प्रकारच्या व्यवसायांच्या कार्यालयाची जागा किंवा स्थान निवडताना वेगवेगळे घटक विचारात घ्यावे लागतात.

कार्यालयाचे स्थान निश्चित करताना विचारात घ्यावयाचे घटक :

१) व्यापारीदृष्ट्या प्रतिष्ठेची जागा : काही वेळेस व्यवसायाचे कार्यालय कोठे आहे, कोणत्या मार्गावर, कोणत्या परिसरात आहे यावरून त्या व्यवसायाची प्रतिष्ठा

ठरविली जाते. उदा. पुण्यामध्ये डेक्कन जिमखाना, म. गांधी मार्ग इ. जागा प्रतिष्ठेच्या मानल्या जातात. त्यांचा व्यवसाय-वृद्धीसाठी उपयोग होतो.

२) पर्यावरणाचे घटक : हवामान, गर्दी, गोंधळ, प्रदूषण इ. घटकांचाही व्यवसायाचे कार्यालय ठरविताना विचार करावा लागतो. जास्त गजबजलेल्या परिसरात कार्यालय असल्यास कर्मचारी व ग्राहक यांना त्रास सहन करावा लागतो.

३) प्राथमिक सोयी व सुविधा : पोस्ट, बस सेवा, रेल्वे सेवा, राहण्याची जागा, वाहनतळ, आगप्रतिबंधक सेवा, मनोरंजक सेवा ज्या ठिकाणी उपलब्ध असतील, त्या स्थानाची कार्यालयासाठी निवड करणे सोयीचे असते.

४) जागेची किंमत व उपलब्धता : कार्यालयासाठी जमीन आवश्यक असते. अशी जमीन किंवा जागा मुबलक व आवश्यक प्रमाणात उपलब्ध असावी लागते. जागा लहान असेल, तर कार्यालयाद्वारे विविध प्रकारच्या सेवा कार्यक्षमतेने उपलब्ध करून देता येत नाहीत. जमीन योग्य प्रमाणात उपलब्ध असण्याबरोबरच जमिनीच्या किमतीचाही विचार करणे आवश्यक असते. शहाराच्या मध्यवर्ती ठिकाणी मोठ्या प्रमाणात जागा उपलब्ध होत नाही. त्याचबरोबर अशा जागेची किंमतही जास्त असते. अशा वेळेस शहरापासून दूर, परंतु एखाद्या मुख्य रस्त्याजवळ जागा निवडणे योग्य असते. कार्यालयासाठी जागा किंवा जमिनीची निवड करताना त्या जागेची किंमत व उपलब्धता या दोन्हींचाही एकाच वेळेस विचार करावा लागतो.

काही वेळेस जागा किंवा इमारत विकत घेण्यासाठी मोठ्या प्रमाणात भांडवल गुंतवणूक करावी लागते. अशी भांडवल गुंतवणूक टाळण्यासाठी भाड्याच्या जागेचा विचार केला जातो.

५) ग्राहकाची सोय : कार्यालयाची जागा निवडताना त्या कार्यालयाशी संबंधित ग्राहकांची सोय विचारात घेणे आवश्यक असते. उदा. भागदलालांची कार्यालये भाग बाजाराच्या जवळ असतात, तर वकिलांची कार्यालये कोर्ट किंवा न्यायालयाच्या जवळच स्थापन केली जातात.

उत्पादन करणाऱ्या व्यवसायाची कार्यालयेही काही वेळेस उत्पादन केंद्राजवळच स्थापन केलेली दिसून येतात.

६) कर्मचारी उपलब्धता : कार्यालयामध्ये कर्मचारी नेमावे लागतात. आवश्यक कर्मचारी सहज उपलब्ध होतील, अशीच जागा कार्यालयासाठी उपयुक्त असते. विशेषत: कुशल कर्मचारी सर्वच ठिकाणी उपलब्ध होत नाहीत. ज्या परिसरात कुशल कर्मचारी असतील, त्या ठिकाणी कार्यालयाची जागा निवडल्यास योग्य कर्मचारी उपलब्ध होतात.

७) **व्यवसायाचे इतर विभाग :** उत्पादन विभाग, विक्री विभाग, विविध शाखा, गोदाम यांच्याशी कार्यालयाचा संबंध येत असतो. या सर्व विभागांच्या दृष्टीने सोयीचे असे ठिकाण कार्यालयासाठी निवडणे आवश्यक असते.

८) **सुरक्षितता :** कार्यालयाद्वारे कागदपत्रे व दस्तऐवज यांचे संरक्षण केले जाते. त्याचबरोबर व्यवसायाच्या मालमत्तेचे संरक्षण करण्याची जबाबदारीही कार्यालयाची असते. म्हणून कार्यालय सुरक्षित ठिकाणी असावे.

अशा प्रकारे वरील सर्व घटक विचारात घेऊनच कार्यालयासाठी योग्य अशा स्थानाची निवड करावी लागते.

कार्यालयातील स्थान-निवडीची तत्त्वे

कार्यालयाचे स्थान, तसेच रचना या दूरगामी परिणाम करणाऱ्या बाबी आहेत. कोणत्याही व्यवसायाचे यशापयश या महत्त्वाच्या निर्णयावर अवलंबून असते असे म्हणणे वावगे ठरणार नाही. त्यामुळे कोणत्याही कार्यालयाचे स्थान निश्चित करताना कार्यालय व्यवस्थापकाला खालील तत्त्वे विचारात घ्यावी लागतात -

१) **कर्मचाऱ्यांची कमी संख्या :** ज्या वेळी कार्यालयातील कर्मचारी वर्ग संख्येने लहान असतो, त्या वेळी उत्पादन, विक्री वगैरे व्यवसाय संघटनेच्या इतर क्रिया ज्या ठिकाणी चालतात अशा ठिकाणी कार्यालय ठेवणे फायद्याचे असते.

२) **कर्मचाऱ्यांची जास्त संख्या :** ज्या वेळी कार्यालयातील कर्मचारी वर्ग संख्येने जास्त असतो, अशा वेळी स्वतंत्र इमारतीमध्ये कार्यालयाची स्थापना करावी. अशा प्रकरणांमध्ये केंद्रीभूत कार्यालयीन क्रिया करणे फायद्याचे ठरते.

३) **संघटनेची कार्ये :** जर व्यवसाय संघटनेची सर्व कार्ये एकाच ठिकाणी केली जात असतील, तर कार्यालय त्याच ठिकाणी स्थित असावे. त्यामुळे व्यवसाय सुरळीतपणे चालण्यास मदत होते. मात्र व्यवसाय संघटनेची कार्ये वेगवेगळ्या ठिकाणी होत असतील, तर अशा वेळी कार्यालय मध्यवर्ती भागात असावे अथवा ज्या ठिकाणी व्यवसाय संघटनेची मुख्य कार्ये केली जातात, त्या ठिकाणी कार्यालयाची स्थापना करावी.

४) **व्यवसायाचे स्वरूप :** ज्या ठिकाणी व्यवसाय संघटनेची मुख्य कार्ये चालतात, तेथे जवळ कार्यालय नसणारे असे व्यवसायाचे स्वरूप असेल, तर अशा वेळी कार्यालयाचे ठिकाण व्यवसायाच्या स्वरूपावरून निश्चित करावे.

१.८ कार्यालय-रचना

प्रस्तावना

कार्यालय-रचना म्हणजे कार्यालयातील साधनसामग्री, यंत्रे, लेखनसाहित्य, कर्मचारी यांची सुयोग्यपणे केलेली मांडणी होय. कार्यालयातील कार्ये अधिक कार्यक्षमतेने पूर्ण होण्यासाठी कार्यालय-रचना योग्य असावी लागते. कार्यालय-रचना आदर्श होण्यासाठी, योग्य होण्यासाठी पुढील कार्यालयीन रचनेच्या तत्त्वांचे पालन करावे लागते.

कार्यालय-रचनेची तत्त्वे :

१) सातत्यपूर्ण कार्यप्रवाह : कार्यालयातील कार्ये सातत्याने चालू राहतील, अशा रीतीने कार्यप्रवाह निश्चित केलेला असावा. कार्यप्रवाह सुरू असताना कर्मचारी व कागदपत्रे यांची कमीत कमी हालचाल होईल, अशी व्यवस्था करावी.

२) उपकरणे व यंत्रे यांची योग्य जागा : कार्यालयात विविध यंत्रे व उपकरणे वापरली जातात. त्यांना योग्य ठिकाण असावे व ती व्यवस्थित ठेवण्याची व्यवस्था असावी. ज्या व्यक्तींना संगणक, झेरॉक्स मशीन अशा उपकरणांची सातत्याने गरज असते, अशा व्यक्तींजवळच ही उपकरणे असावीत.

३) कर्मचाऱ्यांच्या हालचालीस उपयुक्त जागा : प्रत्येक कर्मचाऱ्याला त्याची कामे करण्यासाठी काही आवश्यक हालचाली कराव्या लागतात. अशा हालचाली तो सहजपणे करून शकेल, इतकी पर्याप्त जागा कार्यालयात उपलब्ध असावी.

४) प्रकाश व वायुवीजन : कार्यालयामध्ये आवश्यक प्रकाश उपलब्ध होईल, हवा खेळती राहील अशी व्यवस्था असावी. नैसर्गिक प्रकाशामुळे कार्यालयाच्या वीजखर्चातही बचत शक्य होते.

५) कार्यक्षम पर्यवेक्षण : पर्यवेक्षकाद्वारे कर्मचाऱ्यांवर नियंत्रण ठेवले जाते. पर्यवेक्षणाचे काम सुलभतेने होईल, अशारितीने कर्मचाऱ्यांच्या बैठक व्यवस्थेची रचना केलेली असावी.

६) उपकरणांचा आकार : खुर्च्या, टेबले, कपाटे, स्टूल यांचा आकार व मांडणी कार्यालयीन कामाच्या दृष्टीने उपयुक्त असावी. कर्मचाऱ्यांच्या खुर्च्या हलत्या किंवा सरकणाऱ्या असल्यास कर्मचारी सहजपणे हालचाली करू शकतात.

७) महत्तम उपयोगिता : कार्यालयातील सर्व साधने, यंत्रे, कर्मचारी यांची उपयुक्तता वाढेल. याकडे लक्ष देण्यात यावे. एकच साधन किंवा यंत्र अनेक कर्मचाऱ्यांकडून वापरले जाईल, अशी व्यवस्था असावी.

८) आकर्षकता : कार्यालयातील अंतर्गत रचना ग्राहकांना व कर्मचाऱ्यांना आकर्षक वाटेल अशी असावी.

९) खासगी कक्ष : कार्यालयामध्ये काही महत्त्वाच्या अधिकाऱ्यांसाठी स्वतंत्र खोल्या किंवा कक्ष असावेत. अधिकारी त्यांचे काम प्रभावीपणे करतील, अशा रितीने खासगी कक्ष निर्माण केलेले असावेत.

१०) कर्मचाऱ्यांची सुविधा : कर्मचाऱ्यांच्या संख्येचा विचार करून, त्यांच्या आवश्यकतेनुसार पिण्याचे पाणी, स्वच्छतागृहे, विश्रांतीगृहे यांची व्यवस्था केलेली असावी. कार्यालय जास्तीत जास्त चांगले राहील, याचीही काळजी घेण्यात यावी.

११) आंतरविभागीय संबंध : कार्यालयात अनेक विभाग असतात. अनेक अधिकारी काम करीत असतात. त्यांच्यात समन्वय राहण्यासाठी कार्यालय-रचनेत योग्य ती व्यवस्था केलेली असावी. त्याचबरोबर सर्व विभागांचा मुख्य विभागांशी संबंध राहील, अशी रचना केलेली असावी.

१२) लवकचीकता : कार्यालयाच्या अंतर्गत रचनेबाबत लवचीकतेचे तत्त्व महत्त्वपूर्ण आहे. बदलत्या परिस्थितीनुसार कार्यालयाच्या अंतर्गत रचनेत सहजपणे आवश्यक तो बदल करता आला पाहिजे. कार्यालयाची अंतर्गत रचना लवचीक असल्यास हे सहज शक्य आहे.

१३) मांडणी : कार्यालयात टेबल तसेच इतर फर्निचरची मांडणी शास्त्रोक्त पद्धतीने केलेली असावी. त्यामुळे पर्यवेक्षणांचे, तसेच नियंत्रणाचे कार्य सोपे होते.

वरील प्रमुख तत्त्वांबरोबरच कार्य-समतोल, पुरेशी उपकरणे, संगणक, सेवा विभाग यांचा विचार करून कार्यालयाची अंतर्गत रचना केलेली असावी.

कार्यालयीन रचनेचा आराखडा बनविताना विचारात घेतले जाणारे घटक

कार्यालयीन आराखडा तयार करताना खालील घटक विचारात घेतले पाहिजेत -

१) कार्यप्रवाह : कार्यालयीन आराखडा परिणामकारक कार्यप्रवाहाची खात्री देणारा असावा. कार्यालयामध्ये एकत्र येऊन काम करावे लागणाऱ्या कर्मचाऱ्यांना एकमेकांजवळ बसता येईल अशी रचना केलेली असावी. अशा रचनेमुळे काम करताना कोणत्याही प्रकारचा अडथळा न येता सुरळीतपणे आणि व्यवस्थितपणे कार्यप्रवाह चालू राहू शकेल.

२) जागेची तरतूद : लगेच उघडणारे दरवाजे, डेस्कच्यामधून उपकरणांची हालचाल करण्यासाठी, तसेच या उपकरणांभोवती सहजपणे फिरता येण्यासाठी जागा उपलब्ध होईल, अशी कार्यलयीन रचना केलेली असावी.

३) देखरेखीसाठी जागा : सुपरवायझरला सर्व प्रकारच्या कामांवर सहजासहजी देखरेख करता येईल, एवढी आणि अशी जागा आराखडा तयार करताना विचारात घेतली पाहिजे. उदा. कारकुनांचे टेबल त्यांच्या सुपरवायझरजवळ असावे. अशा रचनेमुळे शिस्तही राखता येते.

४) मुक्त वावर : कार्यालयीन कर्मचाऱ्यांना मुक्तपणे, तसेच सहजपणे वावरता येईल, अशी कार्यालयाची रचना असावी. कोणत्याही प्रकारचा अडथळा न होता कर्मचाऱ्यांना त्यांच्या कामाच्या जागी आणि मशिन्सजवळ सहजपणे जाता आले पाहिजेत.

५) उपकरणे व इतर वस्तू : जी उपकरणे आणि वस्तू काम करताना कायम लागतात, अशी उपकरणे आणि वस्तू नेहमी हाताजवळ मिळतील, अशी तरतूद आराखड्यात करणे आवश्यक आहे. उदा. फाइलमध्ये नेहमी संदर्भ पाहण्याची आवश्यकता असणाऱ्या कारकुनाचे डेस्क / टेबल फाइल ठेवण्याच्या कपाटाजवळ असावे. टेलिफोन नेहमी डेस्कवर डाव्या हाताशी असावा. डेस्कवर जागा उपलब्ध नसल्यास शेजारी छोट्या टेबलवर तशी सोय करावी किंवा डेस्कच्या शेजारी किंवा बसण्याच्या ठिकाणी भिंतीला एखादे ब्रॅकेट लावून फोन ठेवण्याची सुविधा उपलब्ध करावी.

६) आवाज करणारी उपकरणे : कर्मचाऱ्यांना काम करताना आवाज करणाऱ्या उपकरणांचा उपद्रव / अडथळा होऊ नये, अशा ठिकाणी ही उपकरणे बसवण्याची योजना करावी. अशा उपकरणांमध्ये टेलिफोनच्या बटणांचा बोर्ड, टेलिप्रिंटर, डुप्लिकेटिंग मशीन वगैरेंसारख्या उपकरणांचा समावेश होतो. या वस्तूंचा आवाज किंवा त्या हाताळण्यासाठी येणाऱ्या लोकांचा इतर कर्मचाऱ्यांना काम करताना त्रास होता कामा नये. यासाठी साउंडप्रूफ भिंती बांधणे योग्य ठरेल. जड यंत्रे नेहमीच तळमजल्यावर ठेवावीत.

७) चांगली स्थिती / वातावरण : कर्मचारी वर्गासाठी नेहमी कामाची चांगली स्थिती / वातावरण उपलब्ध करून दिले पाहिजे. जास्तीत जास्त आउटपूट मिळण्यासाठी अशा प्रकारची रचना असणे आवश्यक असते. उदा. जर हवा खेळती राहण्यासाठी कार्यालयात खिडक्या असतील, तर कारकुनांचे टेबल खिडकीच्या जवळ असू नये. कारण अशा परिस्थितीत कागदपत्रे उडण्याची शक्यता असते.

८) आवश्यक एकान्त : व्यवसाय संघटनेतील महत्त्वाची व गोपनीय कामे करणाऱ्या कर्मचाऱ्यांना पुरेसा एकान्त मिळेल, अशी कार्यालयाची रचना असावी. गोपनीय कामकाज आणि कागदपत्रांच्या सुरक्षिततेसाठी अशी रचना करणे आवश्यक असते.

९) भेटायला येणाऱ्या व्यक्ती : ज्या ठिकाणी कामानिमित्ताने नेहमीच कार्यालयातील कर्मचाऱ्याला भेटण्यासाठी लोक येत असतात, अशा कर्मचाऱ्याचे टेबल

शक्य असल्यास रिसेप्शन पॉइंटच्या जवळ असावे, जेणेकरून भेटायला येणाऱ्या व्यक्तींना संपूर्ण ऑफिसमध्ये फिरावयास लागू नये. त्यामुळे इतर लोकांचे, कर्मचाऱ्यांचे लक्ष अशा व्यक्तींकडे जात नाही व कामात अडथळा निर्माण होण्याचे टळते.

१.९ कार्यालयीन फर्निचर

अर्थ

कार्यालयीन कामकाजासाठी फर्निचर मोठ्या प्रमाणात उपयुक्त असते. कार्यालयीन फर्निचर म्हणजे कार्यालयातील बैठक व्यवस्था, वायुवीजन, सौंदर्यवृद्धी व दस्तऐवज ठेवण्यासाठी वापरण्यात येणारे साहित्य. उदा. खुर्च्या, टेबल, कपाटे, सोफासेट, फुलदाण्या, पंखे, पेनस्टँड, यंत्रे व बैठक सुविधा इत्यादी.

कार्यालयाची कार्यक्षमता व आकर्षकता फर्निचरवर अवलंबून असते. आदर्श व योग्य फर्निचरच्या साहाय्याने कर्मचारी अधिक कार्यक्षमतेने काम करतात. म्हणूनच कार्यालयासाठी योग्य व अचूक फर्निचरची आवश्यकता असते.

कार्यालयीन फर्निचरची निवड करताना विचारात घ्यावयाचे घटक -

१) फर्निचरचा आकार व रचना : कार्यालयात वापरण्यात येणाऱ्या फर्निचरचा आकार व रचना कर्मचारी संख्येशी सुसंगत असावी. खुर्चीची उंची, टेबलाचा आकार, दोन्हींची लांबी-रुंदी कर्मचाऱ्यांच्या कार्यानुसार ठरविण्यात यावी.

२) भांडवल गुंतवणूक : कोणत्याही फर्निचरसाठी भांडवल आवश्यक असते. कार्यालयीन कार्ये, त्यांचे महत्त्व, उपयुक्तता यांचा विचार करून व उपलब्ध भांडवल लक्षात घेऊनच फर्निचरची निवड केली जाते. फर्निचर योग्य किमतीचे असावे.

३) टिकाऊपणा : कोणतेही फर्निचर जास्त काळ टिकणारे असावे. लोखंडी फर्निचर जास्त टिकाऊ असते, परंतु लाकडी फर्निचर आकर्षक असते. सागवान लाकडापासून बनविलेले फर्निचर आकर्षक व टिकाऊ असते, पण त्यासाठी जास्त खर्च येतो.

४) जागेची बचत : कार्यालयातील मोठी जागा फर्निचरने व्यापलेली असते. अनेक कप्पे असलेली कपाटे वापरल्यास जागेचा जास्तीत जास्त वापर करता येतो.

५) आग प्रतिबंधकता : लोखंडी फर्निचर आगीत नष्ट होऊ शकत नाही, परंतु लाकडी किंवा फायबर फर्निचर आग प्रोत्साहित करणारे असते. आगविषयक संभाव्य धोके लक्षात घेऊनच फर्निचरची निवड केली जावी.

६) सुरक्षितता : फर्निचरचे कोपरे, पाय किंवा पृष्ठभाग मऊ व गुळगुळीत असतील,

तर दस्तऐवज व कार्यालयातील इतर साधनांचे नुकसान होत नाही. याउलट, अणकुचीदार किंवा टोकदार कोपरे, खडबडीत पृष्ठभाग असल्यास दस्तऐवज हलविताना फाटण्याची. तसेच कर्मचाऱ्यांनाही इजा होण्याची शक्यता असते. म्हणून कार्यालयीन फर्निचर वापरण्याच्या दृष्टीने सुरक्षित असावे.

७) आकर्षकता : कार्यालयातील फर्निचर आकर्षक व प्रसन्नता वाढविणारे असावे. लाकडी फर्निचर आकर्षक असते.

८) कार्यसुलभता : फर्निचर कार्य करण्यास सुलभ असावे. फर्निचरमुळे कर्मचारी अधिक चांगले काम करू शकतात. त्यांना कामाचा ताण येणार नाही असे फर्निचर असावे.

९) स्वच्छता व टापटीप : कार्यालयातील फर्निचर सहजपणे स्वच्छ करता येण्यासारखे असावे. साफसफाई व झाडलोट करताना त्याचा अडथळा होणार नाही, असे फर्निचर निवडणे आवश्यक असते.

वरील सर्व घटक विचारात घेऊन फर्निचर खरेदी केल्यास कार्यालयातील कामकाज व कार्यप्रवाह अधिक प्रभावी होण्यास मदत होईल.

कार्यालयीन फर्निचर-निवडीची तत्त्वे

कार्यालयातील फर्निचरची निवड हा अत्यंत महत्त्वाचा विषय आहे, कारण त्यावर बऱ्याच गोष्टीं अवलंबून असतात. त्यामुळे फर्निचरची निवडक करताना काही तत्त्वे पाळली पाहिजेत. ही तत्त्वे पुढीलप्रमाणे सांगता येतील -

१) आकर्षक आणि आधुनिक : कार्यालयीन फर्निचर आकर्षक आणि आधुनिक असले पाहिजे, कारण असे फर्निचर कार्यालयीन कर्मचाऱ्यांचे नीतिधैर्य वाढविते. कर्मचाऱ्यांच्या कामाचा दर्जा आणि प्रमाण यावर त्याचा परिणाम होत असतो.

२) अनुरूप / योग्य : कार्यालयीन फर्निचर त्या कार्यालयात केल्या जाणाऱ्या कामास अनुरूप / योग्य हवे. केवळ प्रतिष्ठेचे प्रतीक म्हणून फर्निचरची खरेदी होऊ नये. उदा. काही कामांसाठी डेस्कपेक्षा टेबल सोईस्कर असते, तर काही कामांसाठी टेबलपेक्षा डेस्क सोईस्कर असते.

३) बदल जुळवून घेणारे : कार्यालयातील विविध कार्यांशी पटकन जुळवून घेता येईल, असे कार्यालयीन फर्निचर असावे. म्हणजे या फर्निचरचा उपयोग आवश्यकता भासेल त्या वेळी अनेकविध कामांसाठी झाला पाहिजे. असे फर्निचर वजनाने हलके असावे, म्हणजे ते एका ठिकाणाहून दुसऱ्या ठिकाणी सहजासहजी हलवता येते.

४) पुरेपूर उपयोग : कार्यालयीन फर्निचरचा पुरेपूर उपयोग करून घेता आला पाहिजे. यामुळे बहुउपयोगी डेस्कची खरेदी करण्यामध्ये प्रमाणीकरण होऊ शकते. अशा फर्निचरमुळे कार्यालयीन कर्मचाऱ्यांना एकाच प्रकारच्या फर्निचरच्या साहाय्याने एकापेक्षा अधिक प्रकारची कामे करता येणे शक्य होते.

५) आराखडा आणि रचना : कार्यालयीन फर्निचर कार्यात्मक, तसेच अभिरुचीपूर्ण असावे. त्याचा उपयोग एखादे काम अधिक कार्यक्षमतेने होण्यासाठी होतो. याचाच अर्थ त्याची उंची, इतर आकारमान, टेबलचा पृष्ठभाग, ड्रॉवरची संख्या आणि जागा या सर्व बाबींचा काळजीपूर्वक विचार केला गेला पाहिजे.

६) दर्जा : फर्निचरचा दर्जा उत्तम असावा. चांगल्या दर्जाचे फर्निचर दिसण्यास आकर्षक असते, तसेच दीर्घ कालवधीमध्ये फायदेशीर ठरते.

७) किंमत / खर्च : फर्निचरवरील खर्च कमी असावा, म्हणजेच तो योग्य मर्यादेत असावा. त्यामुळे उपलब्ध निधीतून आवश्यक फर्निचर विकत घेता यईल; परंतु खर्चात काटकसर करण्यासाठी फर्निचरच्या दर्जात तडजोड नसावी.

८) कमीत कमी जागा व्यापणारे : कार्यालयीन फर्निचर कमीत कमी जागा व्यापणारे असावे. मोठे आणि जड फर्निचर जास्त जागा व्यापते. तसेच ते महाग असते. त्यामुळे असे फर्निचर अप्रत्यक्षपणे संस्थेचा खर्च वाढवते. कामाची परिस्थिती अधिकाधिक आरामदायी होईल, अशा प्रकारे फर्निचरची रचना केलेली असावी.

९) पुरतेपणा : फर्निचर संख्येने पुरेसे असले पाहिजे, जेणेकरून प्रत्येक विभागाला आवश्यक असणारे फर्निचर उपलब्ध होईल. याचाच अर्थ कार्यालयात काम करणाऱ्या सर्व कर्मचाऱ्यांना पुरेल एवढी फर्निचरची संख्या असणे आवश्यक असते.

१०) आगीची जोखीम कमी करणारे : फर्निचरला आग लागून हानी पोहोचू नये, असे फर्निचर असावे. धातूच्या फर्निचरच्या बाबतीत लाकडी फर्निचरपेक्षा आगीची जोखीम कमी असते. त्यामुळे आजकाल लोखंडी फर्निचर वापरले जाते. ते अधिक टिकाऊ आणि आगीच्या जोखमीपासून सुरक्षित असते.

११) सुरक्षा : फर्निचर वापरण्यास सुरक्षित असावे. काचेचे फर्निचर तुलनेने असुरक्षित असते.

कार्यालयीन फर्निचरचे आधुनिक रूप

सध्याच्या आधुनिक युगात कार्यालयीन फर्निचरचा आकार किंवा आराखडा केवळ त्याचा उपयोग लक्षात घेऊनच नव्हे, तर सौंदर्यमूल्य लक्षात घेऊनही ठरवावा लागतो. म्हणूनच फर्निचरला केवळ उपयुक्तता मूल्य असून चालत नाही, तर त्याला सौंदर्यमूल्यही असावे लागते; कारण त्यामुळे कार्यालयाच्या आकर्षकतेत भर पडते. मॉड्यूलर फर्निचर

व वर्क्स स्टेशन्स ही कार्यालयीन फर्निचरची आधुनिक रूपे आहेत. मॉड्यूलर फर्निचर कार्यालयामध्ये वापरण्यासाठी अत्यंत सोयीचे ठरते. वर्क्स स्टेशन्स पार्टीशनचा उपयोग करून बनविली जातात. सध्या प्रचलित असलेल्या 'वर्क्स स्टेशन्स' व 'डोस्किंग सिस्टिम्स' या रचना अधिक सुटसुटीत आहेत. आकर्षकता व हवा खेळती राहण्यासाठी त्या अत्यंत उपयोगी ठरतात. कार्यालयातील सामान ठेवण्यासाठी स्टोअरेज बनविले जातात. स्टोअर करण्याचे सामान, त्याचा आकार व लागणारी जागा यांचा विचार करून 'स्टोअरेज' डिझाइन केले जातात. सध्या कार्यालयीन फर्निचर बनविताना वेगवेगळ्या मटेरिअलचा वापर करून डिझाइनिंग केले जाते. त्यात लाकूड, काच, मेटल यांची कॉम्बिनेशन्ससुद्धा उठाव आणतात. कार्यालयात होणारे काम व तेथील वातावरण यांचा विचार करून कार्यालयीन फर्निचर डिझाइन केले जाते.

मॉड्यूलर फर्निचरमध्ये जोडण्याचे काम फक्त आपल्या जागेत होत असल्यामुळे आपले रुटिन विसकळीत होत नाही व काही तासांतच आपला कक्ष सुसज्ज होतो.

१.१० कार्यालयाचे वातावरण

कर्मचारी ज्या ठिकाणी काम करतात तेथील परिस्थिती / वातावरण चांगले असणे आवश्यक असते. चांगले शारीरिक व भौतिक वातावरण हे कार्यालयाचे जीवन असते. भोवतालच्या परिस्थितीचा परिणाम कर्मचाऱ्यांच्या कामावर होत असतो. त्यामुळे तेथील वातावरण कामास योग्य हवे. जर ही परिस्थिती चांगली नसेल, तर कामगारांवर त्याचा विपरीत परिणाम होतो व त्यांच्यावर ताण येतो. याउलट, जर वातावरण चांगले असेल, तर कर्मचाऱ्यांचा भावनिक सहभाग वाढतो. अशा प्रकारे कामाच्या ठिकाणची परिस्थिती किंवा वातावरण कर्मचाऱ्यांच्या कार्यक्षमतेवर परिणाम करते, हे म्हणणे वावगे ठरू नये. त्यामुळे कार्यालयातील परिस्थिती / वातावरण चांगले राहील याबाबत कार्यालय व्यवस्थापकाने दक्ष राहिले पाहिजे.

वातावरणाचे हे घटक आणि त्याचे महत्त्व पुढीलप्रमाणे सांगता येतील -

१) कार्यालयातील प्रकाश योजना : कार्यालयातील प्रकाश योजना हा कार्यालयीन परिस्थितीतील एक महत्त्वाचा घटक असतो. कार्यालयातील प्रकाशाची व्यवस्था किंवा योजना उत्तम असणे आवश्यक असते. ही प्रकाश योजना योग्य नसेल, तर त्याचा डोळ्यांवर ताण येतो व कर्मचाऱ्यांचा थकवा वाढतो. याउलट, प्रकाश योजना योग्य असेल, तर काही प्रमाणात कर्मचाऱ्यांची कार्यक्षमता वाढते. त्यामुळे कार्यालयामध्ये प्रकाश योजना चांगली असली पाहिजे. कार्यालयातील त्या त्या कामासाठी योग्य अशी प्रकाशाची रचना हवी. प्रकाश सगळीकडेच सारखा असावा असे नाही, तर तो त्या विशिष्ट कामासाठी आवश्यक तेवढा असावा.

२) आवाजावर नियंत्रण : कार्यालयीन कामकाज करण्यासाठी अधिक लक्ष द्यावे लागते. त्यामुळे लक्ष विचलित होईल असे भोवतालचे वातावरण असू नये. मोठ्या आवाजामुळे मानसिक तिटकारा येतो. आवाज हा अडथळा निर्माण करणारा मोठा घटक आहे. त्यामुळे तो कार्यालयीन कर्मचाऱ्यांमध्ये चीड निर्माण करणारा असतो. त्यामुळे कर्मचाऱ्यांच्या कामात चुका होतात, कामाचा दर्जा खालावतो, कामाला उशीर होतो. हे सर्व प्रकार टाळण्याच्या दृष्टीने असे आवाज कमी करण्यासाठी कार्यालयीन व्यवस्थापकाने विशेष पावले उचलली पाहिजेत. हे आवाज कमी करण्यासाठी कमी आवाज करणारी यंत्रे, आवाज न करणारे टाइपरायटर, उपकरणांना आच्छादने, आवाज शोषून घेणाऱ्या सुविधा, तसेच यंत्रसामग्रीची योग्य देखभाल करणे इत्यादी उपाययोजना करता येतात.

३) खेळती हवा : हवा खेळती न राहणे ही बऱ्याच कार्यालयांमधील सार्वत्रिक समस्या आहे. हवा खेळती राहण्यासाठी जर योग्य सोयी-सुविधा केलेल्या नसतील, तर कार्यालयात रोगट वातावरण पसरेल. त्यामुळे कोंदटपणा, अवाजवी थकवा, कामाची गती कमी होणे इत्यादी समस्या निर्माण होतात. हे सर्व टाळण्यासाठी कार्यालयात हवा खेळती राहील या दृष्टीने उपाययोजना / रचना केलेली असावी. कार्यालय रचनेच्या ब्ल्यू प्रिंटमध्येच तशी तरतूद केलेली असावी. त्या दृष्टीने योग्य त्या प्रमाणात दरवाजे, खिडक्या, व्हेंटीलेटर इत्यादींची तरतूद केली पाहिजे. यामुळे हवा खेळती राहील. त्यासाठी एअर फिल्टर किंवा वातानुकूलित यंत्रणेचा वापर करता येईल.

४) स्वच्छता : कार्यालय नेहमी स्वच्छ आणि टापटीप असले पाहिजे. त्यामुळे कामातील अचूकता वाढून कार्यक्षमता वाढते. स्वच्छ आणि टापटीप कार्यालयामुळे कार्यालयाला भेट देणाऱ्या व्यक्तीच्या मनात कार्यालय अथवा कंपनीबद्दल चांगली प्रतिमा निर्माण होते. त्यामुळे कार्यालयाची स्वच्छता योग्य प्रकारे झाली पाहिजे. टाकाऊ वस्तू किंवा कचऱ्याची विल्हेवाट योग्य तऱ्हेने लावली गेली पाहिजे. स्वच्छतागृहांची योग्य तरतूद करून ती स्वच्छ ठेवली जायला हवीत.

५) अंतर्गत सजावट : कार्यालयाला भेट देणाऱ्या लोकांसाठी कार्यालय प्रथम दर्शनी प्रसन्न दिसले पाहिजे. काळजीपूर्वक अंतर्गत सजावट करून हे साध्य करता येईल. त्यासाठी वॉलपेपर, गालिचे, योग्य फरशीची योजना, पडदे, अभ्रे इत्यादींचा योग्य प्रमाणात वापर उपयुक्त ठरू शकतो. या सर्व सजावटीची रंगसंगती चांगली व प्रसन्न असावी. त्यामुळे कार्यालयीन कर्मचारी वर्गाची कार्यक्षमता वाढते.

६) सुरक्षिततेसाठी सावधगिरी : कर्मचाऱ्यांच्या सुरक्षिततेसाठी कार्यालयात सावधगिरी बाळगली गेली पाहिजे. अपघात घडू नयेत यासाठी दोष असलेले वायरिंग, पंखे, यंत्रसामग्री इत्यादी संदर्भात काळजी घेतली गेली पाहिजे.

प्रश्नावली

१) 'कार्यालय' या संज्ञेची व्याख्या देऊन कार्यालयाची कार्ये स्पष्ट करा.

२) कार्यालयाचे स्थान निश्चित करताना विचारात घेतले जाणारे घटक स्पष्ट करा.

३) कार्यालय-रचनेची तत्त्वे स्पष्ट करा.

४) आधुनिक कार्यालयाची वैशिष्ट्ये स्पष्ट करा.

५) कार्यालयीन रचनेचा आराखडा बनविताना विचारात घेतले जाणारे घटक स्पष्ट करा.

६) कार्यालयीन फर्निचरची खरेदी करताना विचारात घेतले जाणारे घटक स्पष्ट करा.

७) कार्यालयाच्या स्थान-निवडीतील तत्त्वे स्पष्ट करा.

८) कार्यालयाची आधुनिक व पारंपरिक कल्पना स्पष्ट करा.

९) कार्यालयीन फर्निचरची निवड करताना विचारात घेतली जाणारी तत्त्वे स्पष्ट करा.

१०) कार्यालयातील वातावरण व त्याचे महत्त्व यावर सविस्तर टीप लिहा.

११) कार्यालयीन फर्निचरचे आधुनिक रूप या विषयावर टीप लिहा.

प्रकरण

२

कार्यालय संघटन

Office Organization

२.१ कार्यालय संघटन संकल्पना [Organisation (Concept)]

कार्यालयात केल्या जाणाऱ्या विविध उपक्रमांमध्ये आढळणारा रचनात्मक संबंध म्हणजे कार्यालय संघटन होय. कार्यालयाची उद्दिष्ट्ये साध्य करण्यासाठी कार्य, कर्मचारी व साधने यांची पद्धतशीर मांडणी करणे म्हणजे 'कार्यालय संघटन' होय. संघटन हे व्यवस्थापनाचे एक अत्यंत महत्त्वाचे कार्य मानले जाते. प्रशासनाने निश्चित केलेली उद्दिष्टे साध्य करण्यासाठी लागणारे भांडवल, कच्चा माल, यंत्रसामग्री, मनुष्यबळ ह्या घटकांची गरज निश्चित करून ते उपलब्ध करून देणे, ह्या प्रक्रियेचा समावेश संघटन ह्या कार्यात अभिप्रेत आहे. व्यवसायाचे सर्वसामान्य धोरण आणि नियोजन या बाबतीत निर्णय घेतल्यानंतर त्यास अनुरूप अशी संघटना निर्माण करणे हा व्यवस्थापन प्रक्रियेचा महत्त्वाचा घटक मानला जातो. व्यवसायाचे यशापयश संघटनेच्या कार्यक्षमतेवर अवलंबून असते.

मनुष्यबळ, भांडवल, यंत्रसामग्री व कच्चा माल ह्या व्यवसाय संस्थेमधील चारही घटकांमध्ये योग्य तो समन्वय साधणे, त्यांच्या वापरावर व क्षमतेवर नियंत्रण ठेवणे व त्यातून पूर्वनियोजित उद्दिष्टे, निर्णय व योजना साध्य करणे, म्हणजेच संघटन हे कार्य होय. व्यवस्थापनाच्या ह्या कार्यामुळेच मानवी व भौतिक साधनांमध्ये समन्वय साधला जातो, एकसूत्रीपणा येतो व त्यातूनच एकसंध अशी संघटन रचना तयार होते.

२.२ संघटनेची परिभाषा [Organisation (Definition)]

१. विशिष्ट उद्दिष्ट साध्य करण्यासाठी सामूहिकरीत्या विशिष्ट धोरणाने काम करणारा व्यक्तिसमूह म्हणजे संघटन होय. *- मॅकफरलँड*

२. संघटन म्हणजे व्यक्तींचा असा एक समुदाय की, जो पुढाऱ्याने दिलेल्या आदेशानुसार सामान्य उद्दिष्टांच्या पूर्ततेकरिता सहकार्याने प्रयत्न करीत असतो. *- आर. सी. डेव्हिस*

३. संघटन म्हणजे सामान्य हिताच्या पूर्ततेकरिता एकत्रित आलेल्या व्यक्तींचा समुदाय होय.

४. संघटन म्हणजे व्यक्तींना किंवा एखाद्या व्यक्तिसमूहाला करावयाच्या कार्यात असा संयोग स्थापन करण्याची क्रिया, जिच्यामुळे ते कार्य कार्यक्षमतेने, पद्धतशीरपणे व समन्वय प्रस्थापित करून पूर्ण केले जाईल. *- ऑलिव्हर शेल्डन*

५. संघटन म्हणजे एखाद्या उपक्रमामधील विविध घटकांमध्ये आढळून येणारा रचनात्मक संबंध होय. *- विल्यम स्प्रिगेल*

६. व्यवसायाचे लक्ष्य व उद्दिष्ट पूर्ण करण्याकरिता नियुक्त केलेल्या व्यक्तींमध्ये कार्य वाटून देण्याकरिता निर्माण केलेल्या व्यवस्थेला संघटन असे म्हणतात. *- सी. एच. नॉर्थकॉट*

७. समान उद्दिष्ट किंवा उद्दिष्टांच्या पूर्ततेसाठी वैशिष्टीकृत भागात सामंजस्य प्रस्थापित करण्याची प्रक्रिया म्हणजे संघटन होय. *- प्रो. हॅने*

८. कार्यपूर्तीसाठी आवश्यक क्रिया निश्चित करणे व त्या क्रियांची जबाबदारी निश्चित व्यक्तींवर सोपविणे, म्हणजे संघटन होय. *- आर्विक*

थोडक्यात, कार्यालय संघटन म्हणजे व्यवसाय संघटनेचे उद्दिष्ट साध्य करण्यासाठी कार्यालयातील विविध उपक्रम किंवा कार्ये व कर्मचारी यांची केलेली मांडणी किंवा रचना होय.

२.३ संघटनेचे महत्त्व

(१) प्रशासनाचे कार्य यशस्वी होते.

(२) व्यवसायाचा किंवा संस्थेचा विस्तार व विकास सहजपणे करता येतो.

(३) कामगारांच्या कार्यक्षमतेत वाढ होते.

(४) वैशिष्टीकरणाला प्रोत्साहन मिळते.

(५) कार्यात एकसूत्रीपणा व समन्वय निर्माण करता येतो.

(६) आधुनिक तंत्राचा अवलंब करता येतो.

(७) साधनसामग्रीचा महत्तम उपयोग करता येतो.

(८) दुर्गुणांवर नियंत्रण प्रस्थापित होते.

आदर्श संघटनेची गुणवैशिष्ट्ये

१. पुरेसे अधिकार प्रदान करून प्रत्येक अधिकारी योग्य प्रकारे आपापल्या जबाबदाऱ्या पूर्ण करील अशी व्यवस्था करणे.

२. संघटनेमधील प्रत्येक दुवा अत्यंत महत्त्वाचा आहे हे लक्षात घेऊन त्यांच्या जबाबदाऱ्या निश्चित करणे.

३. प्रत्येक कर्मचारी व अधिकारी यांच्यावर जबाबदाऱ्या टाकताना त्यांना पुरेसे अधिकार दिलेले आहेत किंवा नाही याची खात्री करणे.

४. कोणत्याही कार्याचे कार्यक्षेत्र वाढविताना किंवा जबाबदारीमध्ये बदल करताना संबंधित व्यक्तीला योग्य प्रकारे माहिती दिल्याशिवाय बदल न घडवणे.

५. व्यवसाय संघटनेची रचना अशी करण्यात यावी, जेणेकरून कोणत्याही एका व्यक्तीला एकापेक्षा जास्त अधिकाऱ्यांकडून आदेश मिळणार नाहीत.

६. देण्यात येणारे आदेश कधीही मध्यस्थ अधिकाऱ्यांना टाळून देण्यात येऊ नयेत.

७. कोणत्याही कार्याच्या जबाबदारीविषयी निर्माण होणारे प्रश्न कधीही किरकोळ स्वरूपाचे म्हणून सोडून देऊ नयेत उलट ती जबाबदारी किंवा तो प्रश्न निश्चित स्वरूपात कसा सोडविता येईल, हे संबंधित अधिकाऱ्यांना समजावून सांगितले पाहिजे.

८. एखाद्या कर्मचाऱ्याला कोणत्याही पदावर बढती देताना किंवा एखाद्या कर्मचाऱ्यावर शिस्तभंगाची कारवाई करताना त्या व्यक्तीच्या अधिकाऱ्यांना विश्वासात घेऊन त्याची पूर्ण माहिती मिळवावी; नंतरच त्याला मान्यता देण्यात यावी.

९. एखाद्या नवीन व्यक्तीला फॅशन म्हणून एखाद्या पदावर संघटनेत घेण्यापेक्षा कार्यरत सेवकांना जास्तीत जास्त प्रकारे संधी कशी उपलब्ध करून देता येईल, या विषयी विचार केला पाहिजे.

१०. वेळोवेळी संघटनेच्या रचनेकडे दृष्टिक्षेप टाकला पाहिजे व त्यामध्ये काही बदल आवश्यक असल्यास त्याची नोंद घेऊन योग्य वेळी संघटनेची पुनर्रचना केली पाहिजे.

२.४ कार्यालय संघटनाची तत्त्वे

एखाद्या कार्यासंबंधी तयार केलेले सर्वसाधारण नियम म्हणजे तत्त्वे होय. कार्यालयाचे संघटन करताना किंवा कार्यालयातील कार्ये व कर्मचारी यांची रचना करताना जी तत्त्वे किंवा नियम वापरले जातात, त्यांना 'कार्यालय संघटनाची तत्त्वे' असे म्हटले जाते. कार्यालय संघटनाची प्रमुख तत्त्वे पुढीलप्रमाणे सांगता येतील -

१) उद्दिष्टांच्या एकवाक्यतेचे महत्त्व : कार्यालयातील प्रत्येक कार्याचे उद्दिष्ट निश्चित केलेले असावे. कर्मचाऱ्याला ही उद्दिष्टे माहीत असावीत. कार्यालयामध्ये जी अनेक कार्ये केली जातात, त्यांमध्ये एकवाक्यता व सुसंगती असणे, म्हणजे उद्दिष्टांच्या एकवाक्यतेचे तत्त्व होय.

२) श्रमविभागणीचे तत्त्व किंवा कार्यविभाजनाचे तत्त्व : श्रमविभागणीचे तत्त्व म्हणजे कोणत्याही कार्याचे लहान भाग पाडून प्रत्येक कार्य तज्ज्ञ कर्मचाऱ्याकडून करून घेणे होय. कार्यविभाजन केल्यामुळे साधने, वेळ, श्रम यांची बचत होते.

३) अधिकार व जबाबदारीचे तत्त्व : प्रत्येक कर्मचाऱ्याने करावयाची कार्ये, त्यासंबंधीचे त्याचे अधिकार व जबाबदाऱ्या ठरविणे, म्हणजे अधिकार व जबाबदारीचे तत्त्व होय. कर्मचाऱ्याला त्याच्या कामासाठी आवश्यक तेवढेच अधिकार देण्यात यावेत.

४) नियंत्रण कक्षेचे तत्त्व : नियंत्रण कक्षा म्हणजे एखाद्या अधिकाऱ्याकडून किती कर्मचाऱ्यांवर नियंत्रण ठेवले जाईल, त्यांच्याकडून आदेश देऊन काम करून घेतले जाईल यासंबंधीची मर्यादा होय. कार्याचे स्वरूप, व्यवस्थापनाचा स्तर इत्यादींचा विचार करून प्रत्येक अधिकाऱ्याची नियंत्रणक्षमता ठरविली जाते व त्या आधारे त्याच्या हाताखालील कर्मचाऱ्याची संख्या ठरविली जाते.

५) समन्वयाचे तत्त्व : सर्व विभागांमध्ये, कर्मचाऱ्यांमध्ये व कार्यांमध्ये समन्वय प्रस्थापित करणे म्हणजेच समन्वयाचे तत्त्व होय. कार्यालय संघटन करताना सर्व कार्य समान प्रमाणात होतील, एकमेकांना पूरक ठरतील अशा रितीने कार्ये करण्यात यावीत.

६) सातत्याचे तत्त्व : कार्यालयातील विविध कार्ये सातत्याने चालू ठेवणे, म्हणजे सातत्याचे तत्त्व होय. कार्यालयातील कार्ये नियमितपणे व सातत्याने होत राहण्यासाठी संघटनेत व्यवस्था असावी.

७) लवचीकतेचे तत्त्व : एखाद्या कार्यात किंवा कार्यपद्धतीत बदल करण्याची सुविधा असणे, म्हणजे लवचीकतेचे तत्त्व होय. कार्यालय संघटन करताना लवचीकता किंवा बदल लक्षात घेऊन कर्मचारी संघटन करण्यात यावे.

८) अपवादाचे तत्त्व : अधिकार प्रदान करताना कनिष्ठांना सर्व अधिकार न देता महत्त्वाचे अधिकार वरिष्ठाने राखून ठेवणे व दुय्यम किंवा कमी महत्त्वाचे अधिकार व कार्य कनिष्ठांकडे सोपविणे, यालाच 'अपवादाचे तत्त्व' असे म्हणतात. दैनंदिन व नियमित कार्ये कनिष्ठ व्यवस्थापकांनी करावीत. धोरणे, उद्दिष्टे ठरविणे यांसारखी महत्त्वाची कार्ये वरिष्ठांनी करणे, म्हणजेच अपवादाचे तत्त्व होय.

९) शिस्तीचे तत्त्व : कार्यालयात कर्मचारी, त्यांची कार्ये शिस्तबद्धपणे होणे, म्हणजेच शिस्तीचे तत्त्व होय. कर्मचाऱ्यांच्या कामासंबंधी विशिष्ट नियम केलेले असावेत. त्याचबरोबर त्यांचे अचूकपणे पालन होणे आवश्यक आहे.

१०) समतोलाचे तत्त्व : व्यवसायासाठी कार्यालय विशिष्ट सेवा उपलब्ध करून देते. व्यवसायातून उत्पादन, वितरण, विक्री, वित्तपुरवठा यांसारखी अनेक कार्ये केली जातात. या सर्व कार्यांमध्ये समतोल निर्माण करणे, म्हणजे समतोलाचे तत्त्व होय. एकाच कार्याचे लहान भाग असतील, तर एक प्रक्रिया जास्त व एक प्रक्रिया कमी प्रमाणात होणार नाही, याची काळजी घेऊन समतोल प्रस्थापित करणे, म्हणजेच समतोलाचे तत्त्व होय.

११) साधेपणाचे तत्त्व : कार्यालयाचे संघटन, कार्यप्रणाली, कार्यरचना सर्वांना समजेल अशी असणे, म्हणजेच साधेपणा किंवा सोपेपणाचे तत्त्व होय. कर्मचारी माहिती देवाण-घेवाण सुलभ असावी. कामगारांचे एकमेकांबरोबरचे संबंध ठरलेले असावेत.

१२) व्यक्तिविकासाचे तत्त्व : कोणत्याही संघटनेत काम करणाऱ्या कर्मचाऱ्यांच्या कौशल्यात, काम करण्याच्या क्षमतेत आणि ज्ञानात वाढ होईल अशी संघटना निर्माण करणे, म्हणजे व्यक्तिविकासाचे तत्त्व होय. कर्मचाऱ्यांच्या सृजनशीलतेला संघटनेमध्ये वाव मिळणे आवश्यक असते. त्यामुळे कनिष्ठ कर्मचाऱ्यांमधून वरिष्ठ अधिकारी निर्माण होऊ शकतात.

१३) अधिकार प्रदानाचे तत्त्व : कार्यालयामध्ये वरिष्ठाने कनिष्ठाला कार्य करण्यासंबंधीचे अधिकार देणे, म्हणजेच अधिकार प्रदानाचे तत्त्व होय. अधिकार प्रदान केल्याशिवाय कार्यालयातील कार्ये कार्यक्षमतेने पूर्ण केली जाऊ शकत नाहीत.

१४) आदेशातील एकवाक्यतेचे महत्त्व : संघटनेतील कोणताही कर्मचारी एकापेक्षा अधिक वरिष्ठांना रिपोर्ट देण्यास बांधील नसावा; एकाच वेळी अनेक वरिष्ठ

आदेश देऊ लागले, तर त्या कर्मचाऱ्यास काम करणे अशक्य होते. म्हणून 'संघटनेत एकाच अधिकाऱ्याकडून आदेश' या अर्थाने आदेशातील एकवाक्यतेचे तत्त्व म्हणून संघटनेला महत्त्व असते.

१५) अधिकार साखळीचे तत्त्व : व्यवस्थापनाची कार्ये करण्यासाठी संघटनेत वरपासून अधिकारांची साखळी तयार करावी लागते. यामध्ये प्रत्येक पातळीवरील अधिकारांचे वाटप वरिष्ठांपासून कनिष्ठांपर्यंत केले जाते आणि हे करत असताना कोणत्याही कनिष्ठ अधिकाऱ्यांचे अधिकार वरिष्ठ अधिकाऱ्यांपेक्षा जास्त असणार नाहीत, याची दक्षता घेतली जाते. या तत्त्वामुळे कोणत्याही कर्मचाऱ्याकडे येणारे कोणतेही कार्य त्याच्या अधिकाऱ्यामार्फतच येते; पण आधुनिक काळाचा विचार करता जर ही साखळी मोठी असेल, तर योग्य व्यक्तीकडे माहिती पोहोचेपर्यंत खूप वेळ खर्च होतो आणि त्यामुळे श्रम, वेळ व पैसा वाया जातो. हे टाळण्यासाठी हेन्री फेयॉल यांनी 'जोडफळीची' संकल्पना मांडली. यामध्ये दोन वेगवेगळ्या विभागांतील समान पातळीवरील कर्मचारी एकमेकांशी परस्परसंबंध जोडू शकतात. त्यामुळे कार्य जलद गतीने व सुलभतेने होते.

१६) व्यवस्थापनाच्या अपवादाचे तत्त्व : व्यवस्थापनाचे कार्य करत असताना जर दैनंदिन निर्णय प्रक्रियेत वरिष्ठ अधिकारी दखल देऊ लागले, तर महत्त्वाच्या धोरणांकडे दुर्लक्ष होण्याची शक्यता असते. म्हणून दैनंदिन निर्णय प्रक्रियेत वरिष्ठांचा कमीत कमी सहभाग व आवश्यक त्या ठिकाणी मार्गदर्शन हे या तत्त्वात अपेक्षित असते.

१७) निर्देशनातील एकवाक्यतेचे तत्त्व : संघटनेचे कार्य करण्यासाठी एकच योजना तयार असेल, तर व्यवस्थापनाच्या सर्व पातळ्यांवर अधिकाऱ्यांच्या निर्णयात व मार्गदर्शनात सुसंगतपणा येतो, नियंत्रणात सुलभता येते आणि संघटनेच्या कामकाजात समतोल राखता येतो.

१८) सुलभतेचे तत्त्व : ठरविलेली उद्दिष्टे पूर्ण करण्यासाठी सोपी, सहज समजण्यासारखी संघटन रचना असावी. त्यामुळे निर्णयात सहजता येते.

१९) सलगतेचे तत्त्व : संघटन रचनेतील कार्यात सलगता असणे महत्त्वाचे असते. त्यामुळे कार्याची साखळी निर्माण करून त्याच्यात सुसंबद्धता निर्माण करण्यासाठी सलगतेचे तत्त्व उपयोगी पडते.

२०) अंतिम अधिकाराचे तत्त्व : वरिष्ठ जरी काही प्रमाणात अधिकार आणि जबाबदाऱ्यांचे वाटप आपल्या साहाय्यकांना करत असले, तरी आपल्या साहाय्यकांच्या कार्याची अंतिम जबाबदारी वरिष्ठांची असते. थोडक्यात, निर्णयाचे अंतिम अधिकार वरिष्ठांच्याच हातात असतात.

२१) अधिकार व जबाबदारीतील सारखेपणाचे तत्त्व : कार्यपूर्तीची जबाबदारी म्हणजे त्या कार्यपूर्तीसाठी आवश्यक ते अधिकार प्रदान करणे होय. अधिकार व जबाबदारी या एकाच नाण्याच्या दोन बाजू असतात. त्यामुळे अधिकार व जबाबादरीत सारखेपणा असला पाहिजे.

२२) कार्यनिश्चितीचे व कार्यप्रदानाचे तत्त्व : संघटनेत कार्यरत असणाऱ्या प्रत्येक व्यक्तीचे कार्य निश्चित केले जाते आणि त्याप्रमाणे प्रत्येक व्यक्तीला कर्तव्ये समजावून सांगितली जातात.

२३) स्पष्टतेचे तत्त्व : संघटन रचनेतील प्रत्येक व्यक्तीची कर्तव्ये, अधिकार, जबाबादऱ्या आणि कार्यरत असणाऱ्या प्रत्येक व्यक्तींचे परस्पर नातेसंबंध स्पष्ट व पूर्णपणे लिखित स्वरूपात असावेत.

२.५ संघटनेचे प्रकार

१) रेखा-संघटना (Line Organisation) :

रेखा संघटनेलाच साखळी संघटना, लष्करी संघटना किंवा विभागीय संघटना म्हणून ओळखले जाते. संघटनेचा हा सर्वांत जुना, पण सोपा प्रकार आहे. या संघटनेत अधिकारांचा प्रवाह वरून खाली वाहत असतो.

रेखा-संघटनेची प्रमुख वैशिष्ट्ये

१. संघटनेचा हा जुना, पारंपरिक, साधा व सरळ प्रकार आहे.

२. रेखा-संघटनेत अधिकारांचे प्रदान वरून-खाली क्रमाक्रमाने होत असते. त्यामुळे ही संघटना अधिकाऱ्यांतील उच्च-नीचता दाखविते. अधिकाराचे वरून खाली प्रदान केलेले असते, तर जबाबदाऱ्या खालून वर क्रमाक्रमाने वाढत जातात. त्या एका सरळ रेषेत असतात.

३. रेखा-संघटन पद्धतीत सर्वोच्च पदावर असणाऱ्या व्यक्तीच्या हातात अधिकारांचे केंद्रीकरण झालेले असते.

४. या पद्धतीत आदेशात एकवाक्यता असते. म्हणजेच एका वरिष्ठाकडून त्याच्या हाताखालील लोकांना आदेश मिळत असतात. त्यामुळे गोंधळ निर्माण होत नाही.

५. प्रत्येक अधिकाऱ्याचे अधिकार व जबाबदाऱ्या स्पष्ट केलेल्या असतात. त्यामुळे प्रत्येक अधिकाऱ्याला कोणते अधिकार आहेत व त्यासाठी त्याला कोणत्या जबाबदाऱ्या स्वीकाराव्या लागणार आहेत, हे स्पष्ट असते.

६. रेखा-संघटनेत नियंत्रणाची व्यवस्था अत्यंत कार्यक्षम असते. प्रत्येक अधिकाऱ्याला

कमीत कमी साहाय्यक किंवा सेवकांवर नियंत्रण ठेवावे लागते. त्यामुळे नियंत्रणाचे काम सुरळीतरीत्या पार पडते.

७. रेखा-संघटनेचे स्वरूप लवचीक असते. त्यामुळे संघटनेचा विस्तार किंवा संकोच करण्यात अडचणी येत नाहीत.

८. या पद्धतीत संपूर्ण कामाचे विभाजन वेगवेगळ्या विभागांत केले जाते. विभागप्रमुखांना त्यांच्या विभागाचे उत्तमरीत्या संचालन करण्याचे स्वातंत्र्य असते. त्यामुळे चटकन निर्णय घेता येतात व कामही कार्यक्षमतेने होते.

९. चुकांची जबाबदारी निश्चित केल्यामळे चुकांचे प्रमाण कमी होते. चुकीबद्दल कर्मचाऱ्याला शिक्षेची व्यवस्था केलेली असल्यामुळे प्रत्येक कर्मचारी कमीत कमी चुका करतो.

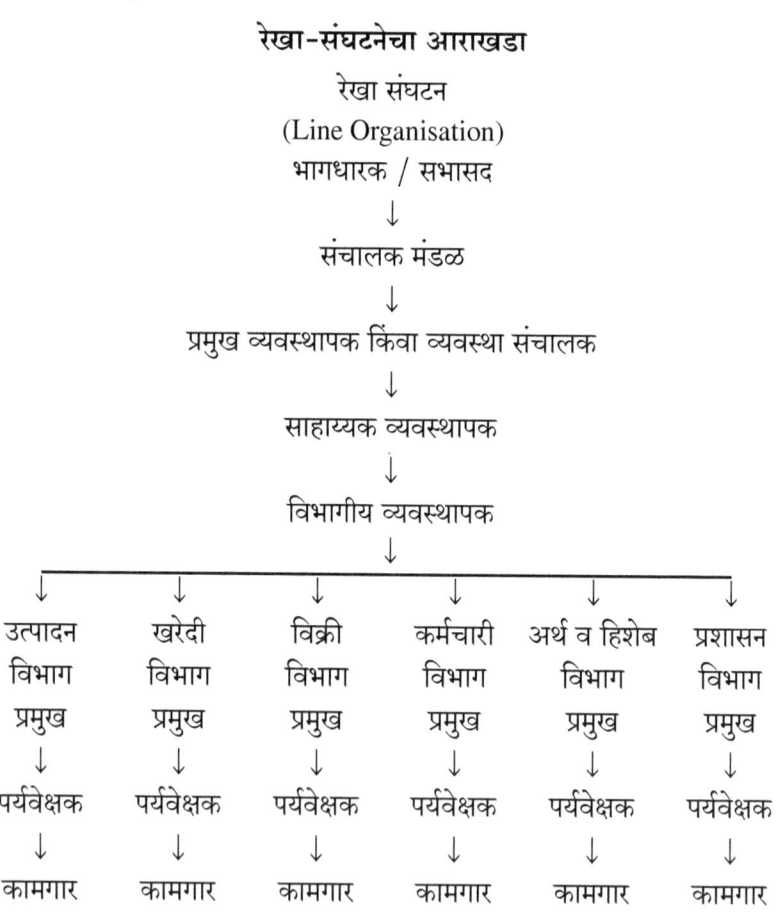

रेखा-संघटनेचा आराखडा

रेखा संघटन

(Line Organisation)

भागधारक / सभासद

↓

संचालक मंडळ

↓

प्रमुख व्यवस्थापक किंवा व्यवस्था संचालक

↓

साहाय्यक व्यवस्थापक

↓

विभागीय व्यवस्थापक

↓

↓	↓	↓	↓	↓	↓
उत्पादन विभाग प्रमुख	खरेदी विभाग प्रमुख	विक्री विभाग प्रमुख	कर्मचारी विभाग प्रमुख	अर्थ व हिशेब विभाग प्रमुख	प्रशासन विभाग प्रमुख
↓	↓	↓	↓	↓	↓
पर्यवेक्षक	पर्यवेक्षक	पर्यवेक्षक	पर्यवेक्षक	पर्यवेक्षक	पर्यवेक्षक
↓	↓	↓	↓	↓	↓
कामगार	कामगार	कामगार	कामगार	कामगार	कामगार

रेखा-संघटन पद्धतीचे फायदे/गुण

१. सोपी पद्धत : रेखा-संघटना कर्मचाऱ्यांना सहज समजते व तिची अंमलबजावणीसुद्धा सहज करता येते. ती अत्यंत सोपी पद्धत आहे.

२. परिणामकारक नियंत्रणव्यवस्था : प्रत्येक कर्मचाऱ्यावर वरिष्ठांचे नियंत्रण असते, पण प्रत्येक वरिष्ठाला कमीत कमी अधिकाऱ्यांवर नियंत्रण ठेवावे लागते. त्यामुळे प्रभावी नियंत्रण शक्य होते.

३. लवचीकता : विभागप्रमुख किंवा प्रत्येक स्तरावरील अधिकाऱ्यांना निर्णयाचे स्वातंत्र्य आहे. त्यामुळे बदलत्या परिस्थितीनुसार निर्णयात फरक करता येतो. त्यामुळे या पद्धतीत लवचीकता आढळून येते.

४. त्वरित निर्णय : प्रत्येक अधिकाऱ्याला विशिष्ट अधिकार दिलेले असतात. त्यामुळे वरून खाली किंवा खालून वर त्वरित संदेशवहन होते.

५. प्रभावी संदेशवहन : या पद्धतीत अधिकारांची साखळी निर्माण केलेली असते. त्यामुळे वरून खाली किंवा खालून वर संदेशवहन होते.

६. अधिकार व जबाबदाऱ्यांची निश्चिती : या पद्धतीत प्रत्येक अधिकाऱ्याला कोणते अधिकार आहेत व त्यावर कोणत्या जबाबदाऱ्या आहेत, हे स्पष्ट केलेले असल्यामुळे प्रत्येक अधिकारी जबाबदारीने काम करतो.

७. समन्वय व सुसूत्रता : वरिष्ठांचे कनिष्ठांवर पूर्णपणे नियंत्रण असते. त्यामुळे त्यांच्या कार्यात समन्वय प्रस्थापित होतो. प्रत्येकाचे काम व अधिकार अगोदरच ठरविल्यामुळे कामात सुसूत्रता येते.

८. शिस्त : रेखा-संघटनेमुळे शिस्तीचे वातावरण प्रस्थापित होते. प्रत्येक अधिकारी त्याच्या हाताखालील अधिकारी व कर्मचाऱ्यांवर नियंत्रण ठेवत असल्यामुळे व प्रत्येकाला जबाबदारीची जाणीव असल्यामुळे शिस्त राखली जाते.

९. कमी खर्चिक : प्रत्येक स्तरावर विशिष्ट प्रकारचे काम करावे लागत असल्यामुळे संबंधित कर्मचारीवर्ग अनुभवाने आपापल्या क्षेत्रात तज्ज्ञ होतात. त्यामुळेच तज्ज्ञांचा सल्ला घेण्याची गरज नसते. तसेच किरकोळ खर्चाचे प्रमाणही कमी असते. त्यामुळे ही पद्धत कमी खर्चिक आहे व लहान उद्योगांना अत्यंत उपयुक्त आहे.

रेखा-संघटन पद्धतीचे तोटे / दोष

१. अधिकारांचा दुरुपयोग : रेखा-संघटनपद्धतीत अधिकारांचे केंद्रीकरण झालेले असते. त्यामुळे अनेकदा अधिकारांचा दुरुपयोग होतो.

२. **विशेषीकरणाचा अभाव :** प्रत्येक विभागप्रमुखाला त्याच्या विभागातील सर्वच कामे करावी लागतात. त्याला विभागीय स्वातंत्र्य असले, तरी अनेक प्रकारची कामे करावी लागतात. त्यामुळे विशेषीकरण प्राप्त होत नाही.

३. **हुकूमशाही प्रवृत्ती :** प्रमुख व्यवस्थापकाला सर्वच अधिकार असतात. त्याच्या हातात अधिकारांचे केंद्रीकरण झाल्यामुळे तो सर्वसत्ताधीश या नात्याने वागतो. त्याचे अनेक निर्णय एकतर्फीच असतात. त्यामुळे हुकूमशाही प्रवृत्ती वाढते, तसेच पक्षपातही होतो.

४. **प्रशिक्षणाचा अभाव :** अधिकारांच्या केंद्रीकरणामुळे कनिष्ठ अधिकाऱ्यांना किंवा कर्मचाऱ्यांना विकासाच्या संधी मिळत नाहीत. त्यांच्यासाठी प्रशिक्षणाची सोय नसते. त्यामुळे ते त्यांचे कर्तृत्व दाखवू शकत नाहीत.

५. **दप्तर दिरंगाई :** रेखा-संघटन पद्धतीत जबाबदाऱ्या ठरलेल्या असल्या, तरी त्या टाळण्याची प्रवृत्ती असते. त्यामुळे कोणतेही काम वेळेवर होत नाही. काम टाळण्याची प्रवृत्ती वाढलेली असते.

६. **तज्ज्ञांच्या सेवेचा अभाव :** या संघटन पद्धतीत तज्ज्ञांच्या सेवा किंवा सल्ला घेण्याची सोय नाही. त्यामुळे त्यांच्या ज्ञानाचा संघटनेला फायदा मिळत नाही.

७. **सामूहिक कार्याचा अभाव :** प्रत्येक विभाग स्वतंत्रपणे कार्य करीत असून स्वायत्त असतो. तो इतर विभागाच्या कार्यात दखल देत नाही किंवा इतर विभागही त्याच्या कार्यात दखल देत नाहीत. त्यामुळे संघभावना वाढीस लागत नाही.

८. **कर्मचाऱ्यांवर अन्याय :** प्रमुख व्यवस्थापकाकडे अधिकाराचे केंद्रीकरण झाल्यामुळे कनिष्ठ कर्मचाऱ्यांना बढती, बदली इत्यादींसाठी वरिष्ठांची मर्जी संपादन करावी लागते. त्यामुळे अनेकदा कार्यक्षम कर्मचाऱ्यांवर अन्याय होतो.

२) कार्यात्मक संघटन [Functional Organisation]

ही पद्धती शास्त्रीय व्यवस्थापनाचे जनक डॉ. टेलर यांनी सर्वप्रथम उपयोगात आणली. या पद्धतीत व्यवस्थापन कार्याचे वैशिष्ट्यीकरण केले जाते व प्रत्येक कार्यासाठी स्वतंत्र विभाग तयार केले जातात. प्रत्येक विभागाची कार्ये करण्यासाठी तज्ज्ञ अधिकारी व नोकरवर्ग नियुक्त केला जातो. या पद्धतीत कार्याला विशेष प्राधान्य दिले जाते.

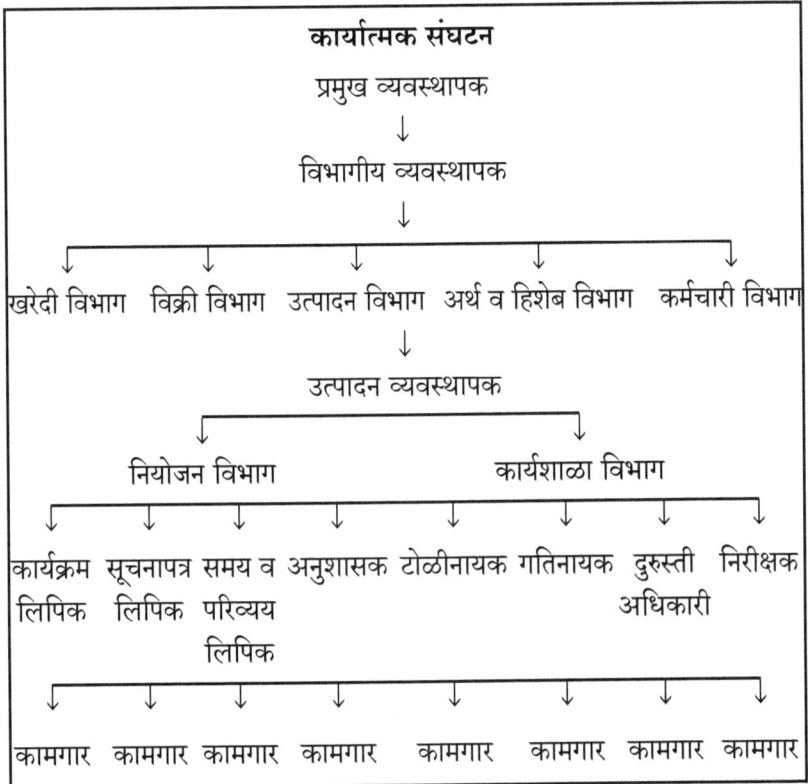

कार्यात्मक संघटन

प्रमुख व्यवस्थापक
↓
विभागीय व्यवस्थापक
↓

खरेदी विभाग   विक्री विभाग   उत्पादन विभाग   अर्थ व हिशेब विभाग   कर्मचारी विभाग
↓

उत्पादन व्यवस्थापक

नियोजन विभाग   कार्यशाळा विभाग

कार्यक्रम   सूचनापत्र   समय व   अनुशासक   टोळीनायक   गतिनायक   दुरुस्ती   निरीक्षक
लिपिक   लिपिक   परिव्यय   अधिकारी
                       लिपिक

कामगार   कामगार   कामगार   कामगार   कामगार   कामगार   कामगार   कामगार

कार्यात्मक संघटनेची वैशिष्ट्ये

१. या पद्धतीत संघटनेत नियोजन विभाग व कार्यशाळा विभाग असे दोन विभाग निर्माण केले जाऊन प्रत्येक क्रियेसाठी तज्ज्ञ अधिकाऱ्यांची नियुक्ती केलेली असते.

२. प्रत्येक कर्मचाऱ्याला नियोजन विभाग व कार्यशाळा विभागातील तज्ज्ञांकडून मार्गदर्शन मिळत असते.

३. शारीरिक श्रम हे बौद्धिक श्रमांपासून अलग केले जातात.

४. ही संघटन रचना वैशिष्ट्यीकरणावर जास्त भर देते. या पद्धतीत तज्ज्ञांच्या सेवेचे फायदे उपलब्ध करून दिलेले आहेत.

५. या संघटन रचनेला डॉ. टेलर यांनी शास्त्रीय व्यवस्थापनाचा आधार दिलेला आहे. त्यामुळे कर्मचाऱ्यांची कार्यक्षमता वाढते.

कार्यात्मक संघटन पद्धतीतील विभाग

(अ) नियोजन विभाग : नियोजन विभागात खालील विभाग आहेत. या विभागाच्या मदतीने उत्पादनाचे नियोजन तज्ज्ञांच्या साहाय्याने केले जाते.

१. कार्यक्रम अधिकारी / कारकून : कार्यक्रम अधिकारी उत्पादनकार्य, उत्पादनाचे तंत्र, पद्धती, तसेच उत्पादनासाठी लागणाऱ्या वेळेचे नियोजन करतो. उत्पादनाचे कार्यवेळापत्रक तयार करून त्याप्रमाणे कार्य करण्याचा प्रयत्न केला जातो.

२. सूचना लिपिक/अधिकारी : कोणती कामे कोणी, केव्हा करावीत, त्यासाठी कोणती साधने व उपकरणे वापरावीत याबद्दलचे नियोजन सूचना अधिकारी करतो.

३. समय व परिव्यय लिपिक : समय व परिव्यय अधिकारी उत्पादनक्रिया सुरू करण्याची व संपविण्याची वेळ ठरवितो. विशिष्ट उत्पादनाला किती वेळ लागेल, याचे नियोजन करतो. तसेच विशिष्ट वेळेत, कमीत कमी खर्चात वस्तूच्या निर्मितीचे प्रयत्न करतो. तो समय व परिव्ययावर नियंत्रण ठेवतो.

४. अनुशासन किंवा शिस्त अधिकारी : अपेक्षित उत्पादनासाठी कर्मचाऱ्यांमध्ये शिस्त असणे आवश्यक आहे. हा अधिकारी कर्मचाऱ्यांची गैरहजेरी, गैरवागणूक, उशिरा येणे इत्यादींवर नियंत्रण ठेवतो.

(ब) कार्यशाळा विभाग : कार्यशाळा म्हणजे प्रत्यक्ष काम करण्याची जागा होय. या विभागात खालील अधिकारी काम करीत असतात.

१. टोळीनायक/गटनायक : कर्मचाऱ्यांच्या विशिष्ट गटाकडून काम करण्यासाठी गटनायकाची नियुक्ती केली जाते. गटनायक त्याच्या गटातील सर्व कर्मचाऱ्यांत कामाचे समान वाटप करून उपलब्ध साधनसामग्रीचा जास्तीतजास्त उपयोग करून घेण्याचा प्रयत्न करतो. तो गटाला मार्गदर्शन करून त्यांचे नेतृत्व करतो.

२. गतिनायक : उत्पादनाचे कार्य नियोजित गतीप्रमाणे व्हावे यासाठी गतिनायकाची नियुक्ती केली जाते. विशिष्ट गतीने काम होत आहे किंवा नाही, हे पाहण्याची जबाबदारी गतिनायकाची असते. कामाचा वेग कमी होत असल्यास वेगात सुधारणा करण्याच्या दृष्टीने तो प्रयत्न करतो.

३. दुरुस्ती अधिकारी : कारखान्यातील सर्व यंत्रे, उपकरणे सुस्थितीत असतील, तरच उत्पादन कार्यक्षमतेने होते. हा अधिकारी यंत्राची दुरुस्ती, देखभाल व बदलाकडे लक्ष देतो. सर्व यंत्रे, उपकरणे, अवजारे कार्यक्षम स्थितीत राहतील, याची दक्षता हा अधिकारी घेतो.

४. निरीक्षक : उत्पादन विशिष्ट दर्जाचे व्हावे म्हणून उत्पादनाच्या प्रत्येक अवस्थेत त्याच्यावर नियंत्रण ठेवण्याची गरज असते. हे नियंत्रण निरीक्षकाद्वारे ठेवले जाते.

कार्यात्मक संघटनेचे फायदे

१. विशेषीकरणाचा फायदा : कार्यात्मक संघटनेचा सर्वांत महत्त्वाचा फायदा म्हणजे विशेषीकरणाचा होय. प्रत्येक कर्मचाऱ्याला त्याची पात्रता, आवडीनिवडी व गुणानुसार काम मिळते. कर्मचारी एकाच प्रकारचे काम करीत असल्यामुळे तो त्यात तरबेज होतो.

२. कार्याचा उच्च दर्जा : कोणतेही काम सुरू करण्यापूर्वी त्याचे व्यवस्थित नियोजन केले जाते. कार्याच्या प्रत्येक अवस्थेत नियंत्रणाची सोय आहे. त्यामुळेच कामाचा दर्जा उच्च असतो.

३. मोठ्या प्रमाणावर उत्पादनाचे फायदे : मोठ्या प्रमाणावरील उत्पादनासाठी कार्यात्मक संघटना अत्यंत उपयुक्त ठरते. ही कल्पना शास्त्रीय व्यवस्थापनावर आधारित असल्यामुळे यामध्ये कार्याचे प्रमाणीकरण, मूल्यांकन व नियंत्रणाची सोय आहे. उत्पादन व कार्यक्षमता यांचा मेळ घातल्यामुळे मोठ्या प्रमाणावरील उत्पादनाचे सर्व फायदे मिळतात.

४. कार्याचे नियोजन : कार्यात्मक संघटनेतील नियोजन विभागातील सर्व अधिकारी कार्याचे अत्यंत काटेकोरपणे नियोजन करतात. नियोजन चांगले असेल, तर उत्पादनाचे निम्मे यश तिथेच मिळते.

५. कर्मचाऱ्यांचे समाधान : प्रत्येक कर्मचाऱ्याला व अधिकाऱ्याला त्याच्या आवडी व गुणाप्रमाणे काम मिळते. त्यामुळे तुलनेचा प्रश्न येत नाही. कार्यक्षमतेनुसार वेतनही मिळत असते. त्यामुळे कर्मचारी समाधानी राहतात.

६. बुद्धिमत्ता व अनुभव यांमध्ये समन्वय : कार्यात्मक संघटनेच्या नियोजन विभागात तज्ज्ञ, हुशार व बुद्धिमान अधिकाऱ्यांचा समावेश असतो. कार्यशाळा विभागातील अधिकारी अनुभवी असतात. वैचारिक काम व प्रात्यक्षिक यांचा सुंदर समन्वय या पद्धतीत आढळून येतो.

७. उत्पादनाचा विस्तार : अस्तित्वात असलेल्या उत्पादनाचा विस्तार कार्यात्मक संघटनेमुळे सहज करता येतो. तसेच नवीन वस्तूंच्या उत्पादनात विविधता आणता येते.

कार्यात्मक संघटनेचे तोटे

१. किचकट पद्धती : डॉ. टेलर यांनी नियोजन विभाग व कार्यशाळा विभाग असे दोन विभाग निर्माण केल्याने प्रत्येक कर्मचाऱ्याला त्यातील सर्वच अधिकाऱ्यांचे मार्गदर्शन घ्यावे लागते. त्यामुळे कर्मचाऱ्यांना या पद्धतीचे निश्चित स्वरूप समजत नाही.

२. आदेशात एकवाक्यता नसणे : कर्मचाऱ्यांना मिळणारे आदेश अनेक तज्ज्ञ अधिकारी व विभागातून मिळत असतात. त्यामुळे आदेशात एकवाक्यता राहत नाही. आदेशात एकवाक्यता नसल्यामुळे कर्मचाऱ्यांच्या मनात गोंधळाचे वातावरण निर्माण होते.

३. निर्णयास विलंब : रेखा-संघटनेत जशी त्वरित निर्णय घेण्याची सोय आहे, तशी कार्यात्मक संघटनेत नाही. कोणतेही काम तज्ज्ञांच्या मतानुसार होत असते. त्यांच्यात लवकर एकमत होत नाही.

४. अतिरेकी विशेषीकरण : या पद्धतीत विशेषीकरणावर जास्त जोर आहे, पण त्यामुळे त्याचा अतिरेक होतो. विशेषीकरणाचा अतिरेक झाल्यामुळे विशिष्ट अधिकारी दुसरे काम नाकारतो. अतिविशेषीकरण सर्वच उद्योगांना फायदेशीर नाही.

५. समन्वयाचा अभाव व मतभेद : कार्यात्मक संघटनेत विविध विभाग असून त्यांच्यात अनेकदा समन्वय नसतो. कर्मचाऱ्यांचा अनेक अधिकाऱ्यांशी संबंध येत असल्यामुळे अनेकदा कर्मचारी व अधिकारी यांच्यामध्ये मतभेद निर्माण होतात. त्यातून औद्योगिक संघर्षाला सुरुवात होते.

६. उत्पादन साधनांचा अपव्यय : या पद्धतीत नियोजनावर जास्त भर देण्यात येतो. त्यामुळे कारकुनी कामात वाढ होऊन श्रम, वेळ, पैसा व उत्पादनाच्या साधनांचा अपव्ययही होतो.

७. अधिकार व जबाबदाऱ्या स्पष्ट नसणे : कार्यात्मक संघटनेत विशिष्ट स्तरावरील अधिकाऱ्यांना सारखेच अधिकार असतात. त्यामुळे अधिकार हे शस्त्र बोथट होते. तसेच अधिकाऱ्यांच्या जबाबदाऱ्या निश्चित नसल्यामुळे अनेकांची काम टाळण्याची प्रवृत्ती असते.

८. प्रशासनात अडचणी : कार्यात्मक संघटन पद्धतीचे स्वरूप मुळातच किचकट आहे. ती गुंतागुंतीची असल्यामुळे प्रशासनात अनेक अडचणी निर्माण होतात.

३) रेखा व कर्मचारी संघटना (Line and Staff Organisation)

रेखा-संघटन पद्धती व कार्यात्मक संघटन पद्धतीतील दोष दूर करण्याच्या दृष्टीने रेखा व कर्मचारी संघटना पद्धती अस्तित्वात आलेली आहे. रेखा-संघटन पद्धतीत

अधिकारांचे केंद्रीकरण, तर कार्यात्मक संघटन पद्धतअधिकारांचे अतिविशेषीकरण हे महत्त्वाचे दोष आहेत. अधिकारांचे केंद्रीकरण होणार नाही, तसेच विशेषीकरणाचे फायदेदेखील मिळतील, या दृष्टीने रेखा व कर्मचारी संघटना पद्धतीची रचना केलेली आहे. विचारपूर्वक कार्य (Thinking Function) व प्रत्यक्ष कृती (Doing Function) यांचा या पद्धतीत योग्य समन्वय घातलेला आहे. त्यामुळे या पद्धतीचा आधुनिक उद्योगधंद्यांत मोठ्या प्रमाणावर उपयोग केला जातो.

रेखा व कर्मचारी संघटन पद्धतीत प्रमुख व्यवस्थापकाच्या हाताखाली उत्पादन व्यवस्थापक व तज्ज्ञ व्यवस्थापक कार्य करीत असतात. उत्पादन व्यवस्थापकाला विशिष्ट कार्याबद्दल तज्ज्ञांचा सल्ला मिळत असतो. या दोघांची कार्यक्षेत्रे वेगवेगळी असून त्यांचे अधिकारही सुनिश्चित केलेले असतात. या पद्धतीत प्रामुख्याने पुढील अधिकारी अत्यंत महत्त्वाचे आहेत.

संघटन-रेखा अधिकारी

रेखा अधिकाऱ्यांचा संबंध प्रत्यक्ष कृतीशी असतो. त्यांचे अधिकार रेखा-संघटन पद्धतीप्रमाणे असून वरिष्ठ अधिकारी कनिष्ठांना आदेश देतात व अशा तऱ्हेने अधिकारांची साखळी निर्माण केली जाते. रेखा-अधिकाऱ्यांत प्रमुख व्यवस्थापक, विभागीय व्यवस्थापक, विभागप्रमुख, फोरमन व पर्यवेक्षक इत्यादींचा समावेश होतो.

तज्ज्ञ सल्लागार अधिकारी

रेखा-अधिकाऱ्यांना तज्ज्ञ स्वरूपाचे मार्गदर्शन मिळावे, म्हणून तज्ज्ञ सल्लागार अधिकाऱ्यांची नियुक्ती केलेली असते. तज्ज्ञ अधिकारी त्यांच्या कार्यातील विशेषज्ञ असतात. विशिष्ट माहिती गोळा करणे, तिचे विश्लेषण करणे, प्रमुखांना सल्ला व मार्गदर्शन देणे इत्यादी कामे हा अधिकारीवर्ग करतो. मात्र, तज्ज्ञांचा सल्ला घेतलाच पाहिजे किंवा मानलाच पाहिजे, असे बंधन रेखा-अधिकाऱ्यावर नसते. या संघटनेची रचना खालीलप्रमाणे असते.

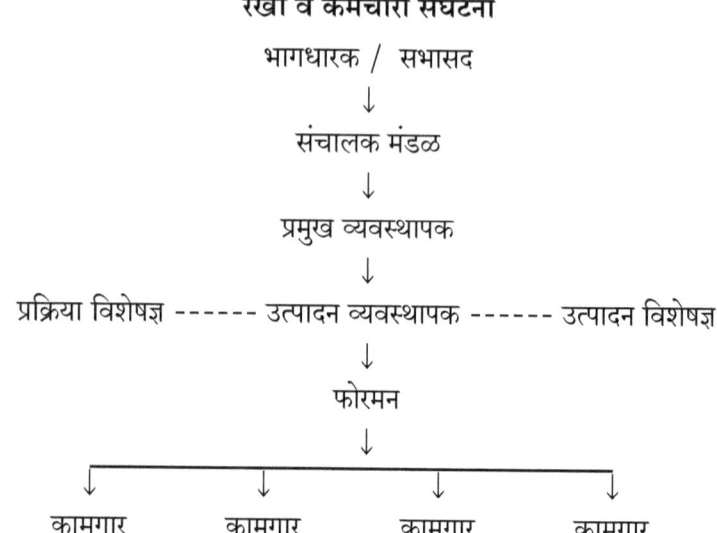

रेखा व कर्मचारी संघटना

भागधारक / सभासद
↓
संचालक मंडळ
↓
प्रमुख व्यवस्थापक
↓
प्रक्रिया विशेषज्ञ ------ उत्पादन व्यवस्थापक ------ उत्पादन विशेषज्ञ
↓
फोरमन
↓

कामगार   कामगार   कामगार   कामगार

रेखा व कर्मचारी संघटन पद्धतीची वैशिष्ट्ये

१. रेखा व कार्यात्मक पद्धतीच्या गुणांचे एकत्रीकरण या पद्धतीत करण्यात आलेले आहे.

२. कोणतेही कार्य व्यवस्थित व लवकर व्हावे, म्हणून अधिकारांचे वाटप वरून-खाली करण्यात आलेले असते.

३. रेखा-अधिकाऱ्यांना विशेषज्ञांचा सल्ला मिळतो.

४. वरिष्ठांपासून कनिष्ठांपर्यंत अधिकारपदाच्या एकसंध साखळीमुळे आदेश, सूचना व आज्ञा इत्यादींची देवाणघेवाण सुरळीतपणे होते.

५. कार्यानुसार कामाचे विभाजन केलेले असते.

६. विशेषज्ञ सल्लागाराचे काम वैचारिक स्वरूपाचे असून रेखा-अधिकारी कार्याच्या अंमलबजावणीसाठी जबाबदार असतात.

७. अधिकारांचे अतिरिक्त केंद्रीकरण टाळल्यामुळे योग्य प्रमाणात अधिकार व कार्यविभाजन होते.

८. अधिकार व जबाबदाऱ्यांचा सुरेख समन्वय या पद्धतीत साधलेला असतो.

रेखा व कर्मचारी संघटनेचे फायदे

१. तज्ज्ञांचे मार्गदर्शन : रेखा कर्मचारी स्वतंत्रपणे कार्य करीत असले, तरी प्रत्यक्ष कार्य करताना त्यांना अनेकदा अडचणी येतात. या अडचणी तज्ज्ञांच्या साहाय्याने

सोडविल्या जातात. या पद्धतीत तज्ज्ञांचे मार्गदर्शन व सल्ल्याची सोय आहे.

२. **विकासाची संधी :** रेखा अधिकाऱ्यांना तज्ज्ञांचे मार्गदर्शन व सल्ला मिळत असल्यामुळे संघटनेच्या विकासास मदत होते. तज्ज्ञामुळे संघटनेला विकासाची संधी प्राप्त होते.

३. **कार्यक्षमता वाढते :** रेखा व कार्यात्मक संघटनेचे सर्व फायदे मिळत असल्यामुळे कार्यक्षमता वाढते. तज्ज्ञांच्या अचूक मार्गदर्शनामुळे व्यवस्थापकांना योग्य निर्णय घेता येतात.

४. **विशेषीकरणाचा फायदा :** रेखा व कर्मचारी पद्धतीत विशेषीकरणाचा अतिरेक होणार नाही, पण विशेषीकरणाचे फायदे मिळतील अशी व्यवस्था आहे.

५. **संघटनेचा विकास :** या पद्धतीत प्रत्येक अधिकाऱ्याला कोणते काम करावयाचे, त्याचे अधिकार कोणते, इत्यादी बाबी स्पष्ट असतात. तज्ज्ञांचे मार्गदर्शन मिळत असल्यामुळे कर्मचाऱ्यांचा वैयक्तिक विकास होतो. त्यामुळे संघटनेचाही विकास होतो.

रेखा व कर्मचारी संघटनेचे तोटे

१. **परावलंबित्व :** रेखा कर्मचाऱ्यांना तज्ज्ञांचा सल्ला मिळतो, ही बाब चांगली असली, तरी पुढे जाऊन रेखा कर्मचारी कोणताही निर्णय वैयक्तिकरीत्या घेत नाहीत. त्यांना तज्ज्ञांच्या मार्गदर्शनाची सवय झाल्यामुळे परावलंबित्व वाढते.

२. **रेखा अधिकाऱ्याचे वर्चस्व :** या पद्धतीत अंतिम निर्णय घेण्याचे प्रमुख अधिकार रेखा अधिकाऱ्याकडे असतात. तज्ज्ञ व्यक्तींना दुय्यम स्वरूपाचे स्थान दिले जाते. ज्यामुळे रेखा अधिकाऱ्याचे वर्चस्व वाढते.

३. **तज्ज्ञांची निष्काळजी प्रवृत्ती :** तज्ज्ञ व्यक्ती त्यांच्या कार्यात तज्ज्ञ असल्या, तरी संघटनेतील त्यांचे स्थान गौण व दुय्यम असते. त्यामुळे ते अनेकदा निष्काळजी प्रवृत्तीने कामे करतात.

४. **खर्चिक पद्धती :** या पद्धतीत रेखा व कार्यात्मक संघटनेच्या गुणांचा संगम साधण्यासाठी स्वतंत्र तज्ज्ञांच्या सेवा घेतल्या जातात. त्यामुळे खर्च वाढतो.

५. **रेखा व तज्ज्ञ सल्लागारांत संघर्ष :** रेखा व तज्ज्ञ सल्लागार यांनी एकत्र काम करावे, ही अपेक्षा असते, परंतु अनेकदा संघर्ष होत असतो. संघर्षामुळे सामुदायिक भावना लोप पावते.

साखळी अधिकारी आणि तज्ज्ञ अधिकारी : साखळी संघटनेत प्रमुख

व्यवस्थापकाच्या हातात सर्व अधिकार एकवटलेले असतात. त्यांनीच जबाबदारी पार पाडावयाची असते. त्यांनीच सर्व निर्णय घ्यावयाचे असतात. प्रमुख व्यवस्थापका-खालोखाल विभागीय व्यवस्थापकांचे स्थान असते. हे अधिकारी कितीही कार्यक्षम, बुद्धिमान, अनुभवी असले, तरी त्यांना विविध विषयांचे विशेष व अद्ययावत ज्ञान नसते. त्यामुळे ते विशिष्ट प्रश्नाशी निगडित तांत्रिक बाबींचा विचार करू शकत नाहीत. साखळी संघटनेत विशेषज्ञांना मुळीच स्थान नसते, हा त्या संघटन प्रकाराचा महत्त्वाचा दोष आहे. म्हणून साखळी कर्मचारी संघटना अस्तित्वात आली असे म्हटल्यास वावगे होणार नाही.

२.६ प्रशासन किंवा शासन (Administration)

प्रशासनाबद्दल आतापर्यंत अनेक लेखकांनी आपापले विचार स्पष्ट केलेले असले, तरी प्रशासनाच्या व्याख्यांचा विचार करताना आपणास इंग्रजी लेखकांची विचारसरणी व अमेरिकन लेखकांची विचारसरणी विचारात घ्यावी लागेल. कारण या दोन्ही विचारप्रवाहांत प्रशासनाबद्दल मतभेद आहेत. इंग्रजी लेखकांच्या मते, प्रशासन हा व्यवस्थापनाचा एक भाग आहे (Administration is the branch of management).

अमेरिकन विचारसरणीनुसार 'प्रशासन' व 'व्यवस्थापन' या संज्ञा वेगवेगळ्या असून त्यांची कार्ये वेगवेगळ्या प्रकारची आहेत. त्यामुळे आपण या दोन्ही विचारसरणींचा अभ्यास करणे आवश्यक आहे.

ब्रिटिश विचारसरणीनुसार प्रशासनाच्या व्याख्या

प्रशासनात अशा सर्व क्रिया-प्रक्रियांचा समावेश होतो, ज्या विशिष्ट उद्देशांच्या पूर्तीच्या प्रत्यक्ष कार्यासंबंधी असतात.

- किंबॉल ॲण्ड किंबॉल

प्रशासन हे उद्योगातील असे एक कार्य आहे, ज्याद्वारे पूर्वी ठरविलेल्या योजनेनुसार कार्याची आखणी केली जाऊन त्याचा मार्ग ठरविला जातो व पूर्वनिश्चित योजनेनुसार कार्य होण्यासाठी कार्याचे नियोजन व नियंत्रण केले जाते.

- ई. एफ. एल. ब्रेच

अमेरिकन विचारसरणीनुसार प्रशासनाच्या व्याख्या

सामान्य उद्देशाच्या हेतुपूर्तीसाठी कोणत्याही व्यक्तिसमूहाचे किंवा सामूहिक प्रयत्नांचे मार्गदर्शन, नेतृत्व व नियंत्रण म्हणजे प्रशासन होय.

- डब्ल्यू. एच. न्यूमेन

प्रशासन ही एक अशी शक्ती आहे, जी अशी उद्दिष्टे व्यवस्थापन व संघटन, ज्यांच्या प्राप्तीसाठी प्रयत्नशील असतात, व जिच्यानुसार संघटन व व्यवस्थापनाला कार्ये करावी लागतात, अशी व्यापक नीती निश्चित करते.

-जे. एन. शुल्जे

ज्याच्या साहाय्याने उद्योगातील धोरण ठरविले जाते; उत्पादन, अर्थव्यवस्था व वितरण यांत समन्वय साधला जाऊन संघटनेचे व अधिकाऱ्यांचे अधिकारक्षेत्र ठरविले जाते, अशा कार्याला 'प्रशासन' असे म्हणतात.

- ऑलिव्हर शेल्डन

२.७ प्रशासन व व्यवस्थापनातील फरक
Management and Administration (Distinction)

अ.नं.	फरकाचे मुद्दे	प्रशासन	व्यवस्थापन
१.	निर्णयप्रक्रिया	प्रशासनाचे कार्य निर्णय घेण्याचे असते. त्यात व्यवसायाची उद्दिष्टे किंवा साध्य करावयाची ध्येये ठरविली जातात.	व्यवस्थापनात ठरविलेल्या उद्दिष्टांची अंमलबजावणी करण्यात येते. व्यवस्थापनाचा निर्णय-प्रक्रियेशी संबंध नसतो.
२.	धोरणांची अंमलबजावणी	प्रशासनाचा धोरणाच्या अंमलबजावणीत कोणताही संबंध नसतो.	प्रशासनाने ठरवून दिलेल्या धोरणांची अंमलबजावणी करणे, हे व्यवस्थापनाचे प्रमुख कार्य आहे.
३.	कार्याचे स्वरूप	प्रशासकीय कार्ये वैधानिक असून निर्णयात्मक स्वरूपाची असतात.	व्यवस्थापनाची कार्ये कार्यकारी व नियंत्रणात्मक स्वरूपाची असतात.
४.	प्रमुख कार्ये	नियोजन व संघटन ही प्रशासनाची प्रमुख कार्ये आहेत.	अभिप्रेरणा व नियंत्रण ही व्यवस्थापनाची प्रमुख कार्ये आहेत.

अ.नं.	फरकाचे मुद्दे	प्रशासन	व्यवस्थापन
५.	व्यवस्थापकीय पातळी	प्रशासनाचा संबंध व्यवस्थापनातील सर्वोच्च किंवा उच्च व्यक्तीशी असतो. उदा. व्यवसायाचे मालक किंवा संचालक मंडळ.	व्यवस्थापनाचा संबंध व्यवस्थापनातील मध्यम व कनिष्ठ दर्जाच्या व्यक्तींशी येतो. उच्च व्यवस्थापनातील व्यक्ती सोडून त्याचा संबंध व्यवस्थापक किंवा व्यवस्था संचालकाशी येतो.
६.	उत्पन्नाचे स्वरूप	उत्पादनाच्या सर्व साधनांना एकत्र करून प्रशासन नफ्याच्या स्वरूपात उत्पन्न मिळविते.	व्यवस्थापनातील लोकांना पगाराच्या स्वरूपात उत्पन्न मिळते. मात्र कधीकधी नफ्यात काही टक्के सहभाग दिला जाऊ शकतो.
७.	समन्वय व नियंत्रण	उत्पादन, वित्त व वितरण इत्यादींमध्य प्रशासन समन्वय प्रस्थापित करते. व्यवसायात संघटनात्मक रचना निर्माण करून ते व्यवसायावर नियंत्रण ठेवते.	प्रशासनाने ठरविलेली ध्येये साध्य करण्यासाठी व्यवस्थापन संघटनेचा वापर करते.
८.	प्रशासकीय तांत्रिक कार्य	प्रशासनाचे कार्य प्रशासकीय स्वरूपाचे समजले जाते.	व्यवस्थापकीय कार्य तांत्रिक स्वरूपाचे समजले जाते.
९.	संज्ञेचा वापर	सार्वजनिक व सरकारी क्षेत्रात प्रशासन या संज्ञेचा मोठ्या प्रमाणावर वापर केला जातो.	व्यवस्थापन ही संज्ञा खाजगी क्षेत्रात मोठ्या प्रमाणावर वापरली जाते.
१०.	ताठरपणा व लवचीकता	प्रशासकांची भूमिका स्थिर व काही प्रमाणात ताठर स्वरूपाची असते.	व्यवस्थापनातील घटकांची भूमिका लवचीक व उत्पादक व्यवस्थापन उत्पादनाच्या स्वरूपाची असते. साधनांची उपयुक्तता वाढविण्याचा प्रयत्न करते.

व्यवस्थापन व संघटनेतील फरक (Management and Organisation (Distinction))

व्यवस्थापन	संघटन
१. व्यवस्थापन हे कार्यकारी स्वरूपाचे काम असून त्याच्यामार्फत इतरांकडून कामे करवून घेतली जातात.	१. संघटनेत उद्योग किंवा व्यवसायातील विविध विभाग किंवा क्रियांचे कामकाज चांगल्या प्रकारे होण्याच्या दृष्टीने विशिष्ट रचना केलेली असते.
२. नियोजन, संघटन, नियुक्ती, अभिप्रेरणा, निर्देशन, समन्वय व नियंत्रण ही व्यवस्थापनाची कार्ये आहेत.	२. संघटन हे व्यवस्थापनाचे एक अत्यंत महत्त्वाचे कार्य आहे.
३. व्यवस्थापन व्यक्तीच्या संपूर्ण शरीरासारखे असते. त्याचा व्याप अमर्यादित स्वरूपाचा असतो.	३. संघटन हे व्यक्तीच्या शरीरातील एखाद्या विभागासारखे असते. त्याचा व्याप मर्यादित आहे.
४. व्यवस्थापनाचे विविध स्तर असतात. उदा. उच्च व्यवस्थापन, मध्यम व्यवस्थापन, कनिष्ठ व्यवस्थापन इ.	४. संघटनेत व्यवस्थापनासारखे कोणतेही स्तर नसतात.
५. प्रशासनाने ठरवून दिलेल्या संघटन रचनेचा वापर व्यवस्थापन करते.	५. प्रशासनाने ठरविलेल्या उद्दिष्टांच्या पूर्ततेसाठी व्यवस्थापनाचा संघटनाचा एखाद्या संघटित यंत्रासारखा वापर केला जातो.

प्रशासन, व्यवस्थापन व संघटन यांतील फरक
(Difference between Administration, Management and Organisation)

(१) जी. ई. मिलवर्ड यांच्या मते : संस्था किंवा तिच्या कर्मचाऱ्यांनी जी उद्दिष्टे पूर्ण करून घ्यावयाची असतात, ती निर्धारित करण्याची प्रक्रिया किंवा माध्यम म्हणजे प्रशासन होय. याशिवाय उद्योगातील कार्यावर नियंत्रण राहील अशा व्यापक नीतीचे नियोजन प्रशासन करीत असते. व्यवस्थापन ही अशी प्रक्रिया किंवा माध्यम आहे, जी प्रशासनाने ठरवून दिलेल्या नीतीचे पालन करण्याची योजना ठरवून देते व तिचे

नियंत्रण करते. संघटन अशी एक प्रक्रिया आहे, जिच्याद्वारे कोणत्याही कार्याचे सोईस्करीत्या कार्य व कर्तव्यात विभाजन केले जाऊन कार्य व कर्तव्य पूर्ण करण्यासाठी विशिष्ट पदे निर्माण केली जातात. या प्रत्येक पदावर अधिकारांनी युक्त व्यक्तीची नियुक्ती केली जाते व ती संस्थेची पूर्वनियोजित उद्दिष्टे पूर्ण करण्यास जबाबदार असते.

(२) विलियम आर. स्प्रिंगल यांच्या मतानुसार : प्रशासन हा व्यावसायिक उपक्रमातील एक असा भाग आहे, ज्याचा संबंध संस्थेची उद्दिष्टे निश्चित करण्याशी व उद्देशांच्या पूर्ततेसाठी आवश्यक नीती ठरविण्याशी आहे. व्यवसायातील उद्दिष्टे पूर्वनिर्धारित करून प्रशासन अशा सर्व क्षेत्रांचा निर्देश करते, ज्यांच्या अंतर्गत ती पूर्ण केली जातील. त्यामुळे प्रशासन हे निर्धारक स्वरूपाचे कार्य समजले जाते. व्यवस्थापन एक असे कार्यकारी स्वरूपाचे कार्य आहे, जे प्रशासनाने ठरवून दिलेली व्यापक नीती कार्यान्वित करते. संघटन ही अशी यंत्रणा आहे, जिच्याद्वारे प्रशासन व व्यवस्थापनात समन्वय प्रस्थापित केला जातो.

(३) विलियम शुल्जे यांच्या मतानुसार : संघटन व व्यवस्थापन ज्या उद्दिष्टांच्या प्राप्तीसाठी प्रयत्नशील असते, अशा उद्दिष्ट्यांची निश्चिती करणारी एक शक्ती म्हणजे प्रशासन होय. प्रशासन अशा व्यापक नीतीची निश्चिती करते, जिच्यानुसार संघटन व व्यवस्थापनाला कार्य करावे लागते. व्यवस्थापन, एक अशी शक्ती आहे, जी संघटनेची पूर्वनिर्धारित उद्दिष्टे साध्य करण्यासाठी पुढाकार घेते, मार्गदर्शन करते व दिशा दाखविते. संघटनाचा आशय अशा कोणत्याही इच्छित उद्देशाच्या पूर्तीसाठी आवश्यक मानव, यंत्रसामग्री, यंत्र, उपकरणे व कार्यस्थळाच्या संयुक्तीकरणाशी आहे की ज्यांमध्ये व्यवस्थित व प्रभावशाली सहसंबंध असेल.

२.८ कार्यालय प्रशासकाची कार्ये

कार्यालय प्रशासकाची कार्ये खालीलप्रमाणे आहेत -

१) कार्यालयीन कार्यप्रणाली निश्चित करणे.

२) कार्याचे मोजमाप निश्चित करणे.

३) कार्यप्रवाह निश्चित करणे.

४) कार्यविश्लेषण करणे.

५) कार्य-प्रमाणीकरण करणे.

६) कार्यनियोजन करणे.

७) कार्य-वेळापत्रक करणे.

८) कार्यपद्धती निश्चित करणे.

याबाबतची सविस्तर चर्चा पुढे दिली आहे.

१) कार्यालयीन कार्यप्रणाली

कार्यालयात अनेक कार्ये केली जातात. प्रत्येक कार्य कशा पद्धतीने पूर्ण केले जाईल, याची पद्धती अगोदरच निश्चित केलेली असते. विशिष्ट कार्य करण्यासाठी पूर्ण कराव्या लागणाऱ्या क्रिया कशा पद्धतीने व कोणत्या क्रमाने करावयाच्या, यासंबंधी निश्चित केलेली प्रणाली, म्हणजेच कार्यप्रणाली होय.

व्याख्या :

१) लिटलफिल्ड आणि राचेल : नियोजित उद्दिष्टे साध्य करण्यासाठी कराव्या लागणाऱ्या क्रिया व त्यांचा क्रम यासंबंधी निश्चित केलेली पद्धती म्हणजे कार्यालयीन कार्यप्रणाली होय.

२) डेनियर : एखादे कार्य कोणी, कसे, केव्हा व कोठे करावयाचे, यासंबंधी निश्चित केलेली क्रिया व तिचा क्रम म्हणजे कार्यप्रणाली होय.

कार्यप्रणालीची वैशिष्ट्ये :

१) साधेपणा : कार्यालयीन कार्यप्रणाली स्पष्ट व समजण्यास सोपी असावी. कार्यालयीन कामकाजाचा विचार करून कार्यप्रणाली निश्चित केलेली असावी.

२) अचूकता : कार्यालयात वापरण्यात येणारी कामकाजाची पद्धत निर्दोष व अचूक असावी. प्रत्येक कर्मचाऱ्याचे काम दुसऱ्याकडून तापसले जाईल, अशी पद्धत निर्माण करावी.

३) लवचीकता : कामकाजात होणाऱ्या बदलानुसार बदलणारी कार्यप्रणाली असावी.

४) हेतुनिष्ठ : कार्यालयीन कार्यप्रणाली विशिष्ट हेतूंनी निर्माण केलेली असावी.

५) विश्वसनीय : कार्यालयीन कामकाज प्रणाली विश्वसनीय असावी. एखादे काम कर्मचाऱ्यांकडून अचूकपणे केले जाईल, अशा रितीने ही कार्यप्रणाली निर्माण केलेली असावी.

६) आर्थिक काटकसर : खर्चात बचत होईल, अशा प्रकारे कार्यालयीन कार्यप्रणालीची रचना केलेली असावी. कोणताही अनावश्यक खर्च होणार नाही, प्रत्येक काम कमीत कमी खर्चात व वेळेत पूर्ण होईल अशी कार्यप्रणाली असावी.

७) अंमलबजावणीस सक्षम : कार्यप्रणाली सहजपणे राबविता येणारी असली पाहिजे. ज्या कार्यप्रणालीचा कर्मचाऱ्यांना वापर करता येणार नाही, अशी पद्धत निश्चित करता कामा नये. कार्यप्रणालीची अंमलबजावणी करण्यासाठी कर्मचाऱ्यांचा जास्तीत

जास्त पाठिंबा असावा. कर्मचाऱ्यांच्या सहभागाशिवाय कार्यप्रणाली राबविणे अशक्य असते.

२) कार्याचे मोजमाप

कार्याचे मोजमाप किंवा मापन म्हणजे कार्याची व्याप्ती / संख्या किंवा प्रमाण निश्चित करणे. एखाद्या कार्याचे स्वरूप निश्चित झाल्यावर कामाच्या सुरुवातीपासून ते पूर्ण होईपर्यंतची त्या कामाची व्याप्ती, त्याला लागणारा वेळ व कार्यपूर्तीच्या निकषांचे मापन या संपूर्ण प्रक्रियेला कार्याचे मोजमाप म्हणता येईल. गणितामध्ये काळ, काम, वेगाची जी उदाहरणे असतात, त्यात 'कार्याचे मोजमाप' हाच प्रमुख हेतू असतो. भारतामध्ये राष्ट्रीय व राज्य स्तरावर ज्या प्रॉडक्टिव्हिटी काउन्सिल किंवा उत्पादकता परिषदा आहेत, त्यांचा भार मुख्यत्वेकरून कार्याच्या मापनावरच असतो. सर्व कर्मचाऱ्यांनी कोणते काम किती वेळात पूर्ण केले पाहिजे, यावरच संस्थेची एकूण कार्यक्षमता ठरत असते.

कार्याच्या मोजमापनाची प्रमुख उद्दिष्टे :

१) मानके तयार करणे : प्रत्येक कर्मचारी ज्या पद्धतीने व ज्या प्रमाणात काम करतो, त्यानुसार त्याला मोबदला मिळावा, या दृष्टीने मानके तयार करणे, हे कार्याच्या मोजमापाचे प्राथमिक उद्दिष्ट आहे.

कामाच्या दर्जानुसार, काम पूर्ण करणाच्या वेळानुसार व क्षमतेनुसार कर्मचाऱ्यांना आपल्या कामाचा मोबदला, पदोन्नती किंवा प्रलोभन मिळावे, हे न्यायाला धरून असणारे तत्त्व आहे. कार्याचे शास्त्रीय मोजमाप केल्यानेच हे शक्य होऊ शकते. म्हणून अशा प्रकारे प्रत्येक कामाचे शास्त्रीय पद्धतीने मानक तयार करणे, हे कार्याच्या मोजमापामागचे प्रथम उद्दिष्ट आहे.

२) सापेक्ष मूल्य : प्रत्येक कामाचे सापेक्ष मूल्य ठरविले की, विविध प्रकारच्या कामांसाठी वेतन ठरवणे सोपे जाते.

प्रत्येक उद्योगात किंवा संस्थेत वेगवेगळ्या प्रकारची कामे असतात. साफसफाई करणे, हिशोब ठेवणे किंवा यंत्रे चालविणे ही सर्व कामे वेगवेगळी आहेत. प्रत्येक कामाचे स्वरूप, त्याला लागणारी पात्रता, कौशल्ये व गती वेगवेगळ्या असतात. तसेच प्रत्येक कामाचे योग्य वेतन ठरविण्यासाठी प्रत्येक कार्याचे सापेक्ष मूल्य ठरविणे गरजेचे असते.

३) सर्वमान्य वेतन : कर्मचाऱ्यांना व संस्थेला दोघांनाही मान्य होईल अशा प्रकारची वेतनरचना करणे सुलभ जाते. कर्मचाऱ्यांची वेतनरचना ठरवताना, कामगार युनियन किंवा सभा यांना जर वेतनाची योग्यता पटवायची असेल तर कामाच्या शास्त्रीय मोजमापाचा आधार घेऊन पटवणे जास्त सुलभ होते.

४) उणिवा व बलस्थाने : प्रत्येक कर्मचाऱ्याची पदोन्नती, अवनती, बदली किंवा निष्कासन याबाबत निर्णय घेण्यासाठी कर्मचाऱ्यांच्या उणिवा व बलस्थाने शोधल्याने मदत होते. कामाच्या शास्त्रीय मापनाचे एक महत्त्वाचे उद्दिष्ट असे की, अशा मापनाचा आधार घेऊन प्रत्येक कर्मचाऱ्याला कामातील उणिवा किंवा बलस्थाने दाखवता येतात व त्या आधारावर त्याची पदोन्नती, बदली वगैरे कारवाईबद्दल निर्णय घेता येतो.

५) इतर संस्थांशी तुलना : समान प्रकारच्या इतर उद्योगांमध्ये कर्मचाऱ्यांची क्षमता किती असते, याच्याशी तुलना करणे, हेही एक महत्त्वाचे उद्दिष्ट आहे.

स्पर्धात्मक युगामध्ये स्पर्धकाकडील कर्मचारी अधिक कार्यक्षमतेने काम करीत असतील, आपल्या कर्मचाऱ्यांच्या कामकाजाचा काळ, काम, वेगाचे गणित मांडून त्यांची कार्यक्षमता वाढविता येणे शक्य आहे का, याचा शोध घेता येतो.

६) कामकाज वेगाचे कोष्टक : संस्थेतील प्रत्येक कार्यासाठी काळ, काम, वेग यांचे एक कोष्टक बसवणे.

प्रत्येक कामाला काळाचे, वेगाचे व व्याप्तींचे एक परिमाण असते व प्रत्येक संस्थेनुसार त्याचे कोष्टक वेगवेगळे असू शकते. हे कोष्टक तयार करणे, हेही कामाच्या मोजमापाचे एक उद्दिष्ट आहे.

कार्याच्या मोजमापाचे महत्त्व :

अ) वेतनातील तफावत दूर करणे : कार्याचे मोजमाप केल्याने संस्थेमध्ये वेतनरचनेत कुठे तफावत असली, तर ती दूर होते व सर्वमान्य व सुसूत्र वेतनरचना तयार घेण्यास मदत होते.

बऱ्याच वेळा संस्थेत काही कार्यांना जास्त महत्त्व दिले जाते. त्या कर्मचाऱ्यांना वेतनही जास्त दिले जाते. त्यातून इतर कर्मचाऱ्यांमध्ये असंतोष निर्माण होऊ शकतो. वेतनरचनेत सुसूत्रता आणण्यासाठी कार्याचे मोजमाप करून वेतनात एकसूत्रीपणा आणणे महत्त्वाचे असते.

ब) तक्रारींवर वस्तुनिष्ठ निर्णय : वेतनासंबंधी तक्रारी असतील, तर कार्याचे मोजमाप करून वस्तुनिष्ठ पद्धतीने त्यावर निर्णय घेता येतो. काही वेळा संस्थेतील काही कर्मचारी आपल्याला मिळणारे वेतन कामाच्या तुलनेने फार कमी आहे, अशी तक्रार करतात. अशा वेळी कार्याचे शास्त्रीय मोजमाप करणे व त्यावर आधारित निर्णय घेणे महत्त्वाचे ठरते.

क) कर्मचाऱ्यांची शास्य निवड : कर्मचाऱ्यांची निवड जास्तीत जास्त शास्त्रीय पद्धतीने करता येते. नवीन कर्मचारी निवडताना उमेदवारांना प्रत्यक्ष कामाची चाचणी देता

येते, त्या कामाला किती वेळ लागला व काम कशा प्रकारे, कितपत पूर्ण झाले याचा विचार करून तो कर्मचारी संस्थेसाठी पात्र आहे की नाही ते ठरवता येते.

ड) कर्मचाऱ्यांवर परिणामकारक नियंत्रण : कामातील श्रेष्ठतेचे वर्गीकरण करणे, कामाच्या पद्धतीत सुलभता आणणे व कर्मचारी वर्गावर परिणामकारक नियंत्रण ठेवणे या कामांत कार्याच्या मोजमापामुळे मदत होते. संस्थेमध्ये कोण अधिक चांगल्या प्रकारे काम करतो, हे कार्याचे मोजमाप केल्याने कळू शकते. तसेच एखाद्या व्यक्तीला कामातील नेमके कौशल्य जास्त चांगल्या प्रकारे उमजले असेल, तर कामाचे मूल्यमापन करताना हे कौशल्य इतरांच्याही लक्षात आणून देता येते. अशा प्रकारे कर्मचारी वर्गात जास्त परिणामकारता असणे, या दृष्टीने कामाचे मोजमाप अत्यंत महत्त्वाचे आहे.

३) कार्यप्रवाह :

जॉर्ज टेरी : कार्यालयातील कार्य एका प्रक्रियेतून दुसऱ्या प्रक्रियेकडे, एका कर्मचाऱ्याकडून दुसऱ्याकडे, एका विभागाकडून दुसऱ्या विभागाकडे नियोजित मार्गाने, सहजपणे व निश्चितपणे जाण्याची प्रक्रिया किंवा कार्याच्या हालचालीचा मार्ग म्हणजे कार्यप्रवाह होय.

कार्यप्रवाह या संकल्पनेमध्ये पुढील घटक समाविष्ट होतात :

१) कार्याची प्रत्यक्ष हालचाल २) करण्यात येणाऱ्या कार्याचे प्रमाण ३) कार्य-हालचालीचा वेग

कार्यप्रवाहातील अडथळे :

आदर्श किंवा प्रभावी कार्यप्रवाहामध्ये प्रामुख्याने दोन प्रकारचे अडथळे निर्माण होतात.

अ) बाह्य स्वरूपाचे अडथळे :

कार्याबाहेरील घटकांमुळे कार्यप्रवाहात अडथळे निर्माण होतात. असे अडथळे पुढीलप्रमाणे सांगता येतील -

१) कर्मचाऱ्यांना भेटावयास येणाऱ्या व्यक्ती २) कर्मचाऱ्यांची गैरहजेरी ३) खंडित वीजपुरवठा ४) गोंगाट व गोंधळ ५) यंत्रे किंवा कार्य-उपकरणांमधील दोष किंवा बिघाड

ब) अंतर्गत अडचणी किंवा अडथळे :

१) माल किंवा साधनांची कमतरता : कार्यालयातील साधने, यंत्रे किंवा उपकरणे कमी असतील, तर कार्यप्रवाहामध्ये अडथळे निर्माण होतात. उदा. एकच टाइपिंग मशीन असणे.

२) माहितीचा अभाव : बऱ्याच वेळेस कर्मचाऱ्यांना काम करण्यासाठी आवश्यक

असणारी माहिती वेळेवर उपलब्ध होत नाही. परिणामी, कार्यप्रवाह खंडित होतो.

३) प्रमाणीकरणाचा अभाव : प्रत्येक कार्य विशिष्ट प्रमाणात पूर्ण करण्यासाठी कार्यप्रमाण ठरविणे आवश्यक असते. कार्याचे प्रमाणीकरण केलेले नसल्यास अडथळे निर्माण होतात.

४) नियोजनाचा अभाव : कार्यप्रवाहाचे नियोजन योग्य नसल्यास कार्यप्रवाह खंडित होतो.

५) अप्रशिक्षित कर्मचारी : कर्मचारी अप्रशिक्षित असल्यास कार्यात चुका होऊन कार्यप्रवाह खंडित होतो.

६) आळशीपणा : काही वेळेस कर्मचारी उत्साहाने काम करीत नाहीत, त्यामुळे कामाची गती कमी होते.

७) सदोष अंतर्गत कार्यरचना : कार्यालयीन कामगार पद्धत किंवा कार्यपद्धती सदोष असल्यास कार्यप्रवाहात अडथळे निर्माण होतात.

८) कर्मचाऱ्यांची मनोवृत्ती : काही वेळेस कामगारांची मनोवृत्ती कमी किंवा हळू काम करण्याची असते.

९) कामाचे प्रमाण : कार्यालयातील कार्ये अचानक वाढल्यास कर्मचाऱ्यांवर ताण येतो व कार्यप्रवाह खंडित होतो.

१०) इतर कारणे : कामात वारंवार होणारे बदल, फोन, वरिष्ठांच्या अनावश्यक सूचना, खाजगी काम, भांडणे, कर्मचाऱ्यांमधील मतभेद इत्यादी कारणांमुळेही कार्यप्रवाह खंडित होतो.

कार्यप्रवाहाचे उद्देश

कार्यप्रवाहाचे उद्देश खालीलप्रमाणे सांगता येतील -

१) कोणत्याही प्रकारचा अथडळा येणार नाही, अशा प्रकारे कामाची हाताळणी करणे.

२) कार्यालयामध्ये करण्यात येणाऱ्या सर्व क्रियांमध्ये अधिकाधिक कार्यक्षमता वाढविणे, जेणेकरून खर्चच नव्हे, तर कामात होणारी दिरंगाई कमी करता येईल.

३) कामाची उद्दिष्टे पूर्ण करण्यासाठी ठरविलेल्या गतीने सुरळीतपणे काम करणे.

४) कार्यालयीन नित्यक्रमात अधिकाधिक कार्यक्षमता आणणे.

५) कार्यालयातील सर्व कर्मचाऱ्यांच्या कामाचे प्रमाणीकरण करणे.

६) कार्यक्षमता तपासून पाहाणे व नासाडी टाळणे.

७) ठरविलेल्या वेळापत्रकाप्रमाणे काम पूर्ण झाले की नाही, हे पाहाणे.

८) प्रत्यके कार्याचे मार्ग, साधने आणि कार्यपूर्ती तपासून घेणे.
९) सर्व विभागातील क्रिया किंवा कार्यांमध्ये योग्य समन्वय राखणे.

४) कार्य-विश्लेषण

संघटनेमध्ये अनेक कार्ये केली जातात. ही कार्ये करण्यासाठी लोकांची नेमणूक केली जाते. कोणत्या कामासाठी कोणत्या प्रकारचा कर्मचारी लागणार आहे, हे व्यवस्थापनाला ठरवावे लागते. व्यवसाय संघटनेला योग्य कामासाठी योग्य व्यक्ती योग्य वेळी शोधून काढावी लागते. ही सर्व कार्ये पार पाडण्यासाठी कामाचे ज्ञान असणे आवश्यक असते. या संदर्भात कामाचा आराखडा, कामातील कर्तव्ये आणि जबाबदाऱ्या, कामाची गरज, मानवी क्षमता आणि पात्रता इत्यादींची गरज असते.

व्याख्या :

इ. बी. फ्लिप्पो : कार्य-विश्लेषण ही एखाद्या विशिष्ट कामातील कामकाज आणि जबाबदाऱ्या यांच्याशी संबंधित माहिती / तथ्ये गोळा करणे आणि अभ्यास करण्याची प्रक्रिया आहे. या विश्लेषणाची परिणती म्हणजे कार्यवर्णन आणि कार्य-विशेषीकरण होय.'

कार्य-विश्लेषणाची प्रक्रिया :

कार्य-विश्लेषण प्रक्रियेचे सहा मुख्य टप्पे पडतात. ते पुढीलप्रमाणे -

१) पार्श्वभूमीबद्दल माहिती गोळा करणे : व्यवसाय संघटनेला कामाच्या पार्श्वभूमीबद्दल माहिती गोळा करावी लागते. यामध्ये संघटन-तक्ते, वर्ग-विशेष आणि अस्तित्वात असलेले कार्यवर्णन इत्यादींचा समावेश होतो.

२) विश्लेषणासाठी प्रातिनिधिक स्थितीची निवड : सर्व कार्याचे / कामाचे विश्लेषण करणे ही अत्यंत अवघड आणि वेळखाऊ प्रक्रिया आहे. त्यामुळे या कामांपैकी काही कामे प्रातिनिधक तत्त्वावर निवडून कार्य विश्लेषण तज्ज्ञ त्यांचे विश्लेषण करतात.

३) कार्य-विश्लेषण तथ्ये गोळा करणे : या टप्प्यामध्ये कामाबद्दलची माहिती किंवा वैशिष्ट्ये गोळा करून प्रत्यक्षात विश्लेषण कार्याला सुरुवात केली जाते. त्यासाठी कर्मचाऱ्यांचे वर्तन, मानवी गरजा इत्यादींबाबतचीही महिती गोळा केली जाते.

४) कार्यवर्णन विकसित करणे : या टप्प्यामध्ये कामाच्या बाबतीतील कार्ये, कर्तव्ये, जबाबदाऱ्या, कामकाज इत्यादींबाबतच्या माहितीचा समावेश होतो. पद नियुक्त अधिकाऱ्याने कोणती कर्तव्ये आणि जबाबदाऱ्या पेलायच्या आहेत, तसेच कोणती कार्ये आणि कामकाज करायचे आहे, याची यादी कार्यवर्णनामध्ये केलेली असते.

५) कार्य-विशेषीकरण विकसित करणे : या टप्प्यामध्ये कार्य वर्णन करणारी विवरणे कार्य-विशेषीकरणामध्ये परिवर्तित केली जातात. एखादे काम पूर्ण करण्यासाठीची वैयक्तिक पात्रता, विशेष गुण, कौशल्ये, ज्ञान आणि आवश्यक पार्श्वभूमी इत्यादींची माहिती कार्य-विशेषीकरणामध्ये दिलेली असते.

६) कर्मचारी-तपशील विकसित करणे : कार्य-विशेषीकरणामध्ये करण्यात आलेल्या मानवी गुण / पात्रतेचे विशेषीकरण कर्मचारी-विशेषीकरणामध्ये केले जाते. कर्मचारी विशेषीकरणामध्ये एखाद्या कामासाठी लागणारी शारीरिक पात्रता, शैक्षणिक पात्रता, अनुभव इत्यादी उमेवार निश्चित करणाऱ्या बाबींची यादी तयार केली जाते.

५) कार्य प्रमाणीकरण :

प्रमाण म्हणजे एखाद्या विशिष्ट परिस्थितीत आदर्श घालून देणारे काम होय. एक कर्मचारी विशिष्ट वेळेत किती काम करू शकतो. यासंबंधी निश्चित केलेले प्रमाण म्हणजेच कार्यप्रमाण होय. कार्यप्रमाण ठरविल्याशिवाय कर्मचाऱ्याने काम कमी केले आहे की जास्त, हे ठरविता येत नाही.

व्याख्या :

'कार्यप्रमाण म्हणजे एखादे कार्य विशिष्ट स्वरूपात व विशिष्ट वेळेत किती पूर्ण होईल यासंबंधी ठरविलेले किंवा अगोदर निश्चित केलेले माप किंवा प्रमाण होय.'

कार्य-प्रमाणीकरणाच्या पद्धती व तंत्रे :

अ) ऐतिहासिक किंवा पूर्वानुभव पद्धत : या पद्धतीनुसार कार्यालयातील विविध कार्ये करण्यासाठी कर्मचाऱ्यांना लागणाऱ्या वेळेची नोंद ठेवली जाते व त्यावरून नवीन कार्यप्रमाण ठरविले जाते. ही पद्धत वापरास सोपी आहे. तिच्यामुळे कार्यप्रमाण ठरविणे सहज शक्य होते. कार्यप्रमाण ठरविण्यासाठी वेगळा खर्च करावा लागत नाही.

ब) वेळ-विश्लेषण पद्धत : एखाद्या कार्याला लागणारा एकूण वेळ विचारात घेऊन प्रत्येक कार्याच्या लहान भागास लागणारा प्रमाणित वेळ या पद्धतीत ठरविला जातो. यासाठी पुढील सूत्राचा वापर केला जातो.

$$\text{कार्याचा प्रमाणित वेळ} = \frac{\text{कामासाठी लागणारा एकूण कालावधी}}{\text{एकूण पूर्ण झालेले काम}}$$

कर्मचाऱ्याच्या कार्याचे प्रमाण वेळेशी निगडित असते. पर्यवेक्षकाला वेळेनुसार कर्मचाऱ्यांच्या कार्यावर नियंत्रण ठेवता येते. कर्मचाऱ्यांच्या कार्याची नोंद केली जाते.

क) कार्य-नमुना पद्धत : या पद्धतीमध्ये कर्मचाऱ्यांकडून केल्या जाणाऱ्या कार्याचे तज्ज्ञांकडून अनेक वेळा निरीक्षण केले जाते. केलेल्या निरीक्षणाच्या आधारे कर्मचाऱ्याला प्रत्येक कार्यासाठी लागणाऱ्या वेळेची नोंद केली जाते. अनेक कर्मचाऱ्यांच्या कामाची व त्यांनी त्यासाठी दिलेल्या वेळेची नोंद करून कार्यप्रमाण ठरविले जाते. या पद्धतीच्या अंमलबजावणीसाठी फारसा खर्च येत नाही.

ड) वेळ व हालचालीचा अभ्यास : कामगाराला विशिष्ट काम पूर्ण करण्यासाठी लागणारा वेळ आणि काम पूर्ण करण्यासाठी कर्मचाऱ्याकडून केल्या जाणाऱ्या हालचाली या पद्धतीत शास्त्रीय पद्धतीने ठरविल्या जातात. त्यासाठी कार्याभ्यास, समयाभ्यास व हालचालींचा अभ्यास केला जातो. कर्मचाऱ्याला कामासाठी लागणारा वेळ व त्याच्या हालचाली यावरून कार्यप्रमाण ठरविले जाते. या पद्धतीने निश्चित केलेले कार्यप्रमाण अनेकदा अचूक असते.

इ) पूर्वनिश्चित कालप्रमाण पद्धती : काही कामांमध्ये जी कार्ये किंवा कामकाज सातत्याने होत असते, अशा कामांच्या संदर्भात निरनिराळ्या संशोधन संस्थांनी काही प्रमाणे निश्चित केलेली आहे. यालाच 'सिंथेटिक टाइम स्टॅण्डर्ड्स' असे संबोधले जाते. यामध्ये दोन लोकप्रिय प्रणाली असतात, ज्या प्रत्येक मूलभूत हालचालीला काल-मूल्य प्रदान करतात.

६) कार्यालय कार्य नियोजन

प्रत्येक कार्याचे नियोजन करावे लागते. नियोजनाशिवाय कार्यावर नियंत्रण ठेवता येत नाही. अचूक व कार्यक्षम नियोजनामुळे पूर्वनियोजित उद्दिष्ट साध्य करता येतात. म्हणून नियोजनाला कार्यालयात महत्त्वाचे स्थान आहे. कार्यालयातील कार्य-नियोजनामुळे व्यापारातील गुणवत्ता वाढण्यास मदत होते. तसेच आर्थिक उद्दिष्टे साध्य होण्यास चालना मिळते.

अर्थ :

नियोजन हे एक वैचारिक कार्य असून एखादे काम करण्यापूर्वी ते काम कशा पद्धतीने पूर्ण केले जाईल, याची निश्चिती नियोजनामध्ये केली जाते. काम करण्यासाठी आवश्यक योजना तयार करून त्याची अंमलबजावणी करण्याचा कार्यक्रम निश्चित करणे, म्हणजे नियोजन होय.

व्याख्या :

१) जॉर्ज टेरी : अपेक्षित उद्दिष्टांच्या पूर्तीसाठी वस्तुस्थितीचे ज्ञान व भविष्यातील अंदाज घेऊन एखादे कार्य कोणत्या पद्धतीने केले जाईल, याची आखणी करणे, म्हणजे

कार्य-नियोजन होय.

२) लिफींग वेल : कोणते काम कोणी व कसे करावयाचे, कोठे व केव्हा करावयाचे याची निश्चिती करणे म्हणजेच नियोजन होय.

व्यवसाय-कार्यालयातील नियोजन विभागाची कार्ये पुढीलप्रमाणे सांगता येतील :

१) प्रत्येक कार्याशी निगडित असलेल्या क्रियांची शास्त्रीय पद्धतीने करण्यात येणारी विश्लेषण प्रक्रिया म्हणजे कार्यविश्लेषण होय. कार्यविश्लेषण हे कार्यालय नियोजन विभागाचे काम आहे.

२) एखादे काम किती वेळेत, कोणत्या व किती कर्मचाऱ्यांकडून पूर्ण केले जाईल, यासंबंधी निश्चित केलेले प्रमाण म्हणजे कार्यप्रमाणीकरण होय. कार्यप्रमाणीकरण करण्यासाठी कामगारांची कार्यक्षमता, कामाचा दर्जा, एकूण कार्य इत्यादी घटक विचारात घेतले जातात.

३) कार्याचे स्वरूप समजावून घेणे.

४) कार्यपद्धती, कार्यमार्ग व कार्यप्रमाण यांच्यामध्ये सुधारणा करणे.

५) कामगारांना देण्यात येणाऱ्या संघटित प्रशिक्षणावर नियंत्रण ठेवणे.

६) कार्यालय सेवांचे नियंत्रण करणे. अशा सेवा कार्यक्षमपणे पुरविण्याची व्यवस्था करणे.

७) कार्य करण्यासाठी कुशल कर्मचाऱ्यांची निश्चिती करणे.

८) कर्मचाऱ्यांनी अधिक कार्यक्षमतेने काम करण्यासाठी कार्यप्रेरण योजना तयार करणे व कामगारांची कार्यक्षमता वाढविणे.

कार्य-नियोजनाची उद्दिष्टे :

कार्य-नियोजनाचा मूलभूत उद्देश ' कार्यालयाची कार्यक्षमता वाढविणे ' हा असतो. याबरोबरच कार्य-नियोजनाची प्रमुख उद्दिष्टे पुढीलप्रमाणे सांगता येतील -

१) प्रत्येक कार्याचे प्रमाणीकरण करणे.

२) कार्यालयाचे कार्य आर्थिक काटकसरीने करणे.

३) कार्यालयीन कार्यात समन्वय प्रस्थापित करणे.

४) कार्य-पुनरावृत्ती टाळणे.

५) कार्ये वेळेत पूर्ण करणे.

६) कार्यप्रवाह सुरळीत व अखंडित ठेवणे.

७) कार्यालयीन कार्यावर व कर्मचाऱ्यांवर प्रभावी नियंत्रण प्रस्थापित करणे.

८) कार्यासाठी उपलब्ध मानवी शक्ती, साधने, उपकरणे यांचा पर्याप्त वापर करणे.

७) कार्यवेळापत्रक

कार्यवेळापत्रक हा नियोजनाचाच एक भाग असून प्रत्येक कार्याच्या वेळेसंबंधी तयार केलेला योजनाबद्ध कार्यक्रम म्हणजे कार्यवेळापत्रक होय. कार्यालयातील बहुतेक कार्ये विशिष्ट मार्गाने व ठरावीक प्रक्रियांमधून पूर्ण होतात. या सर्व कार्याचे वेळापत्रक तयार केले जाते.

व्याख्या :

जे. सी. डेनियार : कार्य सुरू करण्याची व ते पूर्ण होण्याची आदर्श किंवा प्रमाणित वेळ व प्रत्यक्ष झालेले काम यांची तुलना करता येण्याच्या दृष्टीने तयार केलेले वेळापत्रक म्हणजे कार्यवेळापत्रक होय.

कार्यवेळापत्रक तयार करताना वापरण्यात येणारी तत्त्वे :

१) कार्याचा आकार व स्वरूप : कार्यवेळापत्रक तयार करताना एकूण कार्य व त्याचे स्वरूप यांचा विचार केला जातो.

२) कार्यासाठी लागणारा वेळ : प्रत्येक कार्याच्या उपक्रिया करण्यासाठी लागणारा वेळ निश्चित केल्याशिवाय एकूण कार्याचा वेळ ठरविता येत नाही. म्हणून कार्यवेळ विचारात घेऊन कार्यवेळापत्रक तयार केले जाते.

३) कर्मचारी कार्यक्षमता : कार्यवेळापत्रक तयार करताना कर्मचाऱ्याची कार्यक्षमता किंवा काम करण्याची क्षमता विचारात घेणे आवश्यक असते.

४) कार्यवेळापत्रक सर्वसमावेशक असावे : कार्यवेळापत्रकामध्ये एकूण कार्यासाठी कराव्या लागणाऱ्या सर्व क्रियांचा व त्यासाठी कराव्या लागणाऱ्या हालचालींचा विचार करण्यात यावा.

५) कार्यसामग्री : कार्यासाठी उपलब्ध असलेली यंत्रे, उपकरणे व साधने यांचा विचार करून कार्यवेळापत्रक करण्यात यावे.

६) लवचीकता : गरजेनुसार किंवा कार्यातील बदलानुसार कार्यवेळापत्रक बदलण्याची सोय किंवा व्यवस्था असावी.

वरील मूळ तत्त्वांचा अवलंब करून कार्यवेळापत्रक तयार केल्यास अचूकता निर्माण होते व अशा कार्यवेळापत्रकाची अंमलबजावणी करणे सोपे जाते.

८) कार्यपद्धती :

प्रत्येक कार्यालयीन प्रणालीमध्ये अनेक प्रकारच्या कार्यपद्धती असतात. याचाच अर्थ कोणतीही कार्यप्रणाली कार्यान्वित होण्यासाठी ती छोट्या छोट्या भागांत अथवा क्रियांत विभागावी लागते. कार्यपद्धती म्हणजे कार्यप्रणालीतील एक पायरी, असे आपण

म्हणू शकतो. उदा. खरेदीची ऑर्डर मिळणे ही एखाद्या विक्री प्रणालीमध्ये एक कार्यपद्धती होऊ शकते. म्हणून कार्यपद्धती म्हणजे कार्यालयीन प्रणालीनुसार कार्यालयातील एखादे काम करण्यासाठी घेण्यात येणारे विविध टप्पे किंवा पायऱ्या होय.

व्याख्या :

१) **झेन के. क्रिबल :** एखादे काम पूर्ण करण्यासाठी संबंधित आवश्यक पद्धत म्हणजे कार्यपद्धती होय.

२) **कार्ल्स ओ. लिबे :** कार्यालयीन हेतू साध्य करण्यासाठी देखरेखीखाली करण्यात येणाऱ्या कारकुनी कार्यांची मालिका म्हणजे कार्यालयीन कार्यपद्धती होय.

३) **कार्ल हेईल :** कार्यपद्धती म्हणजे अशा प्रकारच्या तार्किक पायऱ्या किंवा टप्प्यांची मालिका, ज्यांच्या आधारे नित्य क्रमाने करण्यात येणारी व्यावसायिक कार्ये सुरू केली जातात, नियंत्रित केली जातात, तसेच पूर्ण केली जातात. कोणते कार्य आवश्यक आहे, ते कोणी आणि कधी करावयाचे हे या कार्यपद्धतीत ठरविले जाते. त्याचा महत्त्वाचा घटक म्हणजे अशा कार्यांचे क्रम आणि त्यातून मिळणारे परिणाम किंवा होणारी कार्ये होय.

अशा प्रकारे कार्यालय कार्यपद्धती ही संकल्पना कार्यालयीन प्रणाली वर्णन करण्यासाठी वापरली जाते. निरनिराळ्या कृतींनी कार्यपद्धती बनली जाते. कृती ही कार्यपद्धतीतील एक छोटी पायरी आहे. कृतीमध्ये किती काम अभिप्रेत आहे, हे त्या विशिष्ट परिस्थितीवर अवलंबून असते. कार्यालयीन कार्यपद्धती ही संकल्पना व्यावसायिक व्यवहार सातत्याने आणि एकसंघपणे हाताळण्यासाठी वापरण्यात येणाऱ्या नियोजित कृतींचा क्रम निर्देशित करते.

कार्यपद्धतीची उद्दिष्टे :

१) व्यवसाय संघटनेतील संसाधनांच्या वापरामध्ये अधिकाधिक कार्यक्षमता आणणे.

२) खर्चावर नियंत्रण ठेवणे.

३) कार्यात्मक क्षमतेमध्ये सुधारणा घडवून आणणे.

४) व्यवसाय संघटनेची उद्दिष्टे साध्य करण्याच्या दृष्टीने मदत करणे.

५) व्यवसाय संघटनेची विविध कार्ये पूर्ण करण्यास मदत करणे.

कार्यपद्धतीचे फायदे :

कार्यालयामध्ये जर योग्य कार्यपद्धती अमलात आणली गेली, तर खालील फायदे होतात –

१) अडथळे, चुका टळतात : सुरळीत कार्यप्रवाहात येणारे अडथळे किंवा होणाऱ्या चुका टाळता येतात आणि कार्यालयीन कार्यक्षमतेत वाढ होते.

२) एकसंघता : जर एकाच प्रकारच्या कामासाठी सारख्याच कार्यपद्धती वापरल्या, तर एकसंघता मिळते आणि निरनिराळ्या नित्यक्रमातील तोचतोचपणा टाळता येतो.

३) कार्यात सुधारणा : कोणत्याही प्रकारची देखरेख न ठेवता कर्मचाऱ्यांच्या कार्यात सुधारणा होण्याच्या दृष्टीने प्रशिक्षण देण्यासाठी या कार्यपद्धतींचा उपयोग होतो.

४) जबाबदारी निश्चिती : कार्यपद्धतीमुळे प्रत्येक कर्मचाऱ्याची जबाबदारी निश्चित करता येते.

५) कर्मचाऱ्यांमध्ये आत्मविश्वास-निर्मिती : कर्मचारी त्यांना नेमून दिलेली कार्ये कार्यपद्धतीमुळे स्वतंत्रपणे व आत्मविश्वासाने करू शकतात.

प्रश्नावली

१) 'संघटन' या संकल्पनेच्या व्याख्या देऊन अर्थ स्पष्ट करा.

२) आदर्श संघटनेची गुणवैशिष्ट्ये सांगून संघटनेचे महत्त्व लिहा.

३) कार्यालय संघटनेची तत्त्वे स्पष्ट करा.

४) संघटनेचे प्रकार स्पष्ट करून त्यांचे फायदे-तोटे लिहा.

५) प्रशासनाची व्याख्या देऊन त्याची वैशिष्ट्ये लिहा.

६) प्रशासन, व्यवस्थापन व संघटन यांतील फरक स्पष्ट करा.

७) कार्यालय प्रशासकाची कार्ये थोडक्यात स्पष्ट करा.

८) खालील विषयांवर टिपा लिहा -

अ) कार्यालयीन कार्यप्रणाली

ब) कार्यालयीन कामाचे मोजमाप

क) कार्यालयीन कामाचा कार्यप्रवाह

ड) कार्यविश्लेषण

इ) कार्यप्रमाणीकरण

ई) कार्यनियोजन

उ) कार्यवेळापत्रक

ऊ) कार्यालयीन कामाची कार्यपद्धती

प्रकरण ३

कार्यालय व्यवस्थापक आणि संघटनात्मक कौशल्य
Office Manager and Organizational Skill

३.१ **कार्यालय व्यवस्थापक** - ओळख, व्याख्या, स्थान आणि दर्जा, भूमिका, कौशल्य, कार्ये, गुण, कर्तव्य आणि जबाबदाऱ्या

३.२ **वेळेचे व्यवस्थापन** - संकल्पना, महत्त्व, आढावा, वेळेचा योग्य उपयोग आणि वेळेचा अपव्यय टाळण्यासाठी उपाययोजना.

३.३ **उद्दिष्टे** - संकल्पना, व्याख्या, वैशिष्ट्ये, महत्त्व, उद्दिष्ट निश्चिती, उद्दिष्टनिश्चितीचे फायदे, स्मार्ट कसोटी, उद्दिष्टांच्या संदर्भातील 'करा' आणि 'करू नका.'

३.१ कार्यालय व्यवस्थापक (Office Manager)

कार्यालयाची उद्दिष्टे साध्य करण्यासाठी उपलब्ध साधनसामग्रीचा पर्याप्त वापर करून कार्यालयात कार्यरत असणाऱ्या व्यक्तींना कार्य करण्यासाठी पोषक व पूरक वातावरण निर्माण करणाऱ्या, तसेच व्यक्तीविकास व संघटनविकास करणाऱ्या प्रभावी आणि गतिशील यंत्रणेचा प्रमुख, म्हणजेच कार्यालय व्यवस्थापक होय.

व्यवस्थापक हा केवळ व्यवस्थापनालाच दिशा देण्याचे कार्य करतो असे नाही, तर त्यात कार्यरत असणाऱ्या व्यक्तींना दिशा देण्याचे, त्यांचा विकास करण्याचे कार्य करत असतो. म्हणूनच तो उत्कृष्ट नियोजक, संघटक, नेता, संदेशवाहक, समन्वयक आणि नियंत्रक असतो.

कार्यालय व्यवस्थापकाचे स्थान आणि दर्जा

कार्यालय व्यवस्थापकाचे स्थान आणि दर्जा ही अत्यंत महत्त्वाची बाब आहे. ती पुढीलप्रमाणे स्पष्ट करता येईल :

१) धोरणांची अंमलबजावणी करण्यास जबाबदार : व्यवस्थापक हा व्यवस्थापनाचा एक घटक असतो. तो वरिष्ठ व्यवस्थापनाकडून मिळणाऱ्या आदेश शृंखलेतील दुवा असतो. कार्यालयामध्ये काम करवून घेण्याची जबाबदारी त्याच्याकडे सोपविलेली असते. व्यवस्थापनाच्या धोरणांची योग्य तऱ्हेने अंमलबजावणी होत आहे हे पाहणे त्याचे काम असते. कार्यालयाचा तो प्रमुख असतो.

२) नैतिक धैर्य / मनोधैर्य उंचावणे : कर्मचाऱ्यांकडून काम करून घेणे ही जबाबदारी त्याला पार पाडावी लागते. त्या संदर्भात तो कर्मचारी वर्गाला मार्गदर्शन करीत असतो. तो कर्मचारी वर्गाच्या दररोज संपर्कात असतो. कर्मचाऱ्यांची कार्यक्षमता वाढविण्याच्या दृष्टीने त्यांचे मनोधैर्य उंचावण्याचे कार्य तो करीत असतो. तसेच या कर्मचारी वर्गामध्ये समन्वय साधण्याचेही कार्य तो करीत असतो.

३) मध्यस्थ : व्यवस्थापक अत्यंत अवघड, परंतु महत्त्वाच्या स्थानावर असतो. व्यवस्थापन आणि कर्मचारी वर्ग यांच्यातील तो दुवा असतो. व्यवस्थापनासमोर तो कर्मचाऱ्यांचा प्रतिनिधी असतो तर कर्मचाऱ्यांसमोर तो व्यवस्थापनाचा प्रतिनिधी असतो. त्यामुळे त्याचे स्थान व दर्जा अत्यंत महत्त्वाचा असतो.

४) भरती आणि प्रशिक्षण : त्याला त्याच्या हाताखालच्या लोकांची भरती, सल्ला आणि प्रशिक्षण इत्यादी कार्ये करावी लागतात. हे महत्त्वाचे कार्य कार्यालय व्यवस्थापकाअभावी पूर्ण होऊ शकत नाही.

५) जनसंपर्क अधिकारी : आजच्या या आधुनिक संघटनांमध्ये कार्यालय व्यवस्थापक हा निश्चितच जनसंपर्क अधिकारी असतो. तो लोकांसमोर संघटनेचे प्रतिनिधित्व करतो. त्याला संघटनेच्या धोरणांबाबत लोकांच्या काय प्रतिक्रिया आहेत. याची माहिती घेऊन ती व्यवस्थापनाला पुरवावी लागते. तो व्यवस्थापनाला लोकांच्या बदलत्या मतांबद्दल माहिती देत असतो.

कार्यालय व्यवस्थापकाची भूमिका

कार्यालय कामकाजामध्ये कार्यालय व्यवस्थापक महत्त्वाची भूमिका बजावतो. व्यवस्थापक ही अशी व्यक्ती असते जी संघटनेची उद्दिष्टे साध्य करण्यासाठी उपलब्ध संसाधने व कर्मचारी यांच्यामार्फत कार्य करून घेत असते.

१) समन्वय आणि नियंत्रण : संघटनेची उद्दिष्टे साध्य करण्यासाठी तो सर्वांच्या कामकाजाचे समन्वय आणि नियंत्रण करतो. हा त्या कामकाजाचे संघटन करून लोकांना मार्गदर्शन करून त्यांचे नेतृत्व करतो. तो त्याच्या विभागाचे कार्य आणि इतर विभागांचे कार्य यांच्यात समन्वय घडवून आणतो.

२) कार्यकारी अधिकारी : कार्यालय व्यवस्थापक हा कार्यकारी अधिकारी

असतो. कार्यालयाचा प्रमुख असतो. कार्यालय कामाचे संघटन आणि नियंत्रण हे त्याचे मुख्य कार्य असते. अशा प्रकारे कार्यालयामध्ये कार्यालय मार्गदर्शन आणि नियंत्रण कार्य करणारा तो अधिकारी असतो. व्यवस्थापनाचा तो एक घटक असतो. तो योग्य प्रकारे कार्यालयाचे व्यवस्थापन करतो.

३) नियोजन आणि संघटन : व्यवस्थापकाला संसाधनांचे नियोजन करून योग्य तऱ्हेने त्यांचे संघटन करावे लागते. कार्यालयीन कामकाजांचे संघटन आणि नियंत्रण अशी दुहेरी भूमिका तो वटवित असतो. कार्यालयीन कर्मचाऱ्यांची निवड, प्रशिक्षण, पदनिश्चिती आणि मोबदला इत्यादींबाबत त्याला निर्णय घ्यावे लागतात. कार्यालय व्यवस्थापक कर्मचारी वर्गाला कार्यालय कामासाठी आवश्यक असणारी यंत्रसामग्री आणि उपकरणे पुरवितो.

४) कार्यालयीन व्यवहार : तो संदेशवहन, पत्रव्यवहार, टंकलेखन, व्यवसायातील कागदपत्रांची देखरेख इत्यादी कामे करीत असतो. त्याला कार्यालयासंदर्भात वित्तपुरवठा, खरेदी, हिशेब ठेवणे आणि त्या संदर्भातील इतर कामे करावी लागतात. वरिष्ठ व्यवस्थापनाला त्याला माहिती द्यावी लागते. तसेच वरिष्ठ व्यवस्थापनाने तयार केलेल्या योजना आणि धोरणे यांची अंमलबजावणी करावी लागते.

५) व्यवस्थापन आणि कर्मचारी यांच्यातील दुवा : अशा प्रकारे तो वरिष्ठ व्यवस्थापन आणि कर्मचारी यांच्यातील दुवा म्हणून कार्य करतो. सर्व योजनांचे यश कार्यालय व्यवस्थापकाच्या क्षमतेवर अवलंबून असते. अशा प्रकारे संघटनेमध्ये कार्यालय व्यवस्थापक अत्यंत महत्त्वाची भूमिका बजावतो.

व्यवस्थापकीय कौशल्ये (Managerial Skills)

व्यवस्थापन ही संज्ञा सर्वसमावेशक असल्यामुळे ब्रेच यांनी व्यवस्थापनाचे तीन भाग पाडले, त्यांनाच व्यवस्थापनाच्या पातळ्या (Levels of Management) असेही म्हटले जाते. उच्च व्यवस्थापन (Top Management), मध्यम व्यवस्थापन (Middle Management) आणि कनिष्ठ व्यवस्थापन (Bottom or Lower Management), अशा या तीन पातळ्या होत. उच्च व्यवस्थापनात धोरण निश्चित करणे, समन्वय व कार्यप्रेरणा या कार्यांना मदत करणे इत्यादी गोष्टींचा समावेश होतो. मध्यम व्यवस्थापनात नियोजन, नियंत्रण, समन्वय, कार्यप्रेरणा यांचा; तर कनिष्ठ व्यवस्थापनात पर्यवेक्षण, दैनंदिन कामकाज इत्यादींचा समावेश होतो.

या व्यवस्थापनाच्या प्रत्येक पातळीवर व्यवस्थापकाला लक्ष ठेवावे लागते व या सर्वांच्या कार्यात समन्वय साधावा लागतो. त्यामुळे व्यवस्थापकाला विविध प्रकारची कौशल्ये (Skills) प्राप्त करावी लागतात. कौशल्य म्हणजे एखादे विशिष्ट काम करण्याचे

कसब किंवा सामर्थ्य होय. (A skill is an ability or proficiency in performing a particular task). ही कौशल्ये पुढील प्रकारे सांगता येतील -

१) तांत्रिक कौशल्य (Technical Skill) : प्रथम पातळीवरील साखळी व्यवस्थापकांना तांत्रिक कौशल्य बाजू अवगत असणे आवश्यक आहे. आपल्या साहाय्यकांना त्यांना तांत्रिक बाबींवर मार्गदर्शन करता आले पाहिजे. क्रिया करणाऱ्या व्यवस्थापकांना त्या क्रियेची सर्व माहिती असावी. कनिष्ठ व्यवस्थापकांना ते करीत असलेल्या कामाचे तांत्रिक ज्ञान पाहिजे. हिशेब व्यवस्थापकाला हिशेब तपासणीचे सखोल ज्ञान असणे आवश्यक आहे. तांत्रिक ज्ञानाच्या अभावी इतर सर्व गुण असूनही व्यवस्थापक आपली कार्ये यशस्वीरीत्या पार पाडू शकणार नाही. पोलिओ झालेल्या माणसाला पाय असूनही चालता येत नाही. तशी तांत्रिक कौशल्याच्या अभावी व्यवस्थापकांची स्थिती होईल. कारखान्यात उत्पादनाचे कार्य करण्यासाठी राबविण्यात येणारे उत्पादनाचे तंत्र, उत्पादन प्रक्रियेचे स्वरूप, उत्पादन पद्धती, कारखान्यात बसविलेली यंत्रसामग्री या सर्व बाबतीत व्यवस्थापकांना ज्ञान असणे आवश्यक आहे.

२) मानवी सहसंबंध कौशल्य (Human Relation Skill) : प्रत्येक व्यवस्थापकास मानवी समूहाबरोबर काम करावे लागते. जोपर्यंत व्यवस्थापक सर्व लोकांना समूजन घेणार नाही; तोपर्यंत तो प्रभावी व्यवस्थापक होऊ शकणार नाही. लोकांकडून काम करून घेण्यासाठी त्यांना समजून घेतलेच पाहिजे. त्यांच्याशी सतत संपर्क ठेवला पाहिजे. व्यवस्थापक कर्मचाऱ्यांबरोबर कसे संबंध ठेवतो. यावरूनच त्याची नेतृत्वक्षमता ठरते. मानवी सहसंबंध कौशल्य हे व्यवस्थापकाच्या नेतृत्व सामर्थ्यांचे प्रतिबिंब आहे. उद्योगसंस्थेची यशस्विता ही मानवी सहसंबंध कौशल्यावर अवलंबून असते. व्यवस्थापकाने कर्मचाऱ्यांना कामाबद्दल बक्षिसी दिली पाहिजे. त्यांच्यावर विश्वास ठेवला पाहिजे.

३) विश्लेषणात्मक कौशल्य (Analytical Skill) : कार्यक्षम व्यवस्थापकीय निर्णय घेण्यासाठी परिस्थितीचे विश्लेषण व्यवस्थापकाला करता आले पाहिजे. व्यवस्थापकाला अनेक समस्यांना तोंड द्यावे लागते. त्याला समस्यांचा त्वरित गुंता सोडविता आला पाहिजे. त्यासाठी विश्लेषणात्मक कौशल्याची गरज असते.

कार्यालय व्यवस्थापकाची कार्ये

कार्यालय व्यवस्थापकाची कार्ये पुढीलप्रमाणे सांगता येतील :

१) कर्मचारी भरती : कार्यालय व्यवस्थापकाकडे कर्मचारी भरतीचे काम सोपविलेले असते. यासाठी त्याला आवश्यकता आणि पुरवठ्याचे स्रोत निश्चित करावे

लागतात. तो चाचणी आणि मुलाखत या संदर्भातील प्रमाणके ठरवितो. व्यवसाय संघटनेमध्ये योग्य आणि पात्र व्यक्तींचीच निवड केलेली आहे हे पाहणे त्याचे कर्तव्य असते.

२) कर्मचारी वर्गाचे प्रशिक्षण : निवड झालेल्या व्यक्तीने कार्यालयामध्ये योग्य तऱ्हेने काम करावे. यासाठी अशा व्यक्तीला प्रशिक्षण देणे गरजेचे असते. त्यासाठी काही प्रशिक्षण कार्यक्रम आयोजित केले जातात. त्याचप्रमाणे तंत्रज्ञानामध्ये नेहमीच बदल होत असल्याने जुन्या कर्मचाऱ्यांनाही त्याबद्दल माहिती असणे आवश्यक असते. त्यासाठी कर्मचाऱ्यांना प्रशिक्षण देणे आवश्यक असते. हे प्रशिक्षणाचे काम व्यवस्थापकाकडे सोपविलेले असते. हे त्याचे महत्त्वाचे कार्य असते.

३) कार्यक्षमता मूल्यमापनाच्या पद्धती निश्चित करणे : कार्यालय व्यवस्थापकाला त्याच्या कर्मचारी वर्गाच्या कार्याचे मूल्यमापन करावे लागते. हे काम अत्यंत अवघड असते; कारण याचे मूल्यमापन भौतिक तराजूने तोलता येत नाही. त्यामुळे त्यासाठी विशिष्ट व योग्य अशा पद्धती व्यवस्थापकाला निश्चित कराव्या लागतात.

४) बढत्या : बढत्या या कर्मचाऱ्यांच्या दृष्टीने संप्रेरकाचे काम करतात; कारण त्यामुळे प्रोत्साहित होऊन कर्मचारी अधिक परिश्रम करतात. त्यामुळे बढत्यांच्या बाबतीत कार्यालय व्यवस्थापकाला अत्यंत दक्ष राहावे लागते. याबाबतीत ती अत्यंत महत्त्वाची व्यक्ती असते. कार्यक्षमता वाढीसाठी त्याने त्याच्या कर्मचारी वर्गाला बक्षिसे दिली पाहिजेत.

५) समन्वय साधणे : कार्यालयामध्ये अनेक कर्मचारी कार्यरत असतात. त्यांच्यामध्ये समन्वय असणे आवश्यक असते. त्यामुळे कार्यालय व्यवस्थापकाकडे या कर्मचाऱ्यांमध्ये समन्वय साधण्याचे महत्त्वाचे कार्य सोपविलेले असते. हे त्याचे अत्यंत महत्त्वाचे कार्य असते; जर असा समन्वय साधला गेला नाही तर कार्यालय हा निरर्थक असा व्यक्तींचा समूह ठरेल.

६) नेतृत्व आणि मनोधैर्य : कार्यालय व्यवस्थापक हा कार्यालयामध्ये नेता असतो. तो त्याच्या हाताखालील लोकांचे मनोधैर्य उंचावण्याचे काम करतो. त्यामुळे नेतृत्व आणि मनोधैर्य उंचावणे ही त्यांची महत्त्वाची कार्ये ठरतात.

७) शिस्त : कार्यालयाचा मुख्य म्हणून सर्व लोक वेळेवर येतात की नाही, कार्यालयाचे सर्व नियम पाळतात की नाही, त्यांचा पोषाख, धूम्रपान आणि गैरहजेरी इत्यादींबाबत लक्ष देणे त्याचे कर्तव्य असते. हेही त्याचे महत्त्वाचे कार्य असते.

८) नियंत्रण करणे : नियंत्रण करणे हे कार्यालय व्यवस्थापकाचे अत्यंत महत्त्वाचे कार्य असते. त्याला कार्यालयात स्टेशनरी व इतर साहित्य यांच्यावर नियंत्रण ठेवावे

लागते; जर संघटनेमध्ये स्वतंत्र साठवण गृह असेल तर त्यासंबंधित कार्यपद्धती वापरावी लागते. साहित्याचे स्रोत योग्यतऱ्हेने निश्चित करावे लागतात. त्याला खरेदी कार्यपद्धती निश्चित करावी लागते.

९) हिशोब ठेवणे आणि कॉस्टिंग : हिशोब ठेवण्यामध्ये हिशोब तपासनीसास मार्गदर्शन करण्याचे कार्य कार्यालय व्यवस्थापकाला करावे लागते. तसेच कॉस्टिंग विभागाच्या कामकाजाच्या संदर्भातही त्याला मार्गदर्शन करावे लागते. मोठमोठ्या संघटनांमध्ये कार्यालयातील दैनंदिन कार्यपद्धतीपेक्षा ही कार्ये स्वतंत्र स्वरूपाची असतात.

१०) सचिव म्हणून कार्य : कधीकधी छोट्या व्यवसाय संघटनेमध्ये कार्यालय व्यवस्थापकाला कंपनीचा सचिव म्हणून कार्य करावे लागते. या संदर्भात त्याला कंपनीच्या सचिवाच्या सर्व कर्तव्यांची पूर्तता करावी लागते. कायद्याप्रमाणे ठेवाव्या लागणाऱ्या निरनिराळ्या पुस्तकांचे आणि रजिस्टर्सचे परिपोषण करावे लागते.

कार्यालय व्यवस्थापकाचे गुण :

कार्यालय व्यवस्थापक हा कार्यालयाचा प्रमुख अधिकारी असतो. कार्यालयीन कार्याचे यश, कार्यक्षमता व्यवस्थापकाच्या कार्यक्षमतेवर अवलंबून असते. व्यवस्थापकाची कार्यक्षमता त्याच्या गुणांवर आधारित असते. कार्यालय व्यवस्थापक होण्यासाठी काही महत्त्वाचे गुण संबंधित व्यक्तीजवळ असावे लागतात तरच त्याची कार्ये तो कार्यक्षमतेने पार पाडतो.

आदर्श कार्यालय व्यवस्थापकाचे गुण :

१) दूरदृष्टी : कार्यालय व्यवस्थापकाजवळ भविष्यातील घटनांचा अचूक वेध घेण्याची क्षमता असणे म्हणजेच दूरदृष्टी होय. दूरदृष्टीमुळे व्यवस्थापक संभाव्य बदल व बदलांचे परिणाम अगोदर समजावून घेतो. कार्य प्रक्रियेतील अडथळे दूर करण्यासाठी दूरदृष्टीचा उपयोग होतो.

२) अचूकता : व्यवस्थापकांच्या कार्यात अचूकता असावी. कोणतेही कार्य व त्यांची अंमलबजावणी करण्यासाठी अचूकता महत्त्वाची आहे.

३) पुढाकार : कार्यालय व्यवस्थापक हा कार्यालयाचा नेता असतो. जे काम कोणीही करू शकत नाही, जी समस्या कोणीही सोडवू शकत नाही; त्यासाठी व्यवस्थापकाने पुढाकार घ्यावयाचा असतो. व्यवस्थापकामध्ये पुढाकार वृत्ती असणे म्हणजे बदलत्या परिस्थितीनुसार बदलण्याची वृत्ती असणे व त्यात पुढाकार घेणे होय.

४) निर्णयक्षमता : कार्यालय व्यवस्थापकाला काम करताना अनेक प्रकारचे

निर्णय घ्यावे लागतात. व्यवस्थापकाने घेतलेले निर्णय योग्य व अचूक असतील तरच तो यशस्वीपणे कार्यालयाचे व्यवस्थापन करू शकतो.

५) सहकार्य वृत्ती : व्यवस्थापकाजवळ कर्मचाऱ्यांना सहकार्य करण्याची वृत्ती असावी. कार्यालय उद्दिष्टे साध्य करण्यासाठी कर्मचाऱ्यांचे सहकार्य मिळवावे लागते. कर्मचाऱ्यांचे सहकार्य त्यांना सहकार्य केल्याशिवाय व कामात मदत केल्याशिवाय मिळविता येत नाही म्हणून व्यवस्थापक सहकार्य प्रवृत्तीचा असावा.

६) धैर्य किंवा धाडस : व्यवस्थापकाला अनेक महत्त्वाचे व धोकादायक निर्णय घ्यावे लागतात. भांडवल व यांत्रिकीकरण, कामगार कपात, स्वयंचलनीकरण इत्यादींसंबंधी निर्णय घेण्यासाठी व्यवस्थापक धाडसी असावा लागतो.

७) संघटन कौशल्य : कर्मचारी, कार्ये व साधने यांच्या साहाय्याने व्यवस्थापक उद्दिष्टे साध्य करीत असतो. यासाठी हे सर्व घटक आवश्यक प्रमाणात एकत्र आणणे व त्यांना कार्यप्रवृत्त करण्याचे काम व्यवस्थापकाला करावे लागते. त्यासाठी तो कुशल संघटक असावा लागतो.

८) संदेश कौशल्य : व्यवस्थापकाला आपले विचार व निर्णय कर्मचाऱ्यांना समजावून द्यावे लागतात व त्यासाठी त्याच्याकडे संदेश कौशल्य असावे लागते. त्याला आपले विचार इतरांना समजावून देऊन त्यांच्या अडचणी समजावून घ्याव्या लागतात. त्यासाठी संदेश कौशल्य आवश्यक असते.

९) समतोलपणा किंवा समानता : व्यवस्थापकाला अनेक व्यक्तींकडून कार्ये करून घ्यावी लागतात. त्यासाठी त्याने सर्वांना समान वागणूक देणे आवश्यक असते. कार्यालयातील सर्व कर्मचाऱ्यांना समान नियम असावेत.

१०) कार्यालयातील सर्व कार्यांचे तांत्रिक ज्ञान : व्यवस्थापकाला सर्व कार्यांवर नियंत्रण ठेवावे लागते. सर्व कार्यांचे तांत्रिक ज्ञान असल्याशिवाय त्यास योग्य प्रकारे नियंत्रण ठेवता येणार नाही. उदा. हिशोबविषयक ज्ञान व्यवस्थापकाला असेल तरच त्याला हिशोबावर योग्य नियंत्रण ठेवता येते.

११) आकर्षक व्यक्तिमत्त्व : कार्यालय व्यवस्थापकाचे व्यक्तिमत्त्व आकर्षक व कर्मचाऱ्यांवर छाप पाडणारे असावे. कर्मचारी त्याचे नेतृत्व स्वीकारू शकतील असे त्याचे संभाषण, व्यक्तिमत्त्व असावे.

१२) सुदृढ शरीर : कोणत्याही प्रकारच्या व्यवस्थापकाला कठोर परिश्रम करण्याची, दीर्घकाळ काम करण्याची क्षमता असावी व त्यासाठी शारीरिकदृष्ट्या तो सक्षम व तंदुरुस्त असावा.

कार्यालय व्यवस्थापकाची कर्तव्ये आणि जबाबदाऱ्या -

कार्यालय व्यवस्थापनाची कर्तव्ये :

१) व्यवस्थापनाने ठरविलेल्या ध्येय-धोरणांची अंमलबजावणी करणे.
२) कर्मचाऱ्यांचे प्रश्न व कार्यालयीन समस्या व्यवस्थापक मंडळापुढे मांडणे.
३) कार्यालय कामाची कार्यपद्धती निश्चित करणे.
४) कर्मचाऱ्यांची भरती करणे व त्यांची मुलाखत घेणे.
५) कार्यालयातील 'कार्यप्रवाह' नियमित राहण्यासाठी प्रयत्न करणे.
६) यंत्रे व उपकरणे कार्यक्षमतेने कार्य करतात की नाही यांची खात्री करणे.
७) कर्मचाऱ्यांना प्रशिक्षण देणे.
८) कार्यालयाची उत्पादकता वाढविणे व टिकवून ठेवणे.
९) कर्मचारी अचूकपणे व कार्यक्षमतेने काम करतात का नाही याची खात्री करणे.
१०) कार्यालयामध्ये शिस्त निर्माण करणे.
११) प्रत्येक कर्मचाऱ्याला कार्ये पुरविणे.
१२) कार्यावर व कार्याच्या दर्जावर नियंत्रण ठेवणे.
१३) कार्यालयीन उद्दिष्टे साध्य करण्यासाठी इतर विभागांच्या व्यवस्थापकांना मदत करणे.
१४) कर्मचाऱ्यांमध्ये सलोखा व सामंजस्य निर्माण करणे व कर्मचारी संबंध सुधारणे.
१५) कार्यालय साधने, उपकरणे, यंत्रे यांचे संरक्षण करणे आणि त्यांचा कार्यक्षमतेने वापर करणे.
१६) कार्यालयीन लेखन सामग्रीचा अपव्यय टाळणे व काळजीपूर्वक वापर करणे.
१७) कार्यालयास आवश्यक असणारे साहित्य, उपकरणे यांची उपलब्धता करून देणे.

कार्यालय व्यवस्थापकाच्या जबाबदाऱ्या :

१) संघटनेची उद्दिष्टे साध्य करण्याच्या दृष्टीने साधने व साधनसामग्रीची वाटणी करणे, विभागणी करणे.
२) कार्यालय पत्रव्यवहार नियंत्रित ठेवणे, संदेश व्यवस्था परिणामकारक ठेवणे.
३) कार्यालयाची कामकाज पद्धत ठरविणे.
४) कार्यालय धारिका तपासणे आणि कागदपत्रे सांभाळणे.
५) कर्मचारी भरतीच्या दृष्टीने कर्मचारी संख्या, पात्रता, प्रकार ठरविणे.
६) कार्य सोपे करण्यासाठी प्रयत्न करणे.
७) कार्यालय वातावरण सुधारणे, कर्मचारी अधिक कार्यक्षमतेने काम करू शकतील असे वातावरण निर्माण करणे.

८) कार्यालय खर्चाचे अंदाजपत्रक तयार करून कार्यालय खर्चावर नियंत्रण ठेवणे.

९) कर्मचाऱ्यांकडून ठरविलेली व पूर्वनियोजित कार्ये करून घेणे.

१०) कार्यालय संघटनेची तत्त्वे, व्यवस्थापन पुस्तिका व मार्गदर्शिका तयार करणे.

वरील प्रकारच्या अनेक जबाबदाऱ्या कार्यालय व्यवस्थापकाला पार पाडाव्या लागतात.

३.२ वेळेचे व्यवस्थापन (Time Management)

वेळेची संकल्पना (Concept of Time) : इमॅन्युएल कांट या महान तत्त्वज्ञाच्या मते, मानवी मताच्या बाहेर वेळेला अस्तित्वच नाही. आइन्स्टाइनने वेळेला चौथी मिती (Fourth Dimension) म्हटले आहे. व्यवस्थापकाच्या दृष्टिकोनातून वेळ, श्रम आणि भांडवलासारखे एक साधन (Resource) आहे. एक साधन म्हणून वेळ पूर्णत: अलवचीक आहे. वेळ एका सेकंदानेही प्रत्यक्ष वाढविता येत नाही. वेळ असा घटक आहे की ज्याचा दुरुपयोग किंवा सदुपयोग केला जाऊ शकतो. तसेच तो एकाच वेळेस भरून काढता येतो किंवा रिकामा करता येतो.

वेळेच्या व्यवस्थापनाचे महत्त्व (Significance of Time Management) :

वेळेचे योग्य नियोजन करण्यासाठी एफ. डब्ल्यू. टेलरने 'काळ अभ्यासाचे तंत्र' (Technique of Time Study) विकसित केले. वेळेच्या अभ्यासाचे विशेषज्ञ व्यवस्थापकाला आणि प्रशासकाला वेळेचा अधिक चांगला उपयोग करण्यास मदत करतात. हे अत्यंत दुर्मिळ साधन आहे. वेळेचे योग्य व्यवस्थापन केल्याशिवाय कशाचेच व्यवस्थापन करता येत नाही. व्यवस्थापक नियोजनावर अधिक भर देतात. परंतु त्याप्रमाणे वेळेत काम करण्यामध्ये अयशस्वी होतात. पर्यवेक्षकाच्या प्रशिक्षणामध्ये वेळेच्या व्यवस्थापनाकडे एक कौशल्य म्हणून दुर्लक्ष केले जाते. पीटर ड्रकरने वेळेचा दुरुपयोग कसा होतो, यावर एक फिल्म तयार केली आहे. प्रत्येकाला काम करण्यासाठी आठ तासांचा अवधी असतो. परंतु बरेचजण आपल्याला वेळ नसल्याची तक्रार करतात. हे सर्व वेळेचे व्यवस्थापन नसल्यामुळे होते. वेळेच्या योग्य व्यवस्थापनासाठी वेळेचे नियंत्रण केले पाहिजे. वेळेवर आपले नियंत्रण नसते. परंतु आपण स्वत: वेळेचा योग्य उपयोग करून त्यावर नियंत्रण ठेवू शकतो. व्यवस्थापकाने वेळ एक दुर्मिळ साधन असल्याने त्याचे प्रभावीपणे व्यवस्थापन केले पाहिजे.

वेळेचा अपव्यय होण्याची कारणे (Causes of Time Wastage) :

१. निर्णयाचा अभाव (Indecision) : लगेच व अचूक निर्णय घेण्याची असमर्थता वेळेच्या अपव्ययाचे प्रमुख कारण आहे. मनुष्याचा निम्मा-अधिक वेळ काय

करावे व काय करू नये हे ठरविण्यामध्ये खर्च होतो.

२. काम लांबणीवर टाकणे (Procrastination) : बऱ्याचजणांना काम लांबणीवर टाकण्याची सवय असते. बरेचजण आपल्याला काम जमणार नाही या भीतीने पुढे ढकलत असतात. ही एका प्रकारची भीती किंवा त्यांच्यात आत्मविश्वास नसतो हे दर्शविते. अशा परिस्थितीत मोठे काम लहान-लहान भागात विभागून त्याचे योग्य व्यवस्थापन करणे शक्य असते.

३. नियोजनाचा अभाव (Lack of Planning) : योग्य नियोजनाच्या अभावी बऱ्याच जणांना आपल्याला नेमके काय करावयाचे (objectives) हेच माहिती नसते. वारंवार उद्भवणाऱ्या कामाला थोडेसे जरी नियोजन असेल तरी ते व्यवस्थितपणे करता येते.

४. सभा (Meeting) : बरेच व्यवस्थापक आपला २५% पेक्षा अधिक वेळ सभेवर खर्च करतात. प्रभावी संघटनेअभावी व सभेची पूर्वतयारी नसेल तर भरपूर वेळ वाया जातो. कार्यवाही विनाकारण लांबते व असंबद्ध चर्चा भरपूर वेळ खाते. वारंवार येणाऱ्या टेलिफोनमुळे येणारे अडथळे, भेट देणाऱ्यांची गर्दी इत्यादी कामामुळेही वेळ खर्च होतो.

वेळेचे व्यवस्थापन : एक आढावा (Time Management-An Overview)

अ. क्र.	वेळ खर्च होणारे काम (Time Wasters)	अ. क्र.	वेळ वाचविणारे काम (Time Savers)
१.	अस्पष्ट ध्येय	१.	स्पष्ट आणि विशिष्ट ध्येय
२.	प्राधान्यक्रमाचा अभाव	२.	पूर्वनिश्चित स्पष्ट प्राधान्यक्रम
३.	अनिश्चितता	३.	निकडीची जाणीव
४.	काम सुरू करण्यामध्ये अपयश	४.	कामाबद्दल उत्साही असणे
५.	एकाग्रतेचा अभाव	५.	निवडक वाचन
६.	काम देण्यामध्ये अपयश	६.	वेगाने काम करून घेणे
७.	जादा आश्वासने	७.	अनौपचारिक सभा
८.	धावपळ करणे/धांदल उडणे	८.	विचारप्रक्रिया आणि नियोजनासाठी वेळ देणे
९.	अल्पकालीन व्यवस्थापन	९.	स्पष्ट संदेशवहन

अ. क्र.	वेळ खर्च होणारे काम (Time Wasters)	अ. क्र.	वेळ वाचविणारे काम (Time Savers)
१०.	जास्त कागदपत्रे सांभाळणे	१०.	दैनंदिन कामाचा आढावा घेणे
११.	साहाय्यकांबाबत अनावश्यक व्यवस्थापन	११.	इतरांना काम देणे
१२.	दैनंदिन आणि अनावश्यक माहिती	१२.	'नाही' म्हणायला शिका
१३.	अयोग्य फाईलिंग पद्धत	१३.	पहिल्याच प्रयत्नात अचूकपणा
१४.	अवास्तव वेळेचा अंदाज	१४.	वास्तव वेळेचा अंदाज
१५.	वारंवार येणाऱ्या/भेट देणाऱ्या व्यक्ती	१५.	कमी महत्त्वाच्या कामाची वेगळी नोंद ठेवणे
१६.	सभा	१६.	अती काम टाळणे
१७.	येणारे टेलिफोन	१७.	कामाचे योग्य नियोजन

वेळेचा योग्य उपयोग कसा करावा? (How to Make Effective Use of Time) : वेळेच्या योग्य व्यवस्थापनासाठी खालील मार्गदर्शक तत्त्वे सांगता येतील.

१. वेळेची नोंद ठेवणे (Time Recording) : होणाऱ्या कामाची व त्यासाठी लागलेल्या वेळेची योग्य नोंद ठेवल्यास वेळेचा अपव्यय टाळता येतो व योग्य कृती-कार्यक्रम आखता येतो. वेळेचे मस्टर ठेवून कामातील अडथळे जाणून घेता येतात. महत्त्वाच्या बाबींवर खर्च होणाऱ्या वेळेची नोंद ठेवता येते. अलॅक मॅकेन्झीने खालीलप्रमाणे वेळेची चौकट सांगितली आहे.

काम	वरिष्ठ व्यवस्थापक	मध्यम व्यवस्थापक	फ्रन्टलाईन व्यवस्थापक
व्यवस्थापन (Managing)	७०%	५०%	३०%
ऑपरेटिंग (Operating)	३०%	५०%	७०%

वेळेचे रजिस्टर जर काळजीपूर्वक व एकाग्रतेने तयार केले असेल तर वेळेचा सदुपयोग होण्याचे ते एक महत्त्वाचे साधन बनू शकते.

२. **नियोजन आणि अंदाजपत्रक तयार करणे (Planning and Budgeting)** : आपला वेळ अधिक चांगल्या पद्धतीने नियोजित व संघटित करण्यासाठी पुढील टप्पे (अवस्था) सांगता येतील.

(अ) आपल्या कामाच्या वेळेचे अंदाजपत्रक तयार करा. त्यासाठी डायरी ठेवता येईल. सर्व क्रिया-प्रक्रियांची नोंद एका पुस्तकात (Time Budget) ठेवल्यास बरेच पेपरवर्क टाळता येईल.

(ब) 'काय करायचे आहे' (To Do List) याची यादी स्वत:साठी व आपल्या साहाय्यकांसाठी तयार करा.

(क) करावयाच्या कामाचा 'प्राधान्यक्रम' ठरवा.

(ड) नित्याची कामे आपल्या चिटणिसाकडे व साहाय्यकांकडे सोपवा.

(इ) उद्या करावयाच्या कामाची तयारी आदल्या दिवशीच करून ठेवा. त्यामुळे दुसऱ्या दिवशी लगेच काम सुरू करता येईल व वेळ विनाकारण खर्च होणार नाही.

(ई) तुमचा पत्रव्यवहार एकदा पाहा व काय करावयाचे ते ठरवा.

(उ) तुमच्या व्यक्तिगत कामाची ओळख तुमच्या फायद्यासाठी करून घ्या.

(ऊ) एकाग्रतेने करावयाचे काम विनाअडथळ्याने पार पाडण्यासाठी काही वेळ राखून ठेवा.

वेळेचा अपव्यय टाळण्यासाठी उपाययोजना (Pruning Time Wasters)

१. टेलिफोनचे अडथळे (Telephone Interruption) : वारंवार येणाऱ्या टेलिफोनमुळे वेळ खर्च होतो. त्यासाठी येणाऱ्या व जाणाऱ्या टेलिफोनचे नियोजन करा. त्यासाठी कार्यक्षम चिटणिसाची नियुक्ती करा. स्थानिक टेलिफोनचा वापर केल्यास बराच वेळ वाचेल.

२. भेट देणाऱ्या व्यक्ती (Visitors) : अवेळी येणाऱ्या व्यक्तींमुळे कामात अडथळे निर्माण होतात व वेळेचा अपव्यय होतो. त्यासाठी खोलीमध्ये चर्चा चालू असताना भेट देणाऱ्यांना आत येऊ देऊ नये. भेट देणाऱ्यांना वेळ ठरवून येण्यासाठी सांगावे.

३. सभा (Meetings) : सभेचे प्रभावी संघटन वेळेचा अपव्यय टाळण्यासाठी आवश्यक आहे. कार्यपत्रिका ठरविणे, काम सुरू करणे व संपविणे हे आधीच ठरवा. योग्य तयारी, सभेची कार्यवाही, निश्चित कृती-कार्यक्रम, इतिवृत्त आणि योग्य पाठपुरावा वेळ वाचवू शकतात.

४. प्रवास (Travel) : अनावश्यक प्रवास टाळण्यासाठी टेलेक्स व टेलिफोनच्या सेवेचा उपयोग करा.

५. **दैनंदिन बाबी (The Daily Crisis) :** दैनंदिन बाबी हाताळण्यासाठी व्यवस्थापकाने अती किंवा सौम्य प्रतिक्रिया टाळावी; जर वेळ आलीच तर विचार करून काय प्रतिसाद मिळतो ते पाहा. नित्याच्या कामासाठी कार्यपद्धती आखा किंवा ते काम दुसऱ्याकडे सोपवा.

६. **प्रावीण्य (Perfectionism) :** प्रावीण्याने झपाटलेल्या आणि सविस्तर कामासाठी धडपड हे वेळेचा अपव्यय होण्याचे प्रमुख कारण होय. हे टाळण्यासाठी योग्य नियोजन करा किंवा इतरांकडे हे काम सोपवा. तसेच योग्य अभ्यासाविना धांदल उडण्याचीही शक्यता असते.

७. **दुसऱ्यावर काम सोपविणे (Delegation) :** वेळेच्या योग्य व्यवस्थापनासाठी काम दुसऱ्यावर सोपविणे हे केंद्रस्थानी मानले जाते. सततच्या संशोधनामुळे कोणते काम दुसऱ्यावर सोपविले तरी चालते याची समज येते. साहाय्यकांना कामासाठी प्रोत्साहन दिले पाहिजे. अनावश्यक सामाजिक बाबींवर वेळ खर्च करू नये.

८. **'नाही' म्हणण्याची तयारी ठेवा (Ability to Say 'No') :** व्यवस्थापकाला वेळेच्या बाबतीत बऱ्याच समस्यांना तोंड द्यावे लागते. त्यामुळे त्यांनी 'नाही' म्हणायला शिकले पाहिजे. सभेला जाणे, चर्चासत्रे व परिषदेला जाणे, सामाजिक उत्सवात सहभागी होणे इत्यादींबाबत निवडक ठिकाणीच जाणे पसंत करावे.

९. **वेळेचा दर्जा (Quality of Time) :** ज्या वेळी मन शांत असते अशा वेळी विशेषत: सकाळी सृजनशील विचारधारा ठेवावी. सभेसारखी कामे शक्यतो दुपारी ठेवावी. त्यामुळे वेळेचा उपयोग चांगला होईल.

१०. **निवडक वाचन (Selective Reading) :** वाचनामुळे वेळ खर्च होतो, म्हणून व्यवस्थापकाने त्यांच्या कामासाठी आवश्यक असलेलेच वाचन करावे.

११. **माहिती/तपशील (Information) :** माहितीचा अभाव आणि जादा माहिती दोन्ही व्यवस्थापकाचे काम रखडविते. त्यासाठी प्रभावी व्यवस्थापन पद्धतीचा अवलंब केला पाहिजे. प्रभावी नोंद ठेवणे देखील उपयुक्त ठरू शकते. आपल्या साहाय्यकांना सारांश स्वरूपात माहिती सादर करण्यास सांगितले पाहिजे.

१२. **पेपर वर्क (Paper Work) :** अनावश्यक फॉर्म, अहवाल आणि तक्ते टाळले पाहिजेत. प्रत्येक कागदपत्राचा कामात उपयोग झाला पाहिजे. अंतर्गत मेमोच्या तीन प्रती ठेवल्या पाहिजेत. अहवाल, इतिवृत्त इत्यादी सारांशरूपाने करण्यासाठी Word Processor चा उपयोग करावा. पेपरवर्क कमी करण्यासाठी सविस्तर अहवालाचे संक्षिप्तीकरण, डिक्टेटिंग मशिनचा उपयोग, वाचन जलद गतीने करणे, प्रथम वाचनामध्येच महत्त्वाचे मुद्दे नोंदवून ठेवणे इत्यादींचा उपयोग करावा.

३.३ उद्दिष्टे (Goals)

सर्वसाधारणपणे उद्देश (Purpose), ध्येय (Mission), उद्दिष्टे (Objectives), हे शब्द समान अर्थाने वापरण्यात येतात. उद्देश व ध्येय ह्या संकल्पना पूर्तता किंवा परिणाम दर्शविण्याबाबत सर्वसामान्य अर्थाने वापरण्यात येतात. परंतु उद्दिष्टे ही संकल्पना अधिक विशिष्ट अर्थाने किंवा काटेकोरपणे वापरण्यात येते. कोणत्याही संस्थेच्या परिणामकारक व्यवस्थापनासाठी संस्थेची उद्दिष्टे निश्चित करणे व त्यांची व्याख्या करणे अत्यंत आवश्यक ठरते.

उद्दिष्टे म्हणजे काय? जॉर्ज टेरी यांनी उद्दिष्टांची व्याख्या पुढीलप्रमाणे दिलेली आहे.

'व्यवस्थापकीय उद्दिष्ट म्हणजे हेतुपूर्वक ठरविलेले ध्येय होय. ज्यामुळे कार्याची निश्चित व्याप्ती स्पष्ट होते व व्यवस्थापकांना त्यापासून मार्गदर्शन मिळते.'

मॅक्फरलँड (Mcfarland) यांनी उद्दिष्टांची अशी व्याख्या केली आहे की, 'उद्दिष्टे म्हणजे असे ध्येय, उद्देश किंवा हेतू होय की, जे विविध काळामध्ये साध्य करण्याचा प्रयत्न संघटना करीत असते.'

वरील व्याख्यांवरून उद्दिष्टांची वैशिष्ट्ये पुढीलप्रमाणे सांगता येतील -

१. प्रत्येक संघटना काही मूलभूत उद्दिष्टांसाठी स्थापन झालेली असते. संघटनेचे सभासद ही उद्दिष्टे पूर्ण करण्यासाठी झटत असतात.

२. उद्दिष्टे व्यापक अर्थाने किंवा विशिष्ट अर्थाने स्पष्ट करण्यात आलेली असतात. तसेच उद्दिष्टे दीर्घकालीन किंवा अल्पकालीन स्वरूपाची असू शकतात. उदा. नफा मिळविणे हे संघटनेचे मूलभूत उद्दिष्ट आहे. परंतु हे व्यापक अर्थाचे उद्दिष्ट आहे. हे व्यापक उद्दिष्ट पूर्ण करण्यासाठी अनेक कार्यात्मक उद्दिष्टे पूर्ण करावी लागतील.

३. उद्दिष्टे स्पष्टपणे ठरविण्यात आलेली असतात. संघटनेतील सभासदांनी तसेच उच्च व्यवस्थापनाची वागणूक या उद्देशांनी प्रभावित झालेली असते. स्पष्टपणे उद्देश ठरविण्यात आलेले असल्यास त्यामुळे व्यवस्थापनाच्या कार्यांना योग्य दिशा मिळते.

४. उद्दिष्टांना वरिष्ठता क्रम (Hierarchy) असतो. उच्च स्तरावर संस्थेची व्यापक उद्दिष्टे स्पष्ट करण्यात आलेली असतात. विभागीय स्तरावर ह्या व्यापक उद्दिष्टांची विभागणी करण्यात आलेली असते; कारण कोणतीही संघटना, विभाग, उपविभाग यांच्या एकत्रीकरणातूनच कार्य करीत असते. प्रत्येक विभाग व उपविभाग आपली उद्दिष्टे निश्चित करीत असतो. संघटनेतील प्रत्येक स्तरावर निश्चित केलेल्या उद्दिष्टांची

पूर्तता करण्यासाठी व्यक्तिसमूह कार्य करीत असतात. अशारितीने कनिष्ठ स्तरापासून वरिष्ठ स्तरापर्यंत उद्दिष्टांचा वरिष्ठता-क्रम तयार होतो.

५. संघटनात्मक उद्दिष्टांना सामाजिक मान्यता असते. कोणतीही संघटना ही समाजाचा एक छोटासा भाग किंवा घटक असल्यामुळे समाजाच्या सर्वसामान्य गरजा पूर्ण करण्यासंबंधी उद्दिष्टे निश्चित करण्यात येतात. सामाजिक पद्धती, नियम व परंपरा यांमुळे संघटनात्मक उद्दिष्टांवर बंधने येऊ शकतात.

६. संघटनेला एकाच वेळी अनेक उद्दिष्टे असू शकतात. अनेक कंपन्या दोन किंवा त्यापेक्षा जास्त उद्दिष्टांसाठी कार्यरत असतात. अनेक प्रकारची कार्यात्मक उद्दिष्टे निश्चित करून ती पूर्ण करण्यासाठी संघटना प्रयत्न करीत असतात.

७. संघटनात्मक उद्दिष्टे बदलू शकतात. जुन्या उद्दिष्टांची जागा नवीन उद्दिष्टे घेत असतात. पर्यावरणातील बदलत्या घटकांमुळे आणि अंतर्गत परिस्थितीतील बदलांमुळे उद्दिष्टांमध्ये बदल करावे लागतात. पर्यावरणात सतत बदल घडून येत असल्यामुळे उद्दिष्टांमध्येही बदल करणे अपरिहार्य ठरते.

उद्दिष्टांचे महत्त्व :

१. निर्णय घेण्याच्या कार्याला उद्दिष्टांमुळे मार्गदर्शन मिळते. संघटनेतील निरनिराळ्या विभागांची व कार्यांची उद्दिष्टे स्पष्ट केलेली असल्यामुळे निर्णय घेण्याच्या कार्याला योग्य दिशा मिळते. उद्दिष्टे प्राप्त करून घेण्यासाठीही व्यवस्थापक योग्य निर्णय घेण्याचा प्रयत्न करीत असतात.

२. कार्यक्षमता मोजण्यासाठी प्रमाण (Standard) उपलब्ध करून दिले जाते. कार्यक्षमतेचे मोजमाप करण्यासाठी उद्दिष्टांचा प्रमाण म्हणून उपयोग करता येतो. प्रत्यक्ष कार्याची तुलना ठरविलेल्या उद्देशांशी करता येते. त्यामुळे संस्थेतील अनेक व्यक्तिसमूह, विभाग, उपविभाग यांच्या कार्यक्षमतेचे मोजमाप करता येते.

३. विकेंद्रीकरणाच्या कार्याचा आधार संघटनेतील निरनिराळ्या स्तरांवर निर्णय घेण्याच्या अधिकाराने विकेंद्रीकरण करण्यासाठी उद्दिष्टांचा प्रमुख आधार घेण्यात येतो. विभाग, उपविभागांची उद्दिष्टे निश्चित केलेली असल्यामुळे ती उद्दिष्टे प्राप्त करण्यासाठी निर्णय घेण्याचे अधिकार संबंधित व्यवस्थापकांना देण्यात येतात.

४. व्यक्ती, व्यक्तिसमूह व संघटना यांच्यामध्ये एकात्मता निर्माण करणे - उपक्रमातील सर्व विभाग व व्यक्ती यांना संलग्न ठेवण्याचे कार्य उद्दिष्टांमुळे होऊ शकते.

उद्दिष्ट निश्चिती - Goal setting

कोणतेही कार्य यशस्वीपणे पार पाडण्यासाठी त्या कार्यामागे उद्दिष्ट असणे अत्यंत आवश्यक असते. उद्दिष्ट असले तर व्यक्ती ते उद्दिष्ट पूर्ण करण्यासाठी स्वत:ला त्या कार्यात झोकून देतो. थोडक्यात असेही म्हणता येईल की कार्य सुरू करण्यापूर्वी आपल्यापुढे एक उद्दिष्ट असणे अत्यंत गरजेचे आहे. आपण जे कार्य करतो ते जे उद्दिष्ट गाठण्यासाठी करतो त्याची निश्चिती करणे म्हणजेच 'उद्दिष्ट निश्चिती' होय.

उद्दिष्ट निश्चितीचा अनुभवजन्य (Empirical) अभ्यास सर्वप्रथम सेसिल अलेक मॅक् यांनी इ. स. १९६० मध्ये सुरू केला. पुढे १९६० च्या दशकाच्या मध्यात एडविन लॉक यांनी 'उद्दिष्ट निश्चिती' ला एक संकल्पनेचे रूप दिले. त्यांनी उद्दिष्ट निश्चितीमुळे व्यक्तीच्या कार्यावर काय परिणाम होतो. याचे संशोधन सुरू केले. एडविन लॉक यांनीच उद्दिष्ट निश्चितीला एका सिद्धान्ताचे रूप दिले.

संकल्पना : जी उद्दिष्टे विशिष्ट आणि प्राप्त करण्यासाठी अवघड असतात. केवळ अशीच उद्दिष्टे व्यक्तीच्या कृतीमध्ये किंवा कार्यसिद्धीमध्ये मोठा परिणामकारक बदल घडवितात; जर एखाद्या उद्दिष्टाचे मोजमाप करणे शक्य झाले तर ते उद्दिष्ट एक विशिष्ट असे उद्दिष्ट म्हणून ओळखले जाते. समजा एखाद्या उद्योगसंस्थेने आपली उत्पादकता एका विशिष्ट कालमर्यादेत ५० टक्क्यांनी वाढवण्याचे उद्दिष्ट ठेवले तर ते विशिष्ट उद्दिष्ट होईल.

उद्दिष्ट निश्चितीचे फायदे खालीलप्रमाणे :

१) उद्दिष्ट निश्चितीमुळे व्यक्तीचे लक्ष केवळ त्या उद्दिष्टावर केंद्रित होते आणि त्याचे सर्व प्रयत्न हे केवळ त्या उद्दिष्टप्राप्तीसाठी केंद्रीभूत होतात.

२) उद्दिष्टनिश्चितीमुळे व्यक्तीच्या कार्याला धार येते. तो उद्दिष्टपूर्तीसाठी झटू लागतो.

३) उद्दिष्टनिश्चितीमुळे व्यक्तीमध्ये त्याच्या उद्दिष्टाप्रती चिकाटी निर्माण होते.

४) उद्दिष्टनिश्चितीमुळे व्यक्ती अधिकाधिक माहिती किंवा ज्ञान प्राप्त करण्याचा प्रयत्न करते व ती त्या कार्यात निपुण होते.

५) उद्दिष्टनिश्चिती हे व्यक्तीमध्ये बलवर्धकासारखे कार्य करते.

६) उद्दिष्टनिश्चितीमुळे कोणतेही अवघड उद्दिष्ट हे खात्रीशीरपणे प्राप्त करता येते.

७) उद्दिष्टनिश्चितीमुळे व्यक्तीच्या आत्मविश्वासात वाढ होते.

८) उद्दिष्टनिश्चितीमुळे मानवी बुद्धीचा महत्तम उपयोग करणे शक्य होते.

९) उद्दिष्टनिश्चिती व्यक्तीसाठी एक प्रेरणेचे कार्य करते.

१०) उद्दिष्ट निश्चितीमुळे सामूहिक कार्यात सहकार्याची भावना वाढीस लागते.

११) उद्दिष्टनिश्चितीमुळे व्यक्तीच्या श्रमाला / प्रयत्नांना योग्य दिशा मिळते.

१२) उद्दिष्टनिश्चिती हा नियोजन कार्याचा पायाच आहे. उद्दिष्टांच्या आधारावरच इतर योजना, कार्यक्रम व कार्यपद्धती अवलंबून असतात.

१३) उद्दिष्टनिश्चितीमुळे उपक्रमातील विविध विभागांतील कार्यांमध्ये व व्यक्तींच्या प्रयत्नांमध्ये संलग्नता निर्माण होते.

१४) उद्दिष्ट निश्चितीचा उपयोग कार्यक्षमता मोजण्यासाठी प्रमाण म्हणून करता येतो.

१५) उद्दिष्टनिश्चितीच्या आधारे उपक्रमाचा दूरदर्शी विचार स्पष्ट होतो. त्यामुळे भविष्यकालीन कार्यक्रमाकडे वाटचाल करणे शक्य होते.

स्मार्ट कसोटी (Smart Criteria)

निश्चित केलेली उद्दिष्ट्ये पूर्णत्वास नेण्यासाठी ज्या कसोट्या निर्धारित केल्या आहेत. त्यांनाच 'स्मार्ट कसोट्या' म्हणतात. उद्दिष्ट पूर्ण करण्यासाठी या कसोट्या एक प्रकारच्या मार्गदर्शक असतात.

जेव्हा उद्दिष्ट निश्चित केले जाते तेव्हा ते 'स्मार्ट' असले तर त्याची पूर्तता सुलभरितीने होते. स्मार्ट या इंग्रजी शब्दातील अक्षरांचा अर्थ खालीलप्रमाणे आहे.

S - Specific - विशिष्ट

M - Measurable - मोजता येण्याजोगे

A - Attainable - सफल होण्यासारखे

R - Relevant - संदर्भ असलेले

T - Time - bound - कालबद्ध

स्मार्ट (SMART) या संकल्पनेचा उल्लेख सर्वप्रथम इ. स. १९८१ मध्ये जॉर्ज टी. डोरन यांनी 'मॅनेजमेंट रिव्ह्यू' या मासिकात केला. पुढे पॉल जे. मेयर यांनी 'ॲटिट्यूड इन एवरीथिंग' या पुस्तकात या संकल्पनेचे स्पष्टीकरण दिले.

(अ) Specific विशिष्ट

या संकल्पनेनुसार उद्दिष्ट हे सर्वसामान्यांऐवजी विशिष्ट असे हवे. उद्दिष्टांमध्ये कोणतीही संदिग्धता असता कामा नये. विशिष्ट अशा उद्दिष्टांसाठी ५ प्रश्नांची उत्तरे असणे आवश्यक असते. हे प्रश्न याप्रमाणे -

१) काय (What) - उद्दिष्ट हे काय साध्य करण्याचे आहे.

२) का (Why) - उद्दिष्ट का पूर्ण करावयाचे आहेत. याचाच अर्थ उद्दिष्ट पूर्ण करण्याचे फायदे.

३) कोण (Who) - उद्दिष्टपूर्तीसाठी जबाबदार असणाऱ्या समूहात कोण आहे.

४) कोठे (Where) - उद्दिष्ट कोठे पूर्ण करावयाचे आहे.

५) कोणते (Which) - उद्दिष्ट पूर्ण करण्यासाठी कोणत्या बाबींची पूर्तता होणे आवश्यक आहे. तसेच उद्दिष्ट पूर्ततेच्या दरम्यान कोणते अडथळे उभे राहण्याची शक्यता आहे.

ब) Measurable मोजता येण्याजोगे

ही संकल्पना उद्दिष्टांच्या प्राप्तीसाठी होणाऱ्या प्रयत्नांचे मोजमाप करते; जर उद्दिष्टांसाठीच्या प्रयत्नांचे मोजमाप करता आले नाही तर उद्दिष्टपूर्तीसाठी समूह प्रगती करत आहे की नाही हे स्पष्ट होणार नाही आणि म्हणनूच श्रमाचे किंवा प्रयत्नांचे मोजमाप होणे आवश्यक आहे. या संकल्पनेसाठी काही प्रश्नांची उत्तरे असणे आवश्यक आहे.

हे प्रश्न याप्रमाणे :

How much? किती प्रयत्न आवश्यक आहे ?

How many? उद्दिष्टपूर्ततेसाठी किती व्यक्तींची आवश्यकता आहे ?

How will I know when it is accomplished? उद्दिष्ट पूर्ण झाले आहे हे कसे कळेल ?

क) Attainable सफल होण्यासारखे

ही संकल्पना उद्दिष्टाच्या वास्तववादीपणावर तसेच उद्दिष्ट सफल होण्यासारखे असण्यावर भर देते. या संकल्पनेनुसार उद्दिष्ट हे आवाक्याबाहेरचे नसावे. तसेच सर्वसामान्यही नसावे. उद्दिष्ट हे अवघड परंतु सफल होण्यासारखे असावे. जेव्हा आपण आपल्या उद्दिष्टांची निश्चिती करतो; तेव्हा ती उद्दिष्टे प्राप्त करण्यासाठी आपण वेगवेगळे मार्गही शोधतो. यामुळे आपल्यातील व्यक्तिमत्त्व, क्षमता, कौशल्य, आर्थिक क्षमता इ. मध्ये वृद्धी होते. या संकल्पनेसाठी आपल्याजवळ एका प्रश्नाचे उत्तर असणे आवश्यक आहे. हा प्रश्न आहे.

How (कसे) - निश्चित केलेले उद्दिष्ट कसे पूर्ण करता येईल ?

ड) Relevant - संदर्भ असलेले

ही संकल्पना उद्दिष्टाच्या अर्थपूर्णतेला महत्त्व देते. समजा एखाद्या धावपटूचे उद्दिष्ट 'दररोज एक निबंध लिहिणे' हे आहे. त्याचे हे उद्दिष्ट विशिष्ट आहे. मोजता येण्याजोगे आहे, सफल होण्यासारखे आहे आणि कालबद्धपण आहे. परंतु, ते संदर्भ असलेले किंवा अर्थपूर्ण आहे असे म्हणता येणार नाही. 'दररोज १ कि.मी. धावण्याचा सराव करणे' हे उद्दिष्ट त्याच्यासाठी अर्थपूर्ण होईल. जी उद्दिष्टे दुसऱ्या उद्दिष्टांना साहाय्य करतात किंवा त्यांच्याच एक भाग असतात. अशा उद्दिष्टांना संदर्भ असलेली उद्दिष्टे म्हणतात.

या संकल्पनेच्या संदर्भातील प्रश्न आहे.

१) हे वेळ खर्च करण्याच्या योग्यतेचे आहे का ?

२) यासाठी ही वेळ योग्य आहे का ?

३) हे इतर प्रयत्नांबरोबर जुळतील का ?

४) आपण यासाठी योग्य व्यक्ती आहे का ?

अर्थातच यावरील सर्व प्रश्नांचे उत्तर होकारार्थी असणे आवश्यक आहे.

इ) Time-bound (कालबद्ध)

ही संकल्पना कोणत्याही उद्दिष्टपूर्ततेसाठी वेळेची जी चौकट (कालमर्यादा) निश्चित केलेली असते; त्याला महत्त्व देते. यामुळे व्यक्तीचे सर्व लक्ष उद्दिष्ट पूर्ण करण्यावर केंद्रित होते. कालबद्धतेच्या तत्त्वामुळे उद्दिष्ट रेंगाळत नाही व एक प्रकारची शीघ्रता त्यामध्ये येते.

या संकल्पनेच्या संदर्भातील प्रश्न याप्रमाणे -

१) केव्हा ?

२) आतापासून सहा महिन्यात मी काय करू शकतो ?

३) आतापासून सहा आठवड्यात मी काय करू शकतो ?

४) आज मी काय करू शकतो ?

उद्दिष्टांच्या संदर्भातील 'करा' आणि 'करू नका' (Do's and Don'ts about Goals)

१) प्रत्येक विभागातील 'करा' Do's उद्दिष्ट संस्थेच्या सर्वसाधारण उद्दिष्टांशी सुसंगत असले पाहिजे.

२) वैयक्तिक व विभागीय उद्दिष्टांमध्ये समन्वय असणे आवश्यक आहे.

३) कर्मचाऱ्यांना उद्दिष्टांच्या माध्यमातून अभिप्रेरणा (Motivation) मिळाली पाहिजे.

४) उद्दिष्टांच्या पूर्ततेसाठी काम व कर्मचाऱ्यांमध्ये समन्वय साधला पाहिजे.

५) नियोजित उद्दिष्टे पूर्ण करण्यासाठी साधनांची जुळवाजुळव केली पाहिजे.

६) उद्दिष्टे निश्चित करताना संस्थेच्य सर्व क्षेत्रातील उद्दिष्टे निश्चित केली पाहिजे व त्या सर्वात समतोल ठेवला पाहिजे.

७) उद्दिष्ट निश्चितीची प्रक्रिया ही संयुक्त व परस्पर विचारांची दुतर्फा प्रक्रिया असली पाहिजे.

८) उद्दिष्टपूर्तीच्या प्रक्रियेत अभिप्रेरण हे प्रभावी असले पाहिजे. त्यामुळे मोठी उद्दिष्टे ठेवता येतात व दृष्टी व्यापक बनते.

९) प्रत्येक व्यक्तीला आपल्याकडून व्यवस्थापनाच्या काय अपेक्षा आहेत हे माहीत असणे आवश्यक आहे. त्यामुळे श्रमाची द्विरुक्ती टाळली जाते व सर्वांचे प्रयत्न व्यक्तीगत हितापेक्षा सांघिक हिताकडे वळतात.

१०) उद्दिष्टपूर्ततेच्या कार्यात प्रत्येकाची जबाबदारी स्पष्ट असली पाहिजे.

११) उद्दिष्टांची साखळी तयार करून त्यानुसार कृती कार्यक्रम आखला पाहिजे.

१२) साधनांची उपलब्धता व ध्येय-उद्दिष्ट यांचा ताळमेळ राखला पाहिजे.

१३) व्यक्तीच्या कार्याचे मूल्यमापन त्यांनीच मान्य केलेल्या निकषांप्रमाणे केले गेले पाहिजे.

१४) उद्दिष्ट पूर्ततेसाठी योग्य प्रशिक्षण कार्यक्रम आखले पाहिजे.

१५) उद्दिष्टपूर्तीच्या कार्यात सहभागी असलेल्या सर्वांच्या कार्याची दखल घेतली गेली पाहिजे.

१६) व्यवस्थापकाने कर्मचाऱ्यांचे वैयक्तिक उद्दिष्ट संस्थेच्या उद्दिष्टांवर अवलंबून आहेत; अशी कर्मचाऱ्यांच्या मनात भावना निर्माण करणे आवश्यक आहे.

१७) उद्दिष्टांच्या प्राप्तीसाठी संज्ञापनाच्या माध्यमातून व्यक्तींना प्रभावित करू शकणारे नेतृत्व असले पाहिजे.

१८) उद्दिष्ट पूर्ण करण्यासाठी उपलब्ध असलेल्या विविध पर्यायांपैकी सर्वोत्तम पर्यायाची निवड कौशल्यपूर्वक केली पाहिजे.

१९) उद्दिष्टपूर्ततेच्या प्रक्रियेत पूर्वानुमान करणे आवश्यक आहे.

करू नका (Don'ts)

१) उद्दिष्ट प्राप्त करताना कोणतेही दडपण असू नये.

२) उद्दिष्ट हे अवाक्याबाहेरचे असू नये.

३) उद्दिष्ट हे अस्पष्ट असू नये.

४) केवळ उद्दिष्ट वेळेत पूर्ण करावयाचे आहे म्हणून त्याच्या दर्जाशी (Standard) कोणतीही तडजोड होता कामा नये.

५) उद्दिष्टपूर्तता ही अपेक्षेप्रमाणे झाली नाही तर येणारे नैराश्य टाळले पाहिजे व पुढील प्रयत्नात झालेल्या चुका टाळल्या पाहिजे.

६) उद्दिष्ट पूर्ण करताना नवीन माहिती प्राप्त करणे, नवीन कौशल्य अवगत करणे इ. कडे दुर्लक्ष करू नये.

७) उद्दिष्टपूर्ततेच्या प्रक्रियेदरम्यान अंतर्गत स्पर्धा असू नये.

८) उद्दिष्टपूर्ततेच्या प्रक्रियेदरम्यान व्यूहरचना (Stratagy) आणि व्यक्तीवर्तन याकडे दुर्लक्ष करू नये.

प्रश्नावली

१) कार्यालय व्यवस्थापकची व्याख्या देऊन त्याचे स्थान आणि दर्जा स्पष्ट करा.

२) कार्यालय व्यवस्थापकाची भूमिका स्पष्ट करा ?

३) 'व्यवस्थापकीय कौशल्य' या विषयावर सविस्तर टीप लिहा.

४) कार्यालय व्यवस्थापकाचे गुण स्पष्ट करा.

५) कार्यालय व्यवस्थापकाची कार्ये आणि जबाबदाऱ्या स्पष्ट करा.

६) वेळेच्या व्यवस्थापनाची संकल्पना स्पष्ट करून त्याचे महत्त्व लिहा.

७) वेळेचा योग्य उपयोग होण्यासाठी उपाययोजना स्पष्ट करा.

८) वेळेचा अपव्यय टाळण्यासाठी करण्यात येणारी उपाययोजना स्पष्ट करा.

९) 'उद्दिष्ट' या संकल्पनेची व्याख्या देऊन त्याची वैशिष्ट्ये स्पष्ट करा.

१०) उद्दिष्टांचे महत्त्व स्पष्ट करा.

११) उद्दिष्टनिश्चिती ही संकल्पना स्पष्ट करून त्याचे फायदे लिहा.

१२) उद्दिष्टनिश्चितीच्या 'स्मार्ट कसोटी' (Smart Criteria) वर सविस्तर टीप लिहा.

१३) उद्दिष्टांच्या संदर्भातील 'करा' (Do's) आणि 'करू नका' Don'ts स्पष्ट करा.

प्रकरण

४

कार्यालयीन सेवा
Office Services

४.१ टपाल सेवा, कुरिअर सेवा

४.२ कार्यालयीन प्रपत्रे, इ-प्रपत्र

४.३ वेबपेज

४.४ कार्यालयीन लेखन साहित्य आणि पुरवठ

४.१ टपाल सेवा (Mail Service)

कार्यालयाला व्यवसायासाठी विविध प्रकारच्या सेवा पुरवाव्या लागतात. यापैकीच एक महत्त्वाची सेवा म्हणजे टपाल सेवा होय. टपाल हाताळणी हे कार्यालयाचे एक महत्त्वाचे कार्य आहे. टपाल हाताळणी विभागाचे फायदे खालीलप्रमाणे :

१) संस्थाबाह्य संपर्कात सातत्य ठेवता येते.

२) जनसंपर्क प्रभावी बनतो.

३) व्यवसायाची / संस्थेची प्रतिमा उंचावते.

४) आंतर्विभागीय सहकार्य व समन्वय वाढीस लागते.

आधुनिक कार्यालयातील टपाल सेवा

आधुनिक कार्यालयात पत्र पाठविण्यासाठी व आलेली पत्रे स्वीकारण्यासाठी पुढील प्रकारची विविध यंत्रे व उपकरणे वापरली जातात.

१) पत्रे उघडण्याचे यंत्र : कार्यालयात आलेली पत्रे उघडण्यासाठी या यंत्राचा वापर केला जातो. यासाठी विजेवर चालणाऱ्या किंवा मानवी शक्तीच्या साहाय्याने चालणाऱ्या यंत्राचा वापर करण्यात येतो.

२) घडी घालण्याचे यंत्र : एकाच वेळेस मोठ्या प्रमाणात पत्राची घडी घालण्यासाठी या यंत्राचा वापर करण्यात येतो. पत्राची योग्य प्रकारे घडी घातलेली असल्यास व्यवसायाचा नावलौकिक वाढण्यास या गोष्टीचा उपयोग होतो.

३) सील करण्याचे तंत्र : वेगाने पत्र चिकटविणे, बंद करणे यासाठी या मशीनचा वापर करण्यात येतो. हे मशीन जलद काम करण्यासाठी उपयुक्त असते.

४) पत्ता लिहिण्याचे यंत्र : शासकीय व मोठ्या कार्यालयांमधून या यंत्राचा वापर करण्यात येतो. बऱ्याच वेळेस छपाई केलेला मजकूर पत्रावर चिकटविण्यात येतो.

५) टायपिंग मशीन : पत्रे आकर्षक व जलद रितीने टाईप करण्यासाठी या यंत्राचा वापर करण्यात येतो.

६) सांख्यिकीय यंत्रे : गणिते, बेरीज, वजाबाकी, गुणाकार करण्यासाठी या यंत्राचा वापर केला जातो. या कार्यालयात बीजके, किंमतपत्रके व पगारपत्रके तयार केली जातात त्या ठिकाणी या यंत्राचा वापर केला जातो.

७) संगणक : अलीकडे प्रत्येक कार्यालयात संगणकाचा वापर मोठ्या प्रमाणात करण्यात येत आहे. पत्रे टाईप करण्यासाठी, पत्रातील मजकूर पुनर्मुद्रित करण्यासाठी या यंत्राचा मोठ्या प्रमाणात उपयोग होतो.

८) स्टँप लावणारे मशीन : मोठ्या आकाराच्या कार्यालयात पोस्टाची तिकिटे लावण्याचे महत्त्वाचे काम करावे लागते. यासाठी फ्रँकिंग मशीन किंवा तिकीट लावणाऱ्या यंत्राचा वापर करण्यात येतो.

कुरिअर सेवा (Courier Service)

अर्थ :

'कुरिअर' या इंग्रजी शब्दाचा अर्थ निरोप्या, जासूद किंवा हलकारा असा आहे. व्यावसायिक कार्यालयामध्ये निरोप देण्यासाठी, पत्रे पाठविण्यासाठी व माहिती देण्यासाठी अलीकडे या सेवेचाही वापर केला जातो.

व्याख्या :

'एका संस्थेतून दुसऱ्या संस्थेकडे, एका कार्यालयातून दुसऱ्या कार्यालयाकडे किंवा एका व्यक्तीकडून दुसऱ्या व्यक्तीकडे निरोप, पत्रे किंवा लेखी संदेश पाठविण्याच्या प्रक्रियेला 'कुरिअर सेवा' किंवा 'निरोप्याची सेवा' असे म्हणतात.'

कुरिअर सेवेची गरज व महत्त्व :

कुरिअरची सेवा ही सरकारी पोस्ट कार्यालयाशी समांतर अशी खाजगी सेवा आहे. सार्वजनिक किंवा सरकारी पोस्टापेक्षा जलदसेवा देण्यासाठी या सेवेचा उपयोग केला जातो. अलीकडे लहान मोठ्या शहरांमधून खाजगीरीत्या पत्रे, पाकिटे यांची मोठ्या प्रमाणात वाहतूक केली जाते. सार्वजनिक पोस्टामार्फत मिळणारी संथसेवा हे या सेवेचे महत्त्वाचे कारण आहे. पोस्ट कार्यालयाद्वारे पत्र किती दिवसात पोहोचविले जाईल याची हमी दिली जात नाही; परंतु कुरिअरच्या सेवेद्वारे कमीत कमी वेळेत पत्रे पोहोचविली जातात. पोस्टाद्वारे दिलेली सेवा अतिशय मंद आहे. पोस्टाची कामे वाढत आहेत; परंतु त्या प्रमाणात कर्मचारी आधुनिकीकरण केले जात नाही. त्यामुळे बऱ्याच वेळेस निरोप्याची सेवा आवश्यक होते. पुढील मुद्यांवरून या सेवेचे महत्त्व लक्षात येते:

१) कुरिअरच्या सेवेद्वारे जलद पत्र किंवा संदेश पोहोचविले जातात.

२) कुरिअरच्या साहाय्याने रेल्वे, विमान इत्यादींचे रिझर्व्हेशन करता येते.

३) कुरिअरच्या सेवेद्वारे पत्र दिल्याची पावती पत्र पाठविणाऱ्याला दिली जाते.

४) कुरिअरच्या सेवेद्वारे विशिष्ट मुदतीत पत्रे पाठविता येतात.

५) मोठ्या शहरातून या सेवेद्वारे एक दिवसात पत्रे पोहोचविली जातात.

कुरिअर सेवांचे फायदे पुढीलप्रमाणे :

१) जलद गतीने सेवा : साधारणपणे कुरिअरमार्फत पाठविलेली कागदपत्रे किंवा पार्सल्स टपाल सेवेपेक्षा लवकर पोहोचतात.

२) कोणत्याही ठिकाणी घरपोच व्यवस्था : सरकारी पोस्टामार्फत मोठ्या गावात आणि शहरांतच पत्रे व पार्सल्स घरपोच दिली जातात. अन्य ठिकाणी लोकांना टपाल कार्यालयातून ती गोळा करावी लागतात. कुरिअर सेवा मात्र शहरातील किंवा ग्रामीण भागातील कोणत्याही ठिकाणी पोच देऊ शकतात.

३) मागोवा ठेवणे जास्त सुलभ : बहुतेक कुरिअर संस्थांमध्ये पाठविल्या जाणाऱ्या कागदपत्रांचा किंवा पार्सल्सचा संगणकाद्वारे मागोवा घेतला जातो. कुरिअर सेवेमध्ये एखादे कागदपत्र किंवा पार्सल गहाळ झाल्यास किंवा विलंब झाल्यास ते शोधणे जास्त सुलभ असते.

४) तत्पर सेवा : पोस्टाद्वारे केवळ तिकीट चिकटविल्याने सेवेचा पुरवा सिद्ध होतो; परंतु कुरिअर सेवेमध्ये प्रत्येक पाठवणीची पावती तीन प्रतींमध्ये केली जात असल्याने पाठवणीचा पुरावा जास्त विश्वसनीय ठरतो.

५) कागदपत्रे पोहोचविण्यासाठी कालमर्यादा नसते : सर्वसाधारणपणे कुरिअर सेवा २४ तास काम करतात. मात्र, पोस्टामार्फत दिवसातून एकदाच वाटप होते.

कुरिअर सेवांच्या मर्यादा पुढीलप्रमाणे :

१) कुरिअर सेवा खर्चिक असतात : छोटी पाकिटे पाठविण्यासाठी कुरिअर सेवेतील आणि टपाल सेवेतील खर्चात फारसा फरक नसतो; परंतु वजनदार पाकिटे आणि पार्सल्सच्या बाबतीत कुरिअर सेवा टपालापेक्षा जास्त खर्चिक ठरतात.

२) कुरिअर संस्थेच्या कार्यक्षेत्रापुरतीच मर्यादित सेवा : ज्या ठिकाणी कुरिअर संस्थेचे जाळे पसरलेले असते त्या ठिकाणीच कुरिअर संस्था सेवा देऊ शकतात. इतर ठिकाणी अशा संस्था सेवा पुरवत नाही.

३) पुराव्याची अधिकृतता : काही ठिकाणी पोस्टाद्वारे पाठविलेल्या कागदपत्रांची पावती अधिकृत समजली जाते. कुरिअर संस्थेची पावती सर्वत्र अधिकृत मानली जात नाही.

४) वेळी - अवेळी घरपोच सेवेचा त्रास : अनेक वेळा कुरिअर संस्थांचे कर्मचारी भलत्यावेळी कागदपत्रे घरी घेऊन येतात. त्याचा गृहिणींना आणि वृद्ध व्यक्तींना त्रास होऊ शकतो.

४.२ कार्यालयीन प्रपत्रे (Office Forms)

अर्थ :

कार्यालयामध्ये विविध प्रकारची माहिती देण्यासाठी अथवा घेण्यासाठी विविध प्रपत्रांचा उपयोग केला जातो. प्रपत्रांच्या साहाय्याने अचूक माहिती उपलब्ध होते. माहितीचे विश्लेषण, वर्गवारी इ. कार्ये प्रपत्रांमुळे सहज करता येतात.

व्याख्या :

डॅनियर :

१) ज्या छापील कागदावर अगर कार्डावर विविध मथळ्याखाली माहिती नोंदविण्यात येते त्यास प्रपत्रे असे म्हणतात.

२) ज्या छापील कागदाच्या आधारे माहिती गोळा केली जाते व पुरविली जाते त्या कागदास प्रपत्रे असे म्हणतात.

प्रपत्रांच्या साहाय्याने विशिष्ट माहिती गोळा केली जाते. प्रपत्रांवर काही माहिती छापील स्वरूपात असते तर काही माहिती हाताने लिहावयाची असते. हाताने माहिती लिहिण्यासाठी कोरी जागा सोडलेली असते. छापील माहितीस अनुसरून कोऱ्या जागेवर माहिती भरावयाची असते.

प्रपत्रांचे उद्देश :

१) प्रपत्रांच्या साहाय्याने कोणती माहिती मिळवावयाची हे निश्चित केले जाते.

२) प्रपत्रांवरील माहितीचा उपयोग भविष्यकाळात संदर्भ म्हणून केला जातो.

३) प्रपत्रांच्या साहाय्याने आवश्यक तेवढीच माहिती मिळविली जाते.

४) प्रपत्रांच्या साहाय्याने जमा करावयाच्या माहितीची पुनरावृत्ती टाळली जाते.

५) प्रपत्रांमुळे एकाच प्रकारची माहिती मिळविणे शक्य होते.

६) प्रपत्रांच्या साहाय्याने समान किंवा सारखीच माहिती अनेक प्रतींमध्ये मिळविता येते.

७) माहिती मिळविण्यात होणाऱ्या चुका प्रपत्रांमुळे टाळता येतात व अचूक माहिती मिळविता येते.

कार्यालय प्रपत्रांचे फायदे :

१) प्रपत्रांमुळे माहिती जलद व कार्यक्षमतेने उपलब्ध होते.

२) माहिती योग्य ठिकाणी लिहिली जात असल्याने सहज शोधता येते.

३) कामाची पुनरावृत्ती टाळता येते.

४) वेळ व श्रम यांची प्रपत्रांमुळे बचत होते.

५) माहितीचे वर्गीकरण व विश्लेषण सहज व योग्य प्रकारे करता येते.

६) प्रपत्रांमुळे कार्यालयातील नोंदी सोईस्करपणे करता येतात.

७) प्रपत्रांच्या वापरामुळे कार्यालयातून ग्राहक, पुरवठादार यांना चांगल्या व कार्यक्षम सेवा पुरविता येतात.

८) प्रपत्रांवर माहिती लिहिणाऱ्याची स्वाक्षरी असल्यामुळे कर्मचाऱ्याची जबाबदारी निश्चित करता येते.

कार्यालयामध्ये विविध कार्यांसाठी वेगवेगळी प्रपत्रे वापरली जातात. प्रत्येक प्रकारचे प्रपत्र किंवा अर्ज तयार करताना काही मार्गदर्शक तत्त्वे वापरली जातात. प्रपत्रांची रचना योग्य प्रकारे व अचूकपणे करणे आवश्यक असते. त्याशिवाय प्रपत्रांद्वारे योग्य माहिती उपलब्ध होऊ शकत नाही.

प्रपत्र रचनेची किंवा आराखड्याची तत्त्वे :

१) **उद्दिष्ट :** प्रत्येक प्रपत्राची रचना ठराविक उद्देशाने केलेली असते. प्रपत्रांची रचना करताना मूलभूतरीत्या आवश्यक असणारी माहिती लक्षात घेऊन रचना करण्यात यावी.

२) **प्रपत्रांचे नाव :** साधारणपणे प्रपत्रे कशासाठी वापरली जाणार आहेत त्यावरून

प्रपत्रांसाठी योग्य नाव देण्यात यावे. उदा. बँकेत पैसे भरण्याचे प्रपत्र.

३) प्रमाणीकरण : कार्यालयात अनेक प्रकारची प्रपत्रे वापरली जाणार असतील तर प्रत्येक प्रपत्रांचे प्रमाणीकरण करावे. आकार, रंग, प्रपत्रांचा कागद इत्यादी गोष्टी प्रमाणित असाव्यात. आयकर कार्यालयात प्रत्येक कामासाठी वापरण्यात येणाऱ्या प्रपत्राला स्वतंत्र नंबर किंवा ओळख क्रमांक देण्यात येतो.

४) चौकटीचा वापर : प्रपत्रांद्वारे अचूक माहिती मिळविण्यासाठी, माहिती लिहिण्यासाठी योग्य आकाराची चौकट करण्यात यावी. चौकटीमध्ये मजकूर लिहिल्यामुळे तो सहज ओळखता येतो.

५) वापरास योग्य : प्रपत्रकांचा आकार वापरण्यास त्याचबरोबर धारिकेमध्ये ठेवण्यास योग्य असावा.

६) योग्य छपाई : प्रपत्रांवर काही माहिती छापलेली असते. अशी छपाई उत्कृष्ट व वाचण्यास योग्य असावी. छपाईमध्ये चुका असू नयेत.

७) उच्च प्रतीचा कागद : प्रपत्रे तयार करण्यासाठी उच्च व चांगल्या प्रतीचा कागद वापरण्यात यावा.

८) प्रपत्रांचे बाह्य स्वरूप : कोणत्याही प्रपत्रांवर कार्यालयाची प्रतिमा अवलंबून असते; म्हणून प्रपत्र आकर्षक व स्वच्छ असावे. बीजकासाठी चांगले प्रपत्र वापरण्यात यावे.

९) प्रपत्रांचा आकार : प्रपत्रांचा आकार त्यांच्या उपयोगावरून ठरविण्यात यावा. महत्त्वाच्या कार्यासाठीचे प्रपत्र मोठ्या आकाराचे तर दुय्यम कामासंबंधीचे प्रपत्र लहान आकाराचे असावेत. कोणती व किती माहिती पाहिजे यावरून प्रपत्रांचा आकार ठरविण्यात यावा.

१०) प्रपत्रे भरण्याची माहिती : प्रपत्र तयार करतानाच प्रपत्र कसे भरावे यासंबंधीचे मार्गदर्शन किंवा सूचना असल्यास प्रपत्रांवर छापण्यात याव्यात. उदा. 'व्यक्तीचे नाव' लिहिताना आडनाव प्रथम लिहावे की पहिले नाव याचा स्पष्ट उल्लेख असावा.

११) जाड टाईप : महत्त्वाची माहिती अचूकपणे भरण्यासाठी जाड टाईपची अक्षरे किंवा मोठी अक्षरे वापरण्यात यावीत.

१२) इतर मुद्दे : प्रपत्रांवर कार्यालयाचे नाव असावे. माहिती भरणाऱ्या व्यक्तीस सही करण्यास जागा असावी. कमीत कमी शब्दांत माहिती लिहिण्यात यावी. प्रपत्रामध्ये योग्य तितका समास सोडलेला असावा.

वरील सर्व गोष्टी विचारात घेऊनच प्रपत्रांची रचना किंवा आराखडा तयार करण्यात यावा.

प्रपत्रांचे प्रकार :

कार्यालयात वापरली जाणारी प्रपत्रे अनेक प्रकारची असतात. प्रपत्रांचे प्रकार त्यांच्या कार्यावरून, हेतूवरून अथवा नावावरून ठरविण्यात येतात.

अ) वापरावरून प्रपत्रांचे प्रकार :

१) अंतर्गत प्रपत्रे : कार्यालयाच्या अंतर्गत वापरासाठी जी प्रपत्रे वापरली जातात, त्यांना 'अंतर्गत प्रपत्रे' असे म्हणतात. अहवाल नमुने, माल हस्तांतरण पावती इत्यादींचा यामध्ये समावेश होतो.

२) बाह्य प्रपत्रे : ग्राहक, पुरवठादार यांच्याकडून जी प्रपत्रे भरून घेतली जातात त्यांना बाह्य प्रपत्रे म्हटले जाते. अशी प्रपत्रे बाहेरच्या व्यक्तींना पाठविली जातात म्हणून ती अचूक व आकर्षक असावीत. त्यामध्ये आदेश पत्रे, किंमतपत्रके यांचा समावेश होतो.

ब) संख्येवर आधारित प्रकार :

१) एकप्रत प्रपत्रे : ज्या प्रपत्रांची एकच प्रत असते व तीच मूळ प्रत म्हणून वापरली जाते त्यास 'एकप्रत प्रपत्र' म्हणतात.

२) अनेक प्रती प्रपत्रे : काही प्रपत्रे एकाच प्रकारच्या अनेक प्रती म्हणून भरली जातात किंवा प्रपत्रांचा अर्धा भाग त्याच मजकुराचा असतो. एक भाग कार्यालयाकडे तर दुसरा भाग संबंधित व्यक्तीकडे ठेवला जातो. एकाच प्रकारची माहिती अनेक प्रतींमधून भरून घेतली जाते व वेगवेगळ्या व्यक्तींना माहितीसाठी पाठविली जाते.

क) कार्यावर आधारित प्रकार :

१) खरेदी प्रपत्र, २) माल नियंत्रण प्रपत्र, ३) अर्ज प्रपत्र, इत्यादी.

प्रपत्र आराखडा

कार्यालयातील प्रपत्रांची रचना किंवा आराखडा ही बाब अत्यंत महत्त्वाची असते. या प्रपत्राची रचना करण्यासाठी विशेष कौशल्याची आणि ज्ञानाची आवश्यकता असते.

प्रपत्र आराखड्याचे विविध प्रकार पुढीलप्रमाणे :

१) चौकोन : या प्रकारामध्ये प्रपत्राचा दर्शनी भाग पूर्णपणे चौकोन टाकून तयार केला जातो. या चौकोनामध्ये माहिती भरावी असे नमूद केलेले असते; जर ही पद्धत कौशल्याने वापरली गेली तर प्रपत्राचा दर्शनी भाग इतर कोणत्याही पद्धतीपेक्षा अधिक चांगल्या पद्धतीने वापरता येतो. अशा प्रकारच्या चौकोनामुळे प्रपत्राला किंवा अहवालाला चांगले स्वरूप येते. असे प्रपत्र वापरणे कारकुनांसाठी सोपे जाते.

२) रेषा : या प्रकारामध्ये माहिती भरण्यासाठी प्रपत्रामध्ये रेषा दिलेल्या असतात. दुसऱ्या शब्दांत सांगावयाचे झाल्यास या प्रकारामध्ये एकाच रेषेवर माहिती द्यावी लागते. त्या रेषेवरचे तेथे कोणती माहिती लिहायची याच्या सूचना दिलेल्या असतात. वापरात असलेली ही सर्वात लोकप्रिय अशी पद्धती आहे. याची परिणामकारकता आवश्यक असणारी देणारी माहिती कोणत्या क्रमाने आणि किती प्रमाणात भरावयाची यावर अवलंबून असते.

३) शीर्षक : प्रपत्राचा आराखडा / रचना तयार करताना ते प्रपत्र कोणत्या कारणासाठी आहे याकडे लक्ष वेधण्यासाठी त्या प्रपत्राला शीर्षक दिलेले असते. यात कधी कधी अशा शीर्षकामुळे त्या प्रपत्राच्या दर्शनी भागातील काही जागा वाया जाते. मात्र जर ही रचना कौशल्याने केली तर असे शीर्षक त्या प्रपत्राचे स्वरूप आकर्षक बनवू शकते. अशा प्रकारच्या शीर्षकामुळे माहिती भरणे व मिळविणे सोपे जाते.

४) स्तंभ : प्रपत्रामध्ये माहिती भरण्यासाठी नेहमीच स्तंभ असणारी रचना फायद्याची ठरते. अर्थात, जी माहिती तक्त्यामध्ये आकडेवारी वगैरे स्वरूपात भरावयाची असते त्यासाठी असे प्रपत्र फायदेशीर ठरते.

५) जागा सोडणे : प्रपत्रामध्ये प्रत्येक ओळीमध्ये आणि शब्दामध्ये योग्य ते अंतर ठेवले पाहिजे. प्रपत्राचे स्वरूप व उपयोग या दोन्हींच्या दृष्टीने हे महत्त्वाचे असते.

प्रपत्रांचे नियंत्रण :

प्रपत्रांचे नियंत्रण या संकल्पनेमध्ये योग्य आराखडा, छपाई, मितव्ययी उपयोग आणि कार्यालयीन कामकाज सुरळीतपणे आणि परिणामकारकतेने चालण्यासाठी प्रपत्रांचा पुरवठा इत्यादी बाबींचा समावेश होता. प्रपत्र हा कार्यालयातील अविभाज्य असा घटक आहे. कार्यालयात प्रपत्रांचे अनेक प्रकार वापरले जातात. अशा प्रपत्रांचे नियंत्रण करणे हे अत्यंत महत्त्वाचे कार्य असते. प्रपत्रांच्या नियंत्रणाची उद्दिष्टे पुढीलप्रमाणे सांगता येतील -

१) हेतूपूर्ती : प्रपत्र ज्या कामासाठी वापरावयाची आहेत त्या कामाच्या हेतूची पूर्तता करणारी असणे आवश्यक असते.

२) वापरायला साधी आणि सोपी : कार्यालयीन प्रपत्रे समजायला सोपी व वापरायला साधी असावीत.

३) प्रमाणीकरण : कार्यालयामध्ये निरनिराळ्या कामांसाठी, प्रक्रियेसाठी वापरण्यात येणाऱ्या प्रपत्रांचे प्रमाणीकरण केलेले असणे आवश्यक असते.

४) पुनरावृत्ती टाळणे : प्रपत्रांची रचना अशी असावी जेणेकरून पुनरावृत्ती टाळता येईल.

५) माहितीचे संकलन : प्रपत्रामध्ये आवश्यक माहितीचे संकलन योग्यप्रकारे होणे आवश्यक असते. कार्यालयाचे काम सुरळीतपणे चालण्यासाठी ते गरजेचे असते.

प्रपत्र नियंत्रणातील पायऱ्या / टप्पे :

१) केंद्रीभूत प्रशासन स्थापन करणे : प्रपत्र नियंत्रणासाठी एक केंद्रीय अधिकारी / प्रशिक्षक याची नियुक्ती ही पहिली पायरी आहे. मोठ्या व्यवसाय संघटनेमध्ये स्वतंत्र प्रपत्र नियंत्रण विभाग असतो. एक अधिकारी त्याचा मुख्य असतो. त्याचप्रमाणे ज्या व्यक्तींना प्रपत्रांचे पुरेसे ज्ञान आहे अशा व्यक्तींची एखादी समिती स्थापन करता येते. प्रपत्र नियंत्रणासाठी प्रपत्र अधीक्षकाची मुख्य म्हणून नियुक्ती करता येईल.

२) प्रपत्राचे रजिस्टर तयार करणे : प्रपत्र नियंत्रण अधिकाऱ्याने एक प्रपत्र रजिस्टर तयार करणे गरजेचे असते. कार्यालयात वापरण्यात येणाऱ्या प्रत्येक प्रपत्राच्या प्रत्येकी दोन प्रती रजिस्टरमध्ये ठेवाव्यात. त्या रजिस्टरमध्ये असणाऱ्या प्रत्येक फॉर्मची नोंद त्याच्या अनुक्रमणिकेत केलेली असावी.

३) कार्यालयीन दैनंदिन कामकाजाची नोंद : कार्यालयातील प्रपत्रांचा आराखडा आणि उपयोग हा कार्यालयातील कार्यपद्धती आणि दैनंदिन कामकाज यांच्याशी संबंधित असतो. त्यामुळे अशा दैनंदिन कामकाजाची यादी नियंत्रण विभागाने प्राप्त करून त्याप्रमाणे प्रपत्रांचे वर्गीकरण करून त्यावर नंबर टाकावेत.

४) तपासणी आणि विश्लेषण : ठराविक कालावधीनंतर या प्रपत्रांचा अभ्यास करून त्यापैकी काही कमी करायची, एकत्र करायची किंवा त्यामध्ये काही सुधारणा करावयाच्या हे निश्चित करावे. कधी कधी कार्यालयातील एखाद्या कामाचे पुनर्संघटन झाल्यास अशी तपासणी करणे आवश्यक असते. त्याप्रमाणे प्रपत्रांचे पुनर्संघटन करणे आवश्यक ठरते.

५) छपाई आणि पुनरुत्पादन : प्रपत्रांची रचना निश्चित केल्यानंतर प्रपत्र अधीक्षकाला त्यांच्या पुनरुत्पादनासाठी कोणती पद्धती वापरायची याची मंजुरी घ्यावी लागते. कार्यालय व्यवस्थापकाची अशी मंजुरी मिळाल्यानंतर अधीक्षकाने अशा प्रपत्रांच्या छपाईसाठी आदेश द्यावा.

६) प्रपत्रांचे प्रमाणीकरण : जर परिस्थिती तशी असेल तर प्रपत्रांचे प्रमाणीकरण करणे फायद्याचे ठरते. प्रमाणीकरणामुळे कागदाचा आकार, रंग, दर्जा आणि सर्व प्रकरच्या छपाईची शैली एकसारखी आणि प्रमाणित असल्याची खात्री कमी होऊन त्याच्या वापराबाबत असणारा संभ्रम दूर होतो.

प्रपत्रांचे प्रमाणीकरण

आधुनिक व्यवसाय मोठ्या प्रमाणात दफ्तरावर अवलंबून आहे. दफ्तर म्हणजे सर्व प्रकारची लिखित माहिती जी भविष्यात उपयोगी ठरू शकते. त्यासाठी प्रपत्रांची गरज असते; अशा प्रपत्रांमधून माहिती जतन करून ठेवली जाते आणि तिचा उपयोग वर्तमानपत्रात व भविष्यकाळात होऊ शकतो. अशा प्रकारे प्रपत्र हे आधुनिक व्यवसायाचे महत्त्वाचे वैशिष्ट्य आहे. त्यामुळे असे प्रपत्र प्रमाणित असणे आवश्यक असते. प्रपत्रांचे प्रमाणीकरण म्हणजे प्रपत्रांचा दर्जा, आकार, त्यांचा कागद, छपाईची शैली यांच्यातील सारखेपणा होय. प्रत्येक प्रकारच्या प्रपत्रासाठी प्रमाणके घालून देता येतात. प्रमाणीकरणामुळे अनेक फायदे होतात. ते पुढीलप्रमाणे सांगता येतील -

१) प्रमाणीकरणामुळे प्रपत्रासाठी वापरण्यात आलेल्या कागदाचा आकार, रंग, दर्जा आणि छपाई शैली, एकसारखी आणि प्रमाणित असण्याची खात्री पटते.

२) प्रपत्रांची रचना कार्यालयीन कामकाजाशी जुळली असल्याने कार्यक्षमतेमध्ये वाढ होते.

३) चांगल्या पद्धतीने किंवा प्रमाणित प्रपत्रांमुळे खर्चात बचत होते, कारण प्रमाणित नसलेली प्रपत्रे भरण्यासाठी जास्त श्रम लागतात त्यांची किंमत प्रपत्रापेक्षा जास्त असते.

४) गुंतागुंतीचे आणि नेहमी वापरात नसलेले प्रपत्र न निवडता वापरण्यास सोप्या व सहज सुलभ प्रपत्र निवडीची खात्री देता येते.

५) चांगल्या प्रकारे तयार केलेल्या प्रपत्रांमुळे लोकांच्या मनात कंपनीची चांगली प्रतिमा निर्माण होते.

६) प्रपत्रांची रचना जर चांगली नसेल तर कारकुनी चुका होतात. प्रमाणीकरणामुळे हे टाळता येते.

७) चांगल्या प्रकारे तयार न केलेल्या प्रपत्रांमुळे गोंधळ होण्याची शक्यता असते. प्रमाणीकरणामुळे हे टाळता येते.

इ-प्रपत्र (E-Form)

इ-प्रपत्र हे सर्वसाधारण प्रपत्रांचे संगणकीय रूप आहे. यामध्ये प्रपत्र प्राप्त करणे, भरणे व ते जमा करणे ही सर्व कार्ये संगणकाच्या माध्यमातून होतात. अर्थातच यासाठी इंटरनेट हे महत्त्वाचे माध्यम आहे. आपल्याला जे प्रपत्र हवे आहे त्या प्रपत्राशी संबंधित असलेल्या संस्थेच्या वेबसाईटवरून आपण ते प्रपत्र प्राप्त करू शकतो.

इ-प्रपत्राचे फायदे खालीलप्रमाणे :

१) इ-प्रपत्रामुळे छपाईच्या खर्चात बचत होते.
२) इ-प्रपत्र हे समजण्यासाठी व भरण्यासाठी सोपे असते.
३) इ-प्रपत्र भरताना प्रपत्र अपूर्ण भरले जाण्याची शक्यता नसते कारण जर प्रपत्र अपूर्ण भरलेले असेल तर जमा करताना तो संगणकीय प्रणालीद्वारे स्वीकारला जात नाही.
४) इ-प्रपत्रामुळे कागदाची बचत होते व प्रपत्र साठवण्याचा प्रश्नच येत नाही.
५) इ-प्रपत्र प्राप्त करण्याचे तसेच भरून जमा करणे ही दोन्ही कार्ये ऑफ लाईन तसेच ऑन लाईन या दोन्ही अवस्थांमध्ये करता येतात.
६) प्रपत्र भरून जमा केल्यानंतर आपण त्याची एक प्रत आपल्याकडे ठेवू शकतो.
७) इ-प्रपत्रांची नोंद ठेवणे. तसचे त्याचे विश्लेषण करणे सुलभ होते.
८) प्रपत्राच्या स्वरूपात बदल करणे सुलभ होते.
९) इ-प्रपत्रांमुळे कमीत कमी खर्चात अधिक चांगली सेवा उपलब्ध होते.
१०) प्रपत्रांच्या साठ्याची अचूक नोंद ठेवणे सुलभ होते.
११) माहितीचे वर्गीकरण सुलभतेने व शीघ्रतेने करता येते.
१२) इ-प्रपत्रांची कार्यपद्धती ही अतिशय सुलभ अशी आहे.
१३) इ-प्रपत्रांच्या साहाय्याने आवश्यक असलेली माहिती संदर्भ म्हणून जपून ठेवणे सुलभ व सुरक्षित होते.
१४) प्रपत्रांच्या किती प्रती काढाव्यात हा प्रश्न उपस्थित होत नाही; कारण इ-प्रपत्र हे संगणकीय प्रणालीमध्ये कधीही प्राप्त होण्यासाठी उपलब्ध असते.
१५) इ-प्रपत्रामुळे माहितीची द्विरुक्ती टाळली जाते.
१६) इ-प्रपत्र हे खात्रीशीररीत्या जमा करता येते.
१७) माहिती गोळा करताना तिची रचना करणे सुलभ होते.

४.३ वेबपेज (Web Page)

इंटरनेचा वापर करून मुख्यत: आपण इतर कॉम्प्युटर्सशी संपर्क साधत असतो व त्या काम्प्युटरमध्ये माहिती पाठवित असतो किंवा त्यामधून माहिती ग्रहण करीत असतो. इंटरनेटचा वापर खालील गोष्टींकरिता केला जातो.

१) वेब पेजेसचे अवलोकन
२) उपकरणांचे निर्माते, विक्रेते इत्यादींशी संपर्क साधणे
३) बातम्या मिळविणे
४) ग्रंथालयांना भेटी देणे

५) पुस्तके व मासिके वाचणे
६) कॉम्प्युटर प्रोग्राम्स मिळविणे
७) खरेदी करणे
८) जाहिरात करणे
९) एक किंवा अनेक व्यक्तींना संदेश पाठविणे
१०) ऑफिसचे काम करणे

वेबपेजेसचे अवलोकन

वेबपेज म्हणजे विशिष्ट प्रकारे तयार झालेले एक पान. इंटरनेटमध्ये मजकूर हा नेहमीच तुकड्यांमध्ये पाठविला जातो. अशा अनेक तुकड्यांचे मिळून एक वेबपेज तयार होते. ही वेब पेजेस काही विशिष्ट प्रोग्राम्स वापरून तयार केलेली असतात.

सामान्य वर्डप्रोसेसर्समध्ये तयार केलेले पान आणि वेबपेज यामध्ये मोठा फरक असतो. वर्डप्रोसेसरमधील पान सामान्यत: मजकुराने भरलेले असते क्वचित त्यामध्ये एक-दोन चित्रे असतात; पण वेबपेज मात्र अनेक वेगवेगळ्या प्रकारे त्या कॉम्प्युटरमधील माहितीच्या इतर काही तुकड्यांशी निगडित असते. जसे वर्तमानपत्रामध्ये पहिल्या पृष्ठावर महत्त्वाच्या बातम्यांची शीर्षके व त्याबाबत सुरुवातीची थोडी माहिती देऊन जास्त माहिती हवी असल्यास आपल्याला त्या बातमीच्या खाली नमूद केलेल्या पृष्ठावर त्या मथळ्याबाबत जास्त माहिती मिळते तसाच हा प्रकार असतो.

अशा प्रकारे वेबपेजेस तयार करून आपल्या संस्थेबाबत किंवा इतर कित्येक विषयांबाबत माहिती संकलित करणाऱ्या लाखो संस्थांनी आपले काम्प्युटर्स इंटरनेटला जोडले आहेत. हे कॉम्प्युटर्स नेहमीच चालू असतात त्यामुळे कोणत्याही दिवशी व कोणत्याही वेळी त्यामधील माहिती इंटरनेटद्वारा मिळू शकते.

वेबपेज म्हणजे ज्याच्यावर माहिती एकत्रित केलेली असते ते पान. या पानावर चित्रे, आकृती, मजकूर, शॉर्टकट (संक्षिप्त मार्ग) इ. माहिती असते. या संक्षिप्त मार्गाने (shortcut) त्या शब्दाशी संबंधित दुसऱ्या संकेतस्थळावरील अधिक माहिती किंवा पेजवरील अधिक माहिती आपण संगणकाच्या पडद्यावर पाहू शकतो. याला 'हायपर लिंक' असे म्हणतात. म्हणजेच या हायपर लिंकही दुसऱ्या एखाद्या पानावरील ठराविक मजकुराशी संबंधित असतात. या हायपर लिंक्स या वेब संकेतस्थळाच्या पहिल्या पानावर दिलेल्या असतात. या हायपर लिंकवर क्लिक केले म्हणजे त्या संबंधित पानाशी आपली जोडणी होते.

महाजाळ्याचा वेबपेज हा एक महत्त्वाचा भाग आहे. वेब म्हणजे एखाद्या गोष्टीची जुळणी, जोडणी करणे, सांधणे. हे वेबपेज आरेखन करताना त्यात सुशोभन, आकर्षण

असले पाहिजे. म्हणून वेबच्या संकेतस्थळाकडे लोकांना आकर्षित करण्याकडे कल असतो. त्यासाठी जास्त सुविधा सोईंची खैरात केली जाते. त्या संकेतस्थळावर हायपर लिंक्स बिटमॅप चित्रे (bitmap pictures) विविध रंग या सर्वांचा उपयोग केलेला असतो.

वेबपेजसाठी एक ठराविक भाषा वापरली जाते. त्याला हायपर टेक्स्ट मार्कअप लँग्वेज (HTML - Hyper Text Markup Language) असे म्हणतात. हायपर टेक्स्ट म्हणजे मजकूर यावर क्लिक केले म्हणजे आपल्याला अपेक्षित शब्दाविषयी अधिक माहिती मिळते. मार्कअप म्हणजे सुशोभित, आकर्षित करणे अशा तऱ्हेने हायपर टेक्स्टने वेबपेज सुशोभित करणारी भाषा म्हणजे एचटीएमएल.

वेबपेज तयार करताना संगणकीय आज्ञावली वापराव्या लागतात. उदा. इंटरनेट एक्सप्लोरर, नेटस्कॅप नेव्हीगेटर (Internet explorer, Netscape navigator), तर वेबपेजची सांकेतिक भाषा (code) लिहिण्यासाठी एखाद्या मजकुराचे संकलन करणारा (text editor) आवश्यक असतो. उदा. नोटपॅड (notepad), वर्डपॅड (wordpad).

हायपर टेक्स्ट मार्कअप लँग्वेजच्या सांकेतिक शब्दाचे भाषेचे तीन भाग होतात - १) शीर्षक (Title), २) मुख्य (Head), ३) मजकूर (Body) प्रत्येक सांकेतिक शब्द < > अशा प्रकारे लिहिला जातो; यांना चिन्ह म्हणतात. या चिन्हांना टॅग (Tag) म्हणतात. शीर्षक (Title) चिन्हाचा उपयोग शीर्षक देण्यासाठी होतो. मुख्य (Head) चिन्हाचा उपयोग वेबपेजच्या सुरुवातीला कोणत्या गोष्टी पाहिजे असतील, त्या गोष्टींचे सांकेतिक शब्द लिहिण्यासाठी होतो. हा वेब पेजच्या सुरुवातीलाच वाचला जातो. या चिन्हाचा उपयोग वेबपेजचे स्वरूप कायम ठेवण्यात होतो. मजकूर चिन्ह हा वेबपेजचा मुख्य भाग आहे. येथे प्रत्यक्ष चिन्ह इफेक्ट (Actual code effect) लिहिला जातो. एचटीएमएल चिन्ह हे वेबपेजचे सर्वात महत्त्वाचे चिन्ह आहे. या चिन्हामुळे आज्ञावलीला (ब्राऊझर) एटीएमएल पेज वाचता येते. यामध्ये एचटीएमएलचा सांकेतिक शब्द लिहिलेला असतो.

आपले वेबपेज संकेतस्थळ महाजाळ्यावर येण्यासाठी वेबसाईट लाँचिंग (website launching) करावे लागते. म्हणजे यासाठी महाजाळ्यावरील काही जागा ठराविक काळासाठी आपण भाड्याने घेत असतो. हे वेब संकेतस्थळ सुरू करण्यासाठी त्या संकेतस्थळाच्या संचिका तयार कराव्या लागतात. यानंतर एफटीपीच्या (पाईल ट्रान्सफर प्रोटोकॉल) मदतीने आपले वेबचे संकेतस्थळ महाजाळ्यावर दाखविता येते. महाजाळ्यातील काही ठिकाणी विनामूल्य संकेतस्थळे ठेवता येतात; पण त्यांची मुदत अल्पकाळ असते. खासगी कंपन्याही ही संकेतस्थळे सुरू करू शकतात. त्यांच्या सर्व्हरचे नाव या संकेतस्थळामागे असते.

वर्ल्ड वाईड वेब हे प्रलेखांच्या मोठ्या जगात प्रवेश देणारे एक हायपर मीडिया माहितीची प्रतिप्राप्ती करून देणारे साधन आहे.

वेबपेजचे फायदे

१) मुद्रित जाहिरात माध्यमापेक्षा (Print Advertisement) स्वस्त व लवचिक. आपली जाहिरात अधिक काळापर्यंत उपलब्ध असते तसेच जाहिरातीचा आशय आवश्यकतेनुसार आपण बदलू शकतो.

२) जगभरातील कोट्यवधी नेटीझन्सशी काही क्षणांतच संपर्क साधता येतो.

३) संस्था आणि ग्राहक यांच्यातील दरी कमी होते.

४) ग्राहकांच्या सकारात्मक प्रतिसादामुळे होणारी प्रसिद्धी क्षणार्धात मिळते.

५) ग्राहकांची ब्रँडसंबंधित एकनिष्ठता वाढते.

६) परिणामकारक निर्णय प्रक्रियेचे साधन म्हणून वापरता येते.

७) मिळणाऱ्या माहितीची विश्वासार्हता ही इतर संशोधन संस्थेकडून मिळणाऱ्या माहितीपेक्षा अधिक असते.

८) विक्रीपश्चात सेवात्मक दृष्टिकोनावर अधिक भर देणे सुलभ होते.

९) ग्राहकांकडून थेट प्रतिक्रिया प्राप्त होतात.

१०) बाजार विस्तारीकरणामध्ये कोणत्याही भौगोलिक सीमांचा अडथळा येत नाही.

११) हे केवळ प्रतिनिधित्व करण्याचे साधन नसून ते संप्रेषणाचे एक प्रभावी माध्यम आहे.

१२) वेबपेज हे अहोरात्र (२४ × ७ × ३६५) उपलब्ध असते.

१३) वेबपेजचा उपयोग करणे हे अधिक व्यवहार्य व सवडीचे आहे. आपले ग्राहक त्यांना हवे तेव्हा आपल्या संकेतस्थळाला भेट देऊ शकतात.

१४) संपर्क व्यवस्थेवर होणारा अनावश्यक खर्च टाळता येतो.

१५) 'ऑनलाईन सर्व्हे', 'व्हिजिटर्स पोल' याद्वारे आपण बाजारविषयक संशोधन आपल्या कार्यालयातूनच करू शकतो.

४.४ कार्यालयीन लेखन साहित्य (Office Stationary)

प्रस्तावना :

कार्यालयात दैनंदिन कार्ये करण्यासाठी मोठ्या प्रमाणात स्टेशनरी किंवा लेखन साहित्याचा वापर केला जातो. आवश्यक लेखन साहित्याशिवाय कार्यालयीन कार्ये पूर्ण करता येत नाहीत.

कार्यालयात वापरण्यात येणाऱ्या लेखन साहित्याचा योग्य व कार्यक्षमपणे वापर

करणे गरजेचे असते. त्याचबरोबर कर्मचाऱ्याला काम करताना पाहिजे त्या वेळेस लेखन साहित्य उपलब्ध होणे आवश्यक असते अन्यथा लेखन साहित्य शोधताना वापरण्यात येणारी श्रमशक्ती हा उत्पादनाचा प्रत्यक्ष घटक नसला तरी त्यामुळे उत्पादन खर्चात वाढ होते.

व्याख्या :

'कार्यालयामध्ये दैनंदिन कामकाजासाठी वापरण्यात येणारे कागद, कार्बन पेपर, टंकलेखन रिबिन, पेन, पेन्सिल, टाचण्या, फाईल किंवा धारिका, शाई, रबर बॅण्ड, शिक्के, इंक पॅड, पाकिटे, छापील फॉर्म्स् किंवा प्रपत्रे इ. साहित्याला लेखन साहित्य असे म्हटले जाते.'

लेखन साहित्याचे महत्त्व :

कार्यालयात दैनंदिन कामकाज करण्यासाठी कर्मचाऱ्यांकडून वापरण्यात येणाऱ्या लेखन साहित्यास फार महत्त्व आहे कारण त्याचा दुरुपयोग किंवा जास्त वापर झाल्यास कार्यालयीन खर्च वाढतो. कर्मचाऱ्यांना लेखन साहित्याशिवाय सोपविलेले काम पूर्ण करता येत नाही. पुढील वेगवेगळ्या मुद्द्यांवरून लेखन साहित्याचे महत्त्व लक्षात येते.

१) लेखन साहित्यावर कर्मचाऱ्यांची कार्यक्षमता अवलंबून असते.
२) लेखन साहित्याचा गैरवापर झाल्यास कार्यालयीन खर्च वाढतो.
३) लेखन साहित्याची किंमत कमी असली तरी त्याचा वापर मोठ्या प्रमाणात होतो.
४) लेखन साहित्य पुन्हा पुन्हा बाजारातून खरेदी करणे अवघड व अशक्य असते.
५) लेखन साहित्य एकदम खरेदी करून ठेवावे लागत असल्यामुळे त्याचा साठा करावा लागतो.
६) कार्यालयीन लेखन साहित्यावर कार्यालयाची प्रतिमा अवलंबून असते.
७) लेखन, साहित्याच्या कार्यक्षम व योग्य वापराने कार्यालयीन खर्चात बचत करता येते.

थोडक्यात, लेखन साहित्य हा कार्यालयासाठी एक आवश्यक घटक आहे. त्याचा योग्य व काळजीपूर्वक वापर होणे आवश्यक आहे.

लेखन साहित्य खरेदी (Stationary Purchase)

कार्यालयासाठी आवश्यक असणाऱ्या लेखन साहित्याची खरेदी करताना काही मूलभूत तत्त्वांचे पालन करावे लागते. ही तत्त्वे पुढीलप्रमाणे सांगता येतील :

१) योग्य प्रमाणात खरेदी करणे.
२) योग्य दर्जाची खरेदी करणे.

३) योग्य स्रोतांद्वारे खरेदी करणे.

४) योग्य वेळेस खरेदी करणे.

५) योग्य ठिकाणी खरेदी करणे.

६) योग्य किमतीला खरेदी करणे.

हे सर्व मुद्दे विचारात घेऊन खरेदी केंद्रित करावयाची की विकेंद्रित यांचाही खरेदी धोरण ठरविताना विचार करावा लागतो. खरेदीचे धोरण ठरविल्यानंतर पुढील पद्धतीने खरेदी केली जाते.

लेखन साहित्य खरेदी कार्यपद्धती :

१) लेखन साहित्याची मागणी : कार्यालयामध्ये विविध विभाग असतात. प्रत्येक विभागासाठी स्वतंत्र लेखन साहित्याची गरज असते. त्यामुळे प्रत्येक विभागाकडून त्याला आवश्यक असणाऱ्या लेखन साहित्याची मागणी नोंदविली जाते. केंद्रितखरेदी केली जात असेल तर एका प्रमुख अधिकाऱ्याकडे किंवा खरेदी विभाग प्रमुखाकडे मागणी नोंदविली जाते.

२) खरेदीचे प्रमाण : प्रत्येक विभागाकडून आदेश जमा केल्यानंतर खरेदीचे प्रमाण ठरविले जाते. खरेदी एकदम मोठ्या प्रमाणात करावयाची की लहान प्रमाणात करावयाची याचा निर्णय घेतला जातो. लेखन साहित्य साठवण्याची जागा, नासधुसीचे प्रमाण, वस्तू खराब होण्याची शक्यता इत्यादी घटकांचा विचार करून खरेदीचे प्रमाण ठरविले जाते.

३) किमतीपत्रक मागविणे : लेखन साहित्य खरेदीचे प्रमाण ठरविल्यानंतर विविध विक्रेत्यांकडून दरपत्रके किंवा किंमतपत्रके मागविण्यात येतात. विक्रेत्यांनी पाठविलेले नमुनेही संग्रहित करून ठेवलेले असतात. किंमत पत्रकावरून व प्रत्यक्ष संपर्काद्वारे विक्रेत्यांची किंवा पुरवठादारांची निवड केली जाते. त्यांच्याबरोबर चर्चा करून वस्तूंचे दर निश्चित केले जातात.

४) आदेश देणे : पुरवठादाराबरोबर झालेल्या चर्चेनुसार आदेश तयार करण्यात येतो. आदेशात वस्तूंचे प्रमाण, वर्णन, ठरविलेली किंमत, दर्जा, पैसे देण्याची पद्धत, माल पुरविण्याची तारीख इत्यादी सर्व अटी व शर्ती नमूद केल्या जातात. असा आदेश संबंधित पुरवठादाराला पाठविण्यात येतो.

५) आदेश रद्द करणे : पुरवठादाराला दिलेला आदेश काही कारणामुळे रद्द करावयाचा झाल्यास तशी लेखी सूचना तयार करून पुरवठादाराला पाठविण्यात येते. वेळेवर माल न मिळणे, आदेशामध्ये चुकीची माहिती नमूद करणे, पुरवठादाराकडून नियमांची पूर्तता न होणे इत्यादी कारणांमुळे दिलेला आदेश रद्द करण्यात येतो.

६) मालाची स्वीकृती व तपासणी : पुरवठादाराने माल किंवा लेखन साहित्य पाठविल्यानंतर ते ताब्यात घेऊन त्याची तपासणी करण्यात येते. आदेशाप्रमाणे माल नसल्यास तशी सूचना पुरवठादाराला देण्यात येते व खराब माल परत केला जातो.

७) किंमत देणे : खरेदी केलेल्या साहित्याच्या करारात ठरविल्यानुसार माल मिळण्यापूर्वी किंवा मिळाल्यानंतर ठरावीक मुदतीत किंमत किंवा मालाची पूर्ण रक्कम दिली जाते. कमी असलेल्या किंवा खराब मालाची किंमत वजा करून घेतली जाते.

कार्यालयामध्ये लेखन साहित्य देण्याची शास्त्रशुद्ध पद्धती (Distribution of Stationary) :

लेखन साहित्य व्यवस्थापनातील लेखन साहित्याचे वाटप हा अत्यंत महत्त्वाचा घटक आहे. ही पद्धती सोपी व सुनियोजित असावी. यामध्ये पैसा आणि श्रम यांची बचत होईल अशा पद्धतीने ती असावी. याचाच अर्थ लेखन साहित्य वाटप पद्धती ही नियमित व नियोजित असावी.

लेखन साहित्य वाटप करताना पुढील पद्धती वापरण्यात याव्यात :

१) लेखी मागणी : प्रत्येक विभागाने त्यांना आवश्यक असणाऱ्या लेखन साहित्याची मागणी साठा विभागाकडे लेखी करावी. या संदर्भात अधिकार असणाऱ्या व्यक्तीनेच त्यावर सही केलेली असावी. अधिकार नसलेल्या व्यक्तीने केलेल्या मागणीचा विचार करण्यात येऊ नये. वैयक्तिक विनंतीवरून लेखन साहित्याचे वाटप करू नये.

२) वाटपाची वेळ : लेखन साहित्य वाटपासाठी दिवस आणि वेळ निश्चित करण्यात यावी. ज्या व्यवसाय संघटनेमध्ये अनेक शाखा, विभाग किंवा खाती असतील त्यांनी प्रत्येक खात्याच्या मागणीसाठी एखादा दिवस निश्चित करावा. अर्थात, तातडीची गरज असेल तर कोणत्याही दिवशी व वेळी लेखन साहित्य पुरविण्यात यावे.

३) स्टेशनरी वाटपाची जागा : ज्या व्यक्तीने मागणी केली आहे. त्या व्यक्तीला लेखन साहित्य घेण्यासाठी बोलविण्यापेक्षा त्या व्यक्तीला जागेवर लेखन साहित्य देणे फायद्याचे ठरते. त्यामुळे लेखन साहित्य घेण्यासाठी वापरण्यात येणारा कामाचा वेळ वाचतो. स्टोअर किपरचे जागेवर लेखन साहित्य वाटप करण्यासाठी तशा प्रकारची व्यवस्था केलेली असावी.

४) वाटपाचे युनिट : स्टोअर किपरने अगोदरच वाटपाचे युनिट तयार करणे फायद्याचे ठरते. हे युनिट टनांमध्ये किंवा डझनांमध्ये असू शकते. बरेच लेखन साहित्य हे पॅकिंगमध्येच येत असते. असे पॅकिंग युनिटमध्ये करण्यासाठी वेळ लागत नाही.

५) वाटपाच्या नोंदी : लेखनाअगोदरच वाटपाचे युनिट तयार करणे फायद्याचे

ठरते. हे युनिट टनांमध्ये किंवा डझनांमध्ये असू शकते. बरेच लेखन साहित्य हे पॅकिंगमध्येच येत असते. असे पॅकिंग युनिटमध्ये करण्यासाठी वेळ लागत नाही.

६) वाटपाच्या नोंदी : जेव्हा लेखन साहित्याचे वाटप केले जाते तेव्हा अशा वाटपाच्या योग्य नोंदी ठेवल्या गेल्या पाहिजेत. त्यासाठी लेखन साहित्य वाटपाचे स्वतंत्र रजिस्टर ठेवावे. निरनिराळ्या मालासाठी निरनिराळी पाने असावीत, जेणेकरून लेखन साहित्याच्या सर्व मालाची निश्चित स्थिती लक्षात येईल. निरनिराळ्या शीर्षकाखाली वाटण्यात आलेल्या लेखन साहित्याची योग्य नोंद केली जावी.

७) खरेदी मागणी तयार करणे : वाटपाचे रजिस्टर शिल्लक मालाची स्थिती दर्शविते. अशा प्रकारे कोणता माल संपलेला आहे किंवा लवकरच संपणार आहे याची माहिती मिळते. हा माल आणण्यासाठी खरेदी मागणी यादी तयार करणे फायद्याचे ठरते.

सामग्री नियंत्रण पद्धतीने आवश्यक घटक Stationary Controle (Factors)

कार्यालयामध्ये लेखन सामग्री व इतर साहित्य यांचे महत्त्व पेशापेक्षा कमी लेखता येणार नाही. त्यामुळे अशा सामग्री वापरावर योग्य लक्ष देणे आवश्यक असते. मोठमोठ्या कार्यालयांमध्ये सामग्री वापर नियंत्रणाचा प्रश्न महत्त्वाचा ठरतो आहे. त्यामुळे सामग्री नियंत्रणासाठी योग्य अशी कार्यपद्धती अंमलात आणणे गरजेचे आहे. प्रत्येक कार्यालयाने त्यासाठी एखादी आदर्श अशी पद्धती अंगीकारली पाहिजे. अशा आदर्श सामग्री नियंत्रण पद्धतीचे आवश्यक घटक पुढीलप्रमाणे सांगता येतील -

१) कमीत कमी साठा : सामग्री साठा कमीत कमी ठेवला पाहिजे कारण त्यामध्ये मोठ्या प्रमाणावर भांडवलाची गुंतवणूक होते. परंतु, असे करत असताना हेही लक्षात घेतले पाहिजे की, असा साठा योग्य प्रमाणात उपलब्ध असला पाहिजे. जेणेकरून कार्यालयाचे काम सुरळीत चालेल व कोणत्याही प्रकारचा अडथळा येणार नाही.

२) कार्यक्षम साठवणूक : सामग्रीचा साठा अशा प्रकारे ठेवला पाहिजे की, ज्यामध्ये वेळ, जागा आणि शक्ती यांचा अपव्यय होणार नाही. सामग्रीची नासाडी / नासधूस टाळली पाहिजे. सूर्यप्रकाश, वारा, धूळ, उष्णता, आर्द्रता यामुळे लेखन सामग्रीचा नाश होऊ शकतो. हे सर्व टाळण्यासाठी साठवणुकीच्या योग्य पद्धतींचा वापर केला पाहिजे.

३) सामग्री वाटप नियंत्रण : लेखन सामग्री नियंत्रण पद्धती अशा प्रकारे असावी की, जेणे करून वेळ, पैसा आणि श्रम वाचतील. सतत सामग्री वाटपामुळे कागदोपत्री काम वाढते. त्यामुळे प्रत्येक विभागाला ठराविक कालावधीनंतर सामग्रीचे वाटप करण्यात यावे. प्रत्येक विभागाने वेळेपूर्वीच स्टोअर किपरला आपली मागणी कळवावी. त्यामुळे

सामग्री खरेदी करण्यात पुरेसा वेळ मिळेल व सामग्री वेळेत उपलब्ध होऊ शकेल. कार्यालयातील निरनिराळे विभाग अनावश्यक अशा सामग्रीचा मोठ्या प्रमाणावर साठा तर करीत नाही ना हे सातत्याने पाहिले पाहिजे.

४) कार्यक्षम खरेदी : वेळेवर साम्रगी खरेदी करण्यासाठी विशिष्ट अशा पद्धती अंमलात आणाव्यात. जेणेकरून खरेदी किंमत कमी करता येईल. असे करताना व्यवसाय संघटनेचा आकार, रचना, संघटनेला ठरावीक कालावधीसाठी लागणारी सामग्री तसेच संघटनेचे खरेदी धोरण इत्यादींचा विचार करण्यात यावा.

५) योग्य प्रपत्राची निवड : योग्य प्रपत्राची निवड करून ते वापरावेत. असे केल्याने कमीत कमी छापील सामग्री साठ्यामध्ये ठेवता येईल.

लेखन साहित्याचे प्रमाणीकरण (Standerdization of Stationary)

लेखन साहित्याचे प्रमाणीकरण करणे हे अत्यंत महत्त्वाचे असते. प्रमाणीकरण म्हणजे कार्यालयामध्ये लागणाऱ्या लेखन साहित्याचा दर्जा, आकार आणि वर्णन यांच्या प्रमाणात सारखेपणा असणे होय. प्रत्येक प्रकारच्या साहित्यासाठी प्रमाणके घालून देता येतात. प्रमाणीकरणाच्या प्रक्रियेमध्ये कार्यालयामधील साहित्याचा आकार, दर्जा, पैलू आणि इतर विशेषणे यांची प्रमाणित मापे देणे या बाबींचा समावेश होतो. प्रमाणीकरणामुळे अनेक फायदे होतात. ते पुढीलप्रमाणे सांगता येतील -

१) लेखन साहित्याचे प्रमाणीकरण केल्यामुळे कार्यालयीन खरेदीदाराला आपल्या कार्यालयात कोणत्या प्रकारच्या साहित्याची आवश्यकता आहे याची निश्चित माहिती मिळते. त्या आधारावर तो खरेदी करू शकतो.

२) निरनिराळ्या विभागांना लागणाऱ्या साहित्याच्या विशेषीकरणामध्ये सारखेपणाची खात्री देता येते.

३) गुंतागुंतीचे आणि नेहमी वापरात नसलेले साहित्य न निवडता वापरण्यास सोप्या व सहज-सुलभ साहित्याची निवड याची खात्री देता येते.

४) हलक्या प्रतीचा माल खरेदी करण्यास प्रतिबंध बसतो.

५) मोठ्या प्रमाणावर खरेदी करणे शक्य होते ज्यामुळे खर्चात बचत होते.

कार्यालयीन साहित्याचे प्रमाणीकरण करताना पुढील मुद्दे विचारात घेतले पाहिजेत -

१) कार्यालयातील निरनिराळ्या विभागांमध्ये त्यांना लागतील अशा प्रमाणकांप्रमाणे वस्तू खरेदीसाठी सूचना मागविण्यात याव्यात.

२) कार्यालय व्यवस्थापकाने मागणीचे मूल्यमापन करून अनेक प्रकारचे साहित्य निवडण्यापेक्षा निवडक साहित्य निवडावे.

३) त्यानंतर असे साहित्य पुरविणाऱ्या पुरवठादारांचा शोध घेताना त्या त्या पुरवठादारांकडे उपलब्ध असणारे साहित्य आणि त्याची किंमत इत्यादी बाबी विचारात घ्याव्यात.

लेखन साहित्याची नोंद : (Records of Stationary)

लेखन साहित्याची योग्य नोंद ठेवणे अत्यंत आवश्यक असते. लेखन साहित्याची नोंद हा नियंत्रण साधनाचाच एक प्रकार असतो. चांगल्या साठ्याच्या नोंदी पुढील बाबी दर्शवितात -

१) प्रत्येक मालाचे एकूण नग आणि त्याची साठवण गृहातील विवक्षित जागा.

२) कोणत्या मालाचा जास्त साठा आहे व कोणता माल मागवायला हवा.

३) कोणता माल कोणाकडून मागवायचा व तो केव्हा मिळणार आहे.

४) अस्तित्वात असलेला साठा किती दिवस पुरेल.

५) संपलेल्या मालाची पुनर्मागणी कोणाकडे नोंदवायची.

६) विकत घेतलेल्या मालाचा दर्जा, त्यांचा निरनिराळ्या विभागांना होणारा फायदा.

वरील नोंदी ठेवण्यासाठी एक रजिस्टर जतन केले जाते. प्रत्येक विभागाने वापरलेल्या वस्तूंसाठी स्वतंत्र रजिस्टर ठेवता येते. याचा उपयोग कार्यालय व्यवस्थापकाला निरनिराळ्या विभागांना स्टेशनरी पुरविण्याच्या कामी होऊ शकतो.

कार्यालयामध्ये असणारी यंत्रे आणि उपकरणे यांच्याही नोंदी ठेवणे फायद्याचे ठरते. अशा प्रत्येक प्रकारच्या यंत्र उपकरणासाठी स्वतंत्र रजिस्टर ठेवता येते.

कार्यालयीन लेखन साहित्याची गरज (Need of Stationary)

प्रत्येक आधुनिक कार्यालयामध्ये दैनंदिन कामकाजासाठी लेखन साहित्य आणि इतर वस्तूंची मोठ्या प्रमाणावर गरज असते. कार्यालय छोटे असो अथवा मोठे असो, प्रत्येक प्रकारच्या कार्यालयामध्ये लेखन साहित्याची गरज असते. या लेखन साहित्याशिवाय कारकुनी काम होणे शक्यच नसते. हे लेखन साहित्य म्हणजे कागद, कार्बन पेपर, लिहिण्याचे पॅड, टेलिप्रिंटरचे रोल, डुप्लिकेटिंग पेपर, शाई, पेन, पेन्सिल, शिक्के, टाईपरायटर इत्यादी होय.

संपूर्ण कार्यालयामध्ये कर्मचाऱ्याला कार्य करताना कोणत्या ना कोणत्या लेखन साहित्याची आवश्यकता असते. कार्यालय हे कोणत्याही व्यवसायाचे केंद्र असते. अनेकविध कार्ये या कार्यालयामार्फत पार पाडली जातात. ही कार्ये करण्यासाठी निरनिराळ्या लेखन साहित्याची गरज असते. कार्यालयामध्ये कर्मचारी वर्गानंतरचा महत्त्वाचा घटक म्हणजे हे लेखन साहित्य होय; जर लेखन साहित्य उपलब्ध नसेल तर

कारकुनी काम करणाऱ्या कर्मचाऱ्यांची कार्यक्षमता कमी होते. त्यांचा मौल्यवान वेळ वाया जातो. आवश्यक व महत्त्वाचे दप्तर तयार करून जतन करणे अशक्य होते. अशा प्रकारे कामगारांना त्यांची कार्ये सुरळीतपणे पार पाडण्यासाठी लेखन साहित्याची गरज असते.

कार्यालयीन लेखन साहित्याचा साठा व नियंत्रण Stationary (Stocking and Control)

लेखन साहित्याचा साठा :

कार्यालयास आवश्यक असणारे लेखन एकदम मोठ्या प्रमाणात खरेदी केले जाते. अशा साहित्याचा साठा योग्य व काळजीपूर्वक न केल्यास लेखन साहित्याचा दुरुपयोग होऊन कार्यालयाचा खर्च वाढण्याची शक्यता असते. त्यामुळे लेखन साहित्य साठविण्यासाठी बऱ्याच वेळेस केंद्रीय साठा पद्धतीचा वापर केला जातो. लेखन साहित्याचा साठा करताना पुढील घटक विचारात घेणे आवश्यक असते -

१) लेखन साहित्यामध्ये किमान भांडवल गुंतवणूक होईल याकडे लक्ष द्यावे.
२) लेखन साहित्याचा साठा एकाच अधिकाऱ्याच्या ताब्यात असावा.
३) लेखन साहित्य लेखी मागणीवरून विविध विभागांना पुरविण्यात यावे.
४) संग्रहणामध्ये लेखन साहित्य नष्ट होणार नाही याची काळजी घ्यावी.
५) लेखन साहित्यावर व त्याच्या वापरावर कार्यक्षम नियंत्रण असावे.
६) लेखन साहित्य एकाच ठिकाणी ठेवण्यात यावे.
७) लेखन साहित्य कार्यालयाच्या मालकीचे असल्याबद्दल त्याच्यावर विशिष्ट खूण केलेली असावी.
८) ज्या लेखन साहित्याचा वापर नेहमी करावा लागतो असे लेखन साहित्य योग्य व सहज उपलब्ध होईल अशा ठिकाणी ठेवावे.
९) जास्त किमतीचे किंवा मौल्यवान लेखन साहित्य बंद कपाटात ठेवावे.

लेखन साहित्य नियंत्रणाची आवश्यकता :

कार्यालयामध्ये वापरण्यात येणाऱ्या लेखन साहित्यावर नियंत्रणाची आवश्यकता असण्याची प्रमुख कारणे पुढीलप्रमाणे आहेत -

अ) लेखन साहित्याचे नुकसान टाळणे : कर्मचाऱ्यांकडून लेखन साहित्याचा दुरुपयोग होण्याची शक्यता असते. लेखन साहित्य निष्काळजीपणे हाताळले जाते. नैसर्गिक कारणांमुळे लेखन साहित्य कमी किंवा नष्ट होऊ शकते. अशा प्रकारचे नुकसान टाळण्यासाठी लेखन साहित्य नियंत्रणाची आवश्यकता असते.

ब) लेखन साहित्यासाठी होणारा खर्च किंवा किंमत : लेखन साहित्यासाठी मोठ्या प्रमाणात पैसा खर्च करावा लागतो. लेखन साहित्य साठविण्यासाठी मोठ्या प्रमाणात व्यवस्था करावी लागते. भांडवल गुंतवणूक करावी लागते. यासाठी मोठा खर्च येतो. लेखन साहित्याचा योग्य वापर न झाल्यास खर्च वाढतो.

क) दर्जा टिकवणे : लेखन साहित्य खरेदी केल्यानंतर त्याचा प्रत्यक्ष वापर होईपर्यंत खूप काळ लोटला जातो. या कालावधीत लेखन साहित्याचा दर्जा टिकविण्यासाठी त्याचे योग्य प्रकारे संग्रहण करून मालसाठ्याचे नियंत्रण करावे लागते; अन्यथा लेखन साहित्य निरुपयोगी बनते.

ड) उपलब्धता किंवा नियमित पुरवठा : कर्मचाऱ्यांना गरजेच्या वेळी लेखन साहित्य उपलब्ध होणे आवश्यक असते. लेखन साहित्याची कमतरता निर्माण झाल्यास कामामध्ये अडथळे निर्माण होतात. हे सर्व टाळण्यासाठी लेखन साहित्याचे नियंत्रण करणे गरजेचे असते.

इ) अनावश्यक वापर : कार्यालयातील कर्मचाऱ्यांकडून बऱ्याच वेळेस लेखन साहित्याचा खासगी कामासाठी वापर केला जाऊ शकतो. त्यामुळे गरजेपेक्षा जास्त लेखन साहित्य वापरले जाते. लेखन साहित्याचे योग्य नियंत्रण केले असेल तर अनावश्यक वापर टाळला जातो.

स्टेशनरी वापर नियंत्रण पद्धती Use of Stationary (Control Methods)

कार्यालयात वापरण्यात येणाऱ्या लेखन साहित्याच्या वापराचे पुढील मार्गांने नियंत्रण केले जाते.

अ) जबाबदारी निश्चिती : लेखन साहित्याचा ताबा व जबाबदारी एका विशिष्ट कर्मचाऱ्याकडे सोपविणे आवश्यक असते. त्या कर्मचाऱ्यावर लेखन साहित्य वापराचा हिशेब ठेवण्याची जबाबदारी सोपविल्यास लेखन साहित्याचा दुरुपयोग टाळला जातो.

ब) वापराचे प्रमाण ठरविणे : कार्यालयात प्रत्येक कामासाठी किंवा विशिष्ट कालावधीसाठी किती लेखन साहित्य लागेल यासंबंधी प्रमाण निश्चित केल्यास प्रत्यक्ष झालेला वापर व नियोजित लेखन साहित्याचा वापर यावरून लेखन साहित्य वापरावर नियंत्रण ठेवता येते.

क) खरेदी पद्धत : लेखन साहित्य खरेदीची पद्धत अचूक व कार्यालयाच्या वापरावर आधारित असावी. एकदम मोठ्या प्रमाणात खरेदी करण्याऐवजी लहान प्रमाणात खरेदी केल्यास लेखन साहित्याचा दुरुपयोग टाळता येतो.

ड) लेखन साहित्याच्या साठ्याची तपासणी : लेखन साहित्याचा दुरुपयोग टाळण्यासाठी विशिष्ट कालावधीनंतर लेखन साहित्याच्या साठ्याची तपासणी करण्यात

यावी. खर्च झालेले किंवा वापरलेले लेखन साहित्य व शिल्लक लेखन साहित्य योग्य प्रमाणात आहे का याची खात्री केल्यास लेखन साहित्यावर नियंत्रण ठेवता येते.

प्रश्नावली

१) कार्यालयीन टपाल सेवेचे महत्त्व थोडक्यात स्पष्ट करा.

२) आधुनिक कार्यालयातील टपाल सेवेत वापरल्या जाणाऱ्या यंत्राची माहिती द्या.

३) कुरिअर सेवेचा अर्थ स्पष्ट करून आधुनिक काळात या सेवेची गरज व महत्त्व स्पष्ट करा.

४) कुरिअर सेवेचे फायदे आणि मर्यादा स्पष्ट करा.

५) कार्यालयीन प्रपत्रांची व्याख्या देऊन त्यांचे उद्देश आणि फायदे स्पष्ट करा.

६) कार्यालयीन प्रपत्र रचनेची तत्त्वे स्पष्ट करा.

७) कार्यालयीन प्रपत्राचे प्रकार थोडक्यात स्पष्ट करा.

८) 'प्रपत्र आराखडा' या विषयावर टीप लिहा.

९) 'प्रपत्रांचे नियंत्रण' स्पष्ट करून त्याची उद्दिष्टे लिहा.

१०) प्रपत्रांच्या नियंत्रणातील टप्पे स्पष्ट करा.

११) खालील विषयांवर सविस्तर टीप लिहा.

अ) प्रपत्रांचे प्रमाणीकरण

ब) इ-प्रपत्र

क) वेब पेज

१२) कार्यालयीन लेखन साहित्याचे महत्त्व स्पष्ट करून लेखन साहित्य खरेदीची तत्त्वे लिहा.

१३) कार्यालयीन लेखन साहित्य खरेदीची कार्यपद्धती लिहा.

१४) कार्यालयीन लेखन साहित्य देण्याच्या पद्धती स्पष्ट करा.

१५) कार्यालयीन सामग्री नियंत्रण पद्धतीचे आवश्यक ते घटक स्पष्ट करा.

१६) खालील विषयावर टिपा लिहा.

अ) लेखन साहित्याचे प्रमाणीकरण

ब) लेखन साहित्याची नोंद

क) लेखन साहित्याचा साठा व नियंत्रण

ड) लेखन साहित्य वापराच्या नियंत्रण पद्धती

प्रकरण
५

कार्यालयीन दप्तर व्यवस्थापन
Office Record Management

५.१ दप्तर व्यवस्थापन

अर्थ :

कार्यालयातील कागदपत्रे, दस्तऐवज कसे जतन करावयाचे, साठवायचे व कोणते नष्ट करावयाचे यासंबंधीची कार्ये करणे म्हणजे दप्तर किंवा कागदपत्रे व्यवस्थापन होय.

व्याख्या :

'कार्यालयीन कागदपत्रासंबंधी नियोजन, संघटन व नियंत्रण करण्याची प्रक्रिया म्हणजे दप्तर व्यवस्थापन होय.'

दप्तर व्यवस्थापनाची उद्दिष्टे :

१) **माहिती जमविणे :** कोणत्याही प्रकारच्या दस्तऐवजामुळे कार्यालयासंबंधी महत्त्वाची माहिती जमविली जाते.

२) **कार्यालय सद्य:स्थिती समजणे :** कार्यालयातील अद्ययावत कागदपत्रांवरून कार्यालयाची प्रगती व विकास समजतो. कार्यालयातील कार्याचे स्वरूप लक्षात येते.

३) **निर्णय घेण्यास माहिती उपलब्ध करणे :** कागदपत्रांवरून कार्यालयाला व्यवसायाची ध्येय-धोरणे इत्यादीसंबंधी निर्णय घेता येतात.

४) **कामकाज तुलना करणे :** भूतकाळातील कार्ये व वर्तमान कार्ये यांची तुलना करणे हा दप्तर व्यवस्थापनाचा उद्देश असतो.

दप्तर व्यवस्थापनाचे महत्त्व :

कार्यालयातील कामे करण्यासाठी विविध प्रकारची माहिती आवश्यक असते. अशी माहिती अचूक व योग्य प्रकारे साठविण्याचे काम दप्तर व्यवस्थापनाद्वारे केले जाते. दप्तर व्यवस्थापन योग्य प्रकारे केले जात असेल तर माहिती, आकडेवारी वेळेवर उपलब्ध होते. कार्यालयाला विविध प्रकारचे निर्णय अचूकपणे घेता येतात. पुढील मुद्द्यांवरून दप्तर व्यवस्थापनाचे महत्त्व लक्षात येते.

१) कार्यालयाला अचूक माहिती उपलब्ध होते.
२) महत्त्वाचे निर्णय घेण्यासाठी कागदपत्रांचा उपयोग होतो.
३) कार्यालयविषयक माहिती सुरक्षित ठेवली जाते.
४) कार्यालयीन कार्याचे भविष्यकालीन नियोजन करता येते.

५.२ कागदविरहित कार्यालय

आजचे एकविसावे शतक इलेक्ट्रॉनिकनगरी असून याठिकाणी पूर्वीच्या कागदी दैनंदिन व्यवहारांची जागा आता प्रगत अशा माहिती तंत्रज्ञानाने घेतलेली आहे. जुने कार्यालय व्यवस्थापन जाऊन आज स्वयंचलित अशी कार्यप्रणाली कार्यालयात अस्तित्वात आली आहे. कार्यालयात वापरण्यात येणाऱ्या या माहिती प्रणालीमुळे पूर्वी डेस्कवरील कागदोपत्री काम, टायपिंग तसेच इतर कार्ये यासाठी आता आधुनिक तंत्रज्ञानाचा वापर करण्यात येऊ लागला आहे.

ही नवीन प्रणाली वेग, अचूकता आणि कार्यक्षमता यांनी पुरेपूर असून, त्यामुळे कार्यालयीन कार्यक्षमता वाढलेली आहे. पूर्वीची कार्यालयातील कागदावर केली जाणारी कामे आता स्वयंचलित यंत्रांच्या साहाय्याने पूर्ण केली जातात. उदा. माहिती साठविण्यासाठी पूर्वी सर्व माहिती कागदावर उतरवून ती धारिकेमध्ये ठेवली जाई. या

धारिका वर्षानुवर्षे जतन करून ठेवल्या जात असत. हे काम अत्यंत खर्चिक व वेळखाऊ होते. मात्र, या जागी आता संगणक आले असून, ही सर्व माहिती कागदाशिवाय या यंत्रावर जतन करून ठेवली जाते. पत्रव्यवहारांसाठीही आजकाल फॅक्स वगैरेंसारख्या यंत्राचा उपयोग केला जातो. इंटरनेट, वेब साईट्स यांचा उपयोग केला जातो. इंटरनेट, वेब साईट्स यांचा उपयोग कार्यालयीन कामकाजासाठी केला जातो. शॉर्टहॅण्ड वगैरेंच्या जागी डिक्टेटिंग यंत्रांचा उपयोग सर्रास होऊ लागला आहे. यावरून आजचे कार्यालय हे कागद पत्रविरहित कार्यालय आहे; असे म्हणणे वावगे ठरू नये.

कागदविरहित कार्यालय या संकल्पनेत पुढील बाबींचा समावेश होतो :

अ) पूर्वीची वेगवेगळे टेबल असलेली कार्यालये जाऊन आता त्याठिकाणी विविध कार्ये करणारी कामाची ठिकाणे निर्माण झालेली आहेत. ही ठिकाणे संगणकाच्या साहाय्याने एकमेकांना जोडलेली असून कोणत्याही विभागातील माहिती लॅन प्रणालीने जोडलेल्या संगणकाच्या माध्यमातून वेगाने उपलब्ध होऊ लागली आहे.

ब) टाईपरायटरच्या जागी संगणक आले आहेत.

क) इलेक्ट्रॉनिक फाईलिंग आता वापरात येत असून, कागदावर असलेल्या माहितीचे मायक्रोफिल्ममध्ये रूपांतर करून कागदांची संख्या कमी करण्यात आलेली असून दप्तर जतन करण्यात येत आहे.

ड) पूर्वीचा जावक विभाग आता आधुनिक संदेशवहनाने ताब्यात घेतला आहे. त्यामध्ये फॅक्स, इंटरनेट, वेबसाईट्स इत्यादींचा वापर होत आहे.

इ) लघुलेखन वह्या आणि टाईपरायटर यांची जागा डिक्टेटिंग मशीन आणि संगणकाचे प्रिंटर्स यांनी घेतली आहे.

फ) डेस्क टॉप पब्लिशिंग प्रणालीच्या साहाय्याने संपूर्ण छपाईचे काम केले जाते. यामध्ये कागदपत्रांचा नमुना तयार होतो. त्याचप्रमाणे नकाशे काढले जातात व कॉपी करण्यासाठी कॅमेऱ्याचा उपयोग होतो.

ग) संगणक जाळेप्रणालीने निरनिराळ्या हिशोबाच्या मशिन्स, बिले तयार करणारी मशिन्स, पगारपत्रके, पत्रव्यवहार इत्यादींची जागा घेतली आहे.

उपयुक्तता :

कागदपत्र विरहित कार्यालय यामध्ये तत्त्वज्ञानाचा एक महत्त्वाचा भाग म्हणजे कागदावर असलेली माहिती, फोटो, अभियांत्रिक आराखडे आणि तत्सम कागदावर असलेल्या माहिती प्रणालीचे डिजिटल कागदपत्रात रूपांतर करणे होय. यामध्ये खालील प्रकारच्या तंत्रज्ञानाच्या समावेश असतो.

अ) स्कॅनर

ब) हाय-स्पीड स्कॅनर : मोठ्या संख्येने असलेल्या कागदपत्रांचे स्कॅनिंग करण्यासाठी.

क) पुस्तकांच्या नकला करणारे - मोठी पुस्तके आणि हस्तलिखित यांचे फोटो घेण्यासाठी.

ड) वाईड फॉरमॅट स्कॅनर : अभियांत्रिकी आराखडे स्कॅन करण्यासाठी.

इ) फोटो स्कॅनर्स.

फ) निगेटिव्ह स्कॅनर्स.

ग) स्कॅन्ड् माहिती ऑनलाईनवर मिळविणे.

ह) फॅक्सचे पीडीएफमध्ये रूपांतर करणे.

या प्रत्येक तंत्रज्ञानामध्ये अशा प्रकारचे सॉफ्टवेअर वापरले जाते जे गरजेप्रमाणे एका प्रकारच्या कागदपत्राचे इतर दुसऱ्या प्रकारामध्ये रूपांतर करते. यामध्ये साधारणपणे काही तंत्रज्ञानाचा वापर केलेला असतो.

स्वयंचलित उत्तरे देणारे तंत्र आणि स्वयंचलित इलेक्ट्रॉनिक शाखा यामुळे कार्यालयातील रिसेप्शन काऊंटरवरील कामाचा बोजा कमी होण्यास मदत होते.

अशा प्रकारच्या माहिती तंत्रज्ञानाचा उपयोग करून नवनवीन संधी उपलब्ध होऊ शकतात. अशा प्रकारचे तंत्रज्ञान वापरल्याने खर्च कमी होऊन अधिक वेगाने माहिती उपलब्ध होण्यास मदत होते. त्यामुळे कारकुनी कामे आणि अनुत्पादित कामावर खर्च होणारा वेळ वाचू शकतो.

कागदविरहित कार्यालयाची व्यवहार्यता :

अ) अधिकाधिक फायदे : हे लक्षात घेणे गरजेचे आहे की अशा प्रकारे कार्यालयाचे स्वरूप बदलणे हे सोपे काम नाही. ज्या ठिकाणी माहितीला प्रथमदर्शनी महत्त्वाचे संसाधन म्हणून पाहिले जाते, तेथे कार्यालय स्वयंचलिकरणातून अधिकाधिक फायदे मिळणे आवश्यक असते.

ब) विश्वासार्हता : दुसरी आवश्यक व महत्त्वाची गोष्ट म्हणजे अशा प्रकारे इलेक्ट्रॉनिक कार्यालयाला मदत करणारे सॉफ्टवेअर हे विश्वासार्ह आणि प्रत्येकाला सहज प्राप्त होणारे असावे. तसेच ते वापरणाऱ्या व्यक्तीची क्षमता आणि दर्जा त्याच्या आड न येता त्याला वापरता येणारे असावे.

क) तंत्रज्ञान आणि उद्दिष्टे यांचा समन्वय : अधिकाधिक परिणामकारक होण्यासाठी वापरण्यात येणारे तंत्रज्ञान त्या व्यवसाय संघटनेचा व्यवसाय आणि व्यवसायाची उद्दिष्टे यांच्याशी मेळ घालणारे असणे आवश्यक असते.

ड) उद्दिष्टांची ओळख : अशा प्रकारे माहिती तंत्रज्ञान क्रियांशी समन्वय साधणारी व्यक्ती त्या व्यवसाय संघटनेच्या उद्दिष्टांशी परिचित असणारी असावी.

इ) कायदेशीर बंधने : अशा प्रकारे कागदपत्र विरहित तत्त्वज्ञान वापरू इच्छिणाऱ्या व्यक्तींना येणारी अडचण म्हणजे कॉपीराईट कायदा. असे कायदे कागदपत्रांच्या एका प्रकारातून दुसऱ्या प्रकारात रूपांतर करण्यासाठी बंधने घालतात. उदा. पुस्तकांचे इलेक्ट्रॉनिक प्रकारात रूपांतर करणे.

फ) कार्यपद्धती आणि सरकारी बंधने : असे तंत्रज्ञान वापरण्यामध्ये येणारा अडथळा म्हणजे व्यवसाय कार्यपद्धती किंवा सरकारी बंधने. अशा प्रकारच्या मर्यादेमुळे असे तंत्रज्ञान वापरण्याचा वेग कमीच आहे.

ग) कुवत व क्षमता : अशी माहिती वापरणाऱ्या व्यक्तींची ती समजण्याची कुवत व क्षमता लागते.

ह) भविष्यातील संगणक व्यवस्था : संगणकाची भविष्यात अशी माहिती देण्याबाबत असलेले प्रश्नचिन्ह.

च) कागदाचाच वापर : कागदपत्र विरहित ही संज्ञा कार्यालयातून कागद नसणे हे प्रतित करते; परंतु आपल्याला उलट परिस्थिती दिसून येते. संगणकाच्या साहाय्याने लोकांना सर्व प्रकारची छपाई सहजासहजी करता येत असल्याने नवीन कागदांचा पूर आलेला दिसतो. उदा. संगणकाचे मोठ्या प्रमाणावर वापरण्यात येणारे फॅक्स मशीन, ज्यामध्ये मोठ्या प्रमाणावर कागदांचाच वापर होतो.

छ) प्रगत तंत्रज्ञानाची आवश्यकता : काही तज्ज्ञांच्या मते कागदपत्र विरहित कार्यालय ही संकल्पना अद्याप प्रत्यक्षात यावयाची आहे. मात्र, त्यासाठी प्रगत तंत्रज्ञानाची आवश्यकता आहे.

ज) कागदपत्रांचे महत्त्व : काही लोकांच्या मते, दृश्य कागदपत्रांचे महत्त्व काहीही केले तरी कमी होणार नाही. कार्यालयात कागद नेहमीच वापरले जातील.

५.३ दप्तर व्यवस्थापनाची गरज आणि प्रकार

आधुनिक व्यवसाय बराचसा कागदपत्रांवर अवलंबून असतो. व्यवसायामध्ये करारपत्रे, इनव्हॉइस, धनादेश, पावत्या, किंमत सारणी, करनोंदी इत्यादी संदर्भातील कागदपत्रे जतन करून ठेवावी लागतात; जर दप्तर व्यवस्थापन योग्य असेल तरच हे शक्य होते.

गरज :

१) व्यवसायाच्या प्रगतीच्या नोंदी ठेवणे.

२) नोंदीवरून निरनिराळी विवरण पत्रे तयार करून व्यवसायाची सत्य परिस्थिती शोधून काढणे.

३) भविष्यकालीन नियोजनासाठी मागील परिणामांची वर्तमान साध्यांशी तुलना करणे.
४) खर्च आणि मिळकत यांच्याबाबत इतर उद्योगांशी तुलना करून खर्चावर नियंत्रण ठेवणे तसेच काटकसर करून खर्चात बचत करणे.
५) गरज पडेल त्या वेळी व्यवस्थापकांना निर्णय घेण्यासाठी आवश्यक माहिती पुरविणे.

दप्तर / कागदपत्रांचे प्रकार :

१) पत्रव्यवहार दप्तर / कागदपत्रे : यामध्ये व्यवसाय संघटनेकडे आलेली व संघटनेने पाठविलेली पत्रे, नोटिसा, परिपत्रके, निवेदनपत्रिका इत्यादींचा समावेश होतो.

२) हिशोबाचे दप्तर / कागदपत्रे : या दप्तरामध्ये हिशोब आणि वित्तीय व्यवहार इत्यादींबाबतच्या कागदपत्रांचा समावेश होतो. ही कागदपत्रे हिशोब पुस्तके, पावत्या, इनव्हॉइस, आदेश / मागणी, करार इत्यादी स्वरूपात असू शकतात. ही कागदपत्रे निरनिराळ्या हिशोबांचा आणि वित्तीय व्यवहारांचा पुरावा असतो.

३) कर्मचारी वर्गाचे दप्तर / कागदपत्रे : यामध्ये व्यवसाय संघटनेतील कर्मचारी वर्गाशी संबंधित कागदपत्रांचा समावेश होतो. उदा. कार्यक्षमता नोंदी, श्रमिक उलाढाल नोंदी, कर्मचाऱ्यांचा वैयक्तिक इतिहास, वेतन पत्रे आणि पगार पत्रक इत्यादी.

४) कायदेशीर दप्तर / कागदपत्रे : कायद्याच्या तरतुदीप्रमाणे व्यवसाय संघटनेला काही कागदपत्रे जपून ठेवावी लागतात. ही कागदपत्रे कोर्टामध्ये पुरावा म्हणून उपयोगी पडू शकतात. उदा. उत्पन्न कर कायदा, विक्री कर कायदा व कंपनी कायद्याप्रमाणे ठेवावी लागणारी कागदपत्रे.

५) इतर व्यावसायिक दप्तर / कागदपत्रे : यामध्ये खरेदी नोंदी, (स्टॉक) संग्रहण नोंदी, विक्रीच्या नोंदी, उत्पादन आणि खर्च नोंदी त्याचप्रमाणे वरील कागदपत्रांशिवाय इतर कागदपत्रांचा समावेश होतो.

५.४ दप्तर ठेवण्याची गरज आणि उद्दिष्टे

गरज :

१) व्यवसायाच्या प्रगतीची नोंद ठेवणे.
२) नोंदीवरून निरनिराळी विवरणपत्रे तयार करून व्यवसायाची सत्यस्थिती शोधून काढणे.
३) भविष्यकालीन नियोजन करण्यासाठी मागील परिणाम आणि चालू प्राप्ती यांची तुलना करणे.
४) दुसऱ्या उद्योगातील उत्पादन आणि खर्च यांची तुलना करून आपल्या उद्योगातील फरक शोधून काढून त्यावर नियंत्रण ठेवणे व खर्च कमी करणे.

५) ज्या ज्या वेळी आवश्यक असेल त्या त्या वेळी व्यवस्थापनाला निर्णय घेण्याकामी महत्त्वाची माहिती पुरविणे.

दप्तराची (नोंदीची) उद्दिष्टे :

१) व्यवसायाची प्रगती दर्शविणे : दप्तर जतन करून ठेवण्याचे मुख्य उद्दिष्ट व्यवसायाची प्रगती दाखविणे हे असते. व्यवसायामध्ये निरनिराळ्या व्यवहारांचे तपशील, कागदपत्रे, पत्रव्यवहार इत्यादी जतन करून ठेवले जातात. या कागदांवरून व्यवसायाच्या प्रगतीचा आलेख लक्षात येतो.

२) व्यवसायाची परिस्थिती दर्शविणे : व्यवसायाच्या अद्ययावत दप्तरावरून व्यवसायाची सत्यस्थिती लक्षात येते. ही माहिती व्यवसायाची ध्येय-धोरणे ठरविण्याकामी मदतीची ठरते.

३) तुलना करणे : दप्तर जतन करून ठेवल्यामुळे एखाद्या ठरावीक कालावधीमध्ये झालेले व्यवहार आणि दुसऱ्या कालावधीमधील व्यवहार यांची तुलना करून व्यवसाय कुठे आहे हे ठरविता येते. या उद्दिष्टाला आज अनन्यसाधारण महत्त्व प्राप्त झाले आहे.

४) चुका आणि नासधूस लक्षात येते : योग्य दप्तर व्यवस्थापनामुळे झालेल्या चुका आणि नासधूस लक्षात येते. या चुका दुरुस्त करण्यासाठी योग्य त्या उपाययोजना आखता येतात.

५) कायदेशीर बाबी : काही कागदपत्रे कायदेशीर बाब म्हणून ठराविक कालावधीसाठी जतन करून ठेवावी लागतात. उदा. विक्री कर कायदा, उत्पन्न कर कायद्यान्वये काही कागदपत्रे / दप्तर ठराविक कालावधीसाठी जतन करून ठेवावी लागतात.

६) माहिती उपलब्ध करून देणे : दप्तर जतन केल्याने व्यवस्थापनाला आवश्यक असणारी माहिती त्वरित व अचूकपणे उपलब्ध होते. त्यामुळे कार्यालयीन कामकाजात कार्यक्षमता दिसून येते.

५.५ सूचिकरण (Indexing)

कागदपत्रे धारिकांमध्ये ठेवल्यानंतर ती गरजेनुसार संदर्भासाठी वापरली जातात. अशी कागदपत्रे वेळीच उपलब्ध व्हावीत म्हणून त्यांचे सूचिकरण करावे लागते. कोणती कागदपत्रे कोठे किंवा कोणत्या धारिकेमध्ये उपलब्ध आहेत. यासंबंधीची माहिती सूचीद्वारे उपलब्ध होते.

व्याख्या :

'सूचिकरण म्हणजे कागदपत्रे शोधण्यासाठी मार्गदर्शक म्हणून वापरण्यात येणारी पद्धती की ज्यामध्ये कोणती कागदपत्रे कोठे किंवा कोणत्या धारिकेत ठेवली आहेत याची माहिती मिळते.'

आदर्श सूचिकरणाची तत्त्वे :

१) अनुरूप पद्धती : सूचिकरण पद्धती कार्यालयास अनुकूल असावी. ज्या प्रकारचे दस्तऐवज साठविले जाणार आहेत. त्यानुसार धारिका व सूची तयार करावी.

२) साधी व सोपी : कर्मचाऱ्यांना समजण्यास सूचिकरण पद्धत सोपी असावी.

३) काटकसरीची : सूचिकरणासाठी वापरण्यात येणारी पद्धत खर्चिक नसावी.

४) लवचिक : कार्यालयातील नस्तीकरण पद्धतीत होणाऱ्या बदलानुसार सूचिकरण पद्धत बदलणारी असावी.

५) सुरक्षित व सोईस्कर : सूचिकरण पद्धत सुरक्षित त्याचबरोबर वापरास सुलभ असावी. कर्मचाऱ्यांना वापरण्यास, हाताळणीस योग्य अशी ही पद्धत असावी.

६) अचूकता : सूचिकरणाची पद्धत अचूक व योग्य प्रकारे संदर्भ देणारी असावी.

७) टिकाऊ : सूचिकरणाची पद्धत कायमस्वरूपी व सर्व प्रकारच्या नस्तीकरणासाठी वापरण्यास उपयुक्त असावी.

८) तत्परता : कार्यालयास आवश्यक असणाऱ्या माहितीची फाईल अथवा धारिका सूचीद्वारे सहज व तत्परतेने शोधली जाईल अशी सूचिकरण पद्धत असावी.

९) वापरण्यास योग्य : सूची पद्धत वापरण्यास योग्य असावी म्हणजेच अतिशय कमी जागेमध्ये ती ठेवण्याची व्यवस्था असावी. सूची दर्शनीय तसेच फारसे श्रम व वेळ खर्च न करता सूचीद्वारे आवश्यक माहिती उपलब्ध होईल अशी असावी.

१०) सर्वसमावेशक : सूचिकरण पद्धतीद्वारे सर्व प्रकारच्या दस्तऐवजांची व धारिकांची माहिती उपलब्ध होण्याची व्यवस्था असणे म्हणजेच सर्वसमावेशकता होय. कोणती माहिती कोणत्या धारिकेमध्ये मिळू शकेल हे लगेच समजेल अशी सूचिकरण पद्धती असावी.

वरील वैशिष्ट्ये सूचिकरण पद्धतीत असल्यास सूचिकरण पद्धत योग्य व आदर्श बनते. सूचिकरण करताना या सर्व तत्त्वांचे पालन करणे आवश्यक आहे.

५.६ सूचिकरणाच्या पद्धती

सूचिकरणाच्या ज्या विविध पद्धती आहेत. त्यांचे पुढील दोन गटांत वर्गीकरण केले जाते :

अ) पान सूची (Page Index) :

नोंदवहीच्या पानांचा वापर या पद्धतीत सूची करण्यासाठी करण्यात येतो. विविध व्यक्तींची किंवा खात्यांची नोंद आद्याक्षरानुसार केली जाते व नोंदवहीच्या पानानुसार ही माहिती मिळू शकते. पान सूचीचे प्रमुख प्रकार पुढीलप्रमाणे आहेत :

१) पुस्तक सूची : नोंदवहीची पाने उजव्या बाजूला कापलेली असतात. कापलेल्या जागी वर्णमालेतील प्रत्येक अक्षर अनुक्रमे लिहिलेले असते. नोंदवही उघडताच सर्व अक्षरे दिसतात. हव्या असणाऱ्या आद्याक्षराचे पान आपण सहज शोधू शकतो. उदा. 'अ' या आद्याक्षराने सुरू होणाऱ्या व्यक्तीची माहिती 'अ' म्हणजेच पहिल्या पानावर मिळेल.

२) सुटे पान सूची : या पद्धतीत स्वतंत्र सुट्या पानावर धारिका किंवा विशिष्ट दस्तऐवजाचे क्रमांक किंवा आद्याक्षरे लिहिलेली असतात. सुट्या पानावर चटकन माहिती मिळते व योग्य ती धारिका व नोंदवही शोधता येते. अशी पाने तारेला अडकवलेली असतात.

३) स्थिर सूची : या प्रकारची सूची संबंधित नोंदवही अथवा धारिकांच्या वर किंवा जवळच चिकटवलेली असते.

४) स्वर सूची : मोठ्या कार्यालयांमध्ये एकाच अक्षराची अनेक नावे असतात. त्यामुळे एकाच प्रकारच्या नावाची शोध सूची करण्यासाठी आद्याक्षराच्या पुढील स्वराचा विचार करून सूची तयार केली जाते. अशी सूची पाहाणे थोडे अवघड असते; परंतु, मोठ्या कार्यालयात अनेक व्यवहार, अनेक व्यक्ती व अनेक खाती असतात. त्यांच्यासाठी ही पद्धत उपयुक्त असलेली दिसून येते.

ब) पत्र सूची (Card Index) :

प्रत्येक कार्यासाठी, नोंदवहीसाठी अथवा नगासाठी स्वतंत्र कार्ड / पत्र तयार केले जाते. अत्यंत लहान आकारात; परंतु जाड कागदाच्या पत्र किंवा कार्डद्वारे विविध माहिती देण्याचा प्रयत्न केला जातो.

१) उभी पत्रपद्धती : या पद्धतीमध्ये प्रत्येक विषयासंबंधी, नगासंबंधी पत्रे तयार करून ती क्रमाने एखाद्या तारेत जोडली जातात. पाहिजे त्या विषयाची किंवा वस्तूची माहिती देणारे कार्ड किंवा पत्र काढून माहिती मिळविली जाते. या पद्धतीमध्ये विशिष्ट घटकासंबंधी परिपूर्ण माहिती मिळते. उदा. ग्राहकांची सूची असेल तर ग्राहकाचे नाव, पत्ता, फोन इत्यादी सर्व माहिती पत्रावर उपलब्ध होते. ही पद्धत लवचिक व कमी खर्चाची असते. वापरण्यास आणि कर्मचाऱ्यांना समजण्यसही ही पद्धत सोपी असते.

२) दृश्य पत्रपद्धती : उभी पत्रपद्धती प्रमाणेच या पद्धतीत विशिष्ट कार्ड किंवा पत्र वापरले जाते. अचूक पत्र जलद मिळण्यासाठी पत्राचा एक कोपरा किंवा एक बाजू

सहजपणे दिसेल अशा रितीने त्यांची मांडणी केली जाते. अशी मांडणी केल्यामुळे हवे तेच पत्र पाहून माहिती मिळविली जाते.

या पद्धतीस कमी जागा लागते. जलद माहिती दिली जाते. कार्ड किंवा पत्र न काढताही आवश्यक माहिती मिळू शकते. हे सर्व फायदे या पद्धतीमुळे मिळतात.

३) **चक्र सूची :** या पद्धतीमध्येही पत्रांचा वापर माहिती देण्यासाठी केला जातो. सर्व पत्रं एखाद्या चक्राकार दंडगोलावर बसवलेली असतात. असा दंडगोल फिरता असतो. दंडगोल फिरवून पाहिजे ते कार्ड लगेच उपलब्ध होऊ शकते व माहिती मिळविता येते.

४) **पट्टी पत्र सूची :** या पद्धतीमध्ये एका पट्टीवर कार्ड किंवा पत्रे बसवलेली असतात. काही वेळेस धातू किंवा प्लॅस्टिक पट्टीचा वापर सूचीसाठी केला जातो. पट्टीवर पत्रे अनुक्रमानुसार अथवा पाहिजे त्या पद्धतीने बसविलेली असतात. सूचिकरण पद्धतीत बदल झाल्यास पत्रे पाहिजे तशी मांडता येतात.

धारिकांचा वर्गीकरणाच्या पारंपरिक पद्धती :

१) **तार धारिका :** ही सर्वात जुनी पद्धत असून यामध्ये एका लोखंडी तारेला एका बाजूला चकती बसविलेली असते व टोकाचा भाग छत्रीच्या दांडीसारखा वाकवलेला असतो. ही धारिका कुठेही अडकवता येते. काही बँकांमध्ये आजही या पद्धतीचा वापर केला जातो.

२) **खण किंवा कप्पे धारिका :** एखाद्या लाकडी किंवा लोखंडी कपाटामध्ये अनेक लहान लहान कप्पे केलेले असतात व प्रत्येक कप्प्याला विशिष्ट क्रमांक किंवा नाव दिलेले असते. त्या विशिष्ट क्रमांकाच्या खणामध्ये विशिष्ट प्रकारची कागदपत्रे ठेवली जातात. पोस्ट कार्यालयात आजही या कप्पे पद्धतीचा वापर विविध पत्रे ठेवण्यासाठी केला जातो.

३) **धातूचे किंवा प्लॅस्टिकचे चिमटे :** या पद्धतीत कागदपत्रे एकत्रित ठेवण्यासाठी धातूच्या चिमट्याचा वापर केला जातो. छोट्या कार्यालयात ही पद्धत वापरली जाते. काही वेळेस प्लॅस्टिक चिमटेही वापरले जातात.

४) **पत्रपृष्ठ धारिका :** साठविण्यात येणाऱ्या कागदपत्रापेक्षा मोठा पुठ्ठा घेऊन त्यावर कागदपत्रे ठेवली जातात व दोरीच्या साहाय्याने अशी कागदपत्रे बांधण्याची व्यवस्था केली जाते. धारिका बांधण्यासाठी बहुधा लाल दोरीचा वापर केला जातो.

५) **संरक्षक पुस्तके :** हे कोऱ्या पानाचे व जाड कव्हर असलेले पुस्तक असते. आतील प्रत्येक पानावर कागदपत्रे चिकटविण्याची सोय केलेली असते.

६) **विस्तार पिशव्या :** या पद्धतीत पिशव्या किंवा लवचीक प्लॅस्टिकचे कप्पे असलेली साधने धारिका म्हणून वापरण्यात येतात. विविध प्रकारच्या पिशव्या वेगवेगळ्या

प्रकारची कागदपत्रे ठेवण्यासाठी वापरण्यात येतात. अनेक पिशव्या एकमेकांना जोडलेल्या असतात.

७) पेटी धारिका : या पद्धतीत लाकडी किंवा पत्र्याच्या पेट्यांचा धारिका म्हणून कागदपत्रे ठेवण्यासाठी वापर केला जातो. प्रत्येक प्रकारच्या पेटीमध्ये विशिष्ट कागदपत्रे ठेवली जातात.

५.७ दप्तर जतन करण्याची तत्त्वे -

नस्तीकरणाचे मूलभूत तत्त्व म्हणजे ज्या वेळी दप्तर किंवा माहितीची आवश्यकता असणार नाही. त्या वेळी ते एकतर नष्ट केले पाहिजे नाहीतर ते व्यवस्थित ठिकाणी साठवून ठेवले पाहिजे. हे करत असताना आवश्यक असणारे दप्तर / माहिती नष्ट तर होत नाही ना, हे काळजीपूर्वक पाहिले पाहिजे. याची खात्री करण्यासाठी ठरावीक असे जतन धोरण प्रत्येक व्यवसाय संघटनेने आखले पाहिजे.

दप्तर जतन करताना खालील तत्त्वे विचारात घेतली पाहिजेत : -

अ) दप्तर जतन वेळापत्रक : कोणतीही माहिती जतन करण्यापूर्वी ती माहिती किंवा कागदपत्रे व्यवसाय संघटनेने किती काळापर्यंत जतन करून ठेवायची आहेत. यासाठी दप्तर जतन वेळापत्रके तयार केली पाहिजेत. अशा वेळापत्रकांमध्ये प्रत्येक प्रकारच्या कागदपत्रांचा समावेश असावा.

ब) कागदपत्रांच्या स्वरूपाची गरज : दप्त जतन करताना ती विशिष्ट माहिती व कागदपत्रे कोणत्या काळात त्याच्या मूळ स्वरूपात असणे गरजेचे आहे; हे नमूद करणे आवश्यक आहे.

क) साठवणूक : त्याची ज्या काळात आवश्यकता असणार नाही तो काळ नमूद करून ते जास्त खर्च येणार नाही अशा जागी साठवून ठेवावेत.

ड) मालमत्तेसंबंधीची कागदपत्रे : मालमत्ता धारणासंदर्भातील मूळ कागदपत्रे ही महत्त्वाची असल्याने त्यांचे कायमसाठी जतन करावे लागते.

फ) स्वरूप निश्चिती : व्यवसाय संघटनेत तयार झालेली सर्व कागदपत्रे आणि माहिती यांचे स्वरूप निश्चित करून माहिती / दप्तर जतन करण्याचे वेळापत्रक तयार करावे.

ग) उपयोग आणि महत्त्व : संबंधित कागदपत्राचे व्यवसाय संघटनेच्या दृष्टीने असलेला उपयोग आणि महत्त्व यांचा विचार करून दप्तराचे वर्गीकरण करावे व ते जतन करावे.

छ) जतन कालावधी निश्चिती : प्रत्येक प्रकारच्या दप्तराचा जतन कालावधी निश्चित करून त्याप्रमाणे दप्तर जतन करावे.

ज) वेळपत्रके तपासून पाहणे : ज्या वेळी अशा दप्तराचे अवलोकन करणे आवश्यक असेल त्या वेळी अवलोकन करून वेळोवेळी दप्तर जतन वेळापत्रके तपासून पाहावीत.

झ) जागा निश्चिती : दप्तर जतन वेळापत्रके निश्चित करून त्याप्रमाणे संबंधित कागदपत्रे / माहिती / दप्तर त्या त्या योग्य अशा निश्चित जागी पाठवावीत.

५.८ कार्यालयीन दप्तरासंबंधीच्या कायदेशीर बाबी

आधुनिक व्यवसाय संघटना दप्तरावर अवलंबून आहेत. त्यांचे अस्तित्वच दप्तरावर अवलंबून आहे. व्यवसाय संघटनेमध्ये दप्तराला अनन्यसाधारण महत्त्व आहे. त्याचप्रमाणे दप्तर जतन करण्याच्या दृष्टीने अनेक कायदेशीर बाबी महत्त्वाच्या आहेत. अनेकविध कायदेशीर बाबींच्या दृष्टीने दप्तराला महत्त्व आहे. या बाबी पुढीलप्रमाणे स्पष्ट करता येतील :

अ) भविष्यात संदर्भासाठी : कोणत्याही व्यवसाय संघटनेमध्ये दप्तर हे व्यवसायाच्या अनेक व्यवहारांची माहिती असते. जिचा उपयोग भविष्यामध्ये महत्त्वाचे निर्णय घेताना होऊ शकतो. कायद्याच्या दृष्टीने काही कागदपत्रे जतन करणे आवश्यक असते. तो एक प्रकारचा पुरावा असतो. अशा माहितीचा भविष्यात मोठ्या प्रमाणावर फायदा होऊ शकतो. व्यवसाय संघटनेतील हिशोबाची पुस्तके, वैयक्तिक माहिती, करारपत्रे इत्यादी माहिती जतन करणे कायद्याने बंधनकारक असते. त्यामुळे अशा कागदपत्रांचे / दप्तरांचे काळजीपूर्वक जतन करणे आवश्यक असते.

ब) चुका अणि उधळपट्टी / नासाडी शोधणे : व्यवसायामध्ये नियंत्रणाच्या दृष्टीने दप्तर तयार करणे गरजेचे ठरते. अशाप्रकारे दप्तर ठेवल्याने होणाऱ्या चुका आणि नासाडी, उधळपट्टी लक्षात येते व त्यांच्यावर नियंत्रण ठेवणे सोपे जाते. त्यामुळे दप्तर तयार करून जतन करणे आवश्यक ठरते.

क) कार्यालयीन कार्यांमध्ये कार्यक्षमता वाढविणे : दप्तर व्यवस्थापनाची चांगली प्रणाली व्यवस्थापना आवश्यक असणारी माहिती त्वरेने आणि अचूकपणे देते. कायद्यातील तरतुदीनुसार अशा प्रकारचे दप्तर ठेवलेले असल्याने त्याचा उपयोग कार्यालयीन कार्यक्षमता वाढविण्याच्या दृष्टीने होतो.

ड) निर्णय घेण्यास मदत : महत्त्वाचे निर्णय हे नेहमीच विश्वासार्ह आणि अद्ययावत माहितीवर घेतलेले असावेत; जर दप्तर व्यवस्थित ठेवलेले असेल तर मिळणारी माहिती

अचूक व विश्वासार्ह असते. ती त्वरेने मिळण्यास मदत होते. कोणत्याही प्रकारचा निर्णय घेताना या माहितीचा उपयोग होतो. अशाप्रकारे दप्तर हे व्यवस्थापनाच्या हातातील एक महत्त्वाचे साधन असते.

इ) कायदेशीर माहिती : निरनिराळ्या कायद्यातील तरतुदींनुसार काही दप्तर ठेवणे कायद्याने अनिवार्य असते. उदा. कंपनी कायदा, विक्री कर कायदा, मिळकत कर कायदा, कराराचा कायदा इत्यादींसारख्या कायद्यान्वये व्यवसाय संघटनेने ठराविक दप्तर जतन करणे आवश्यक असते. अशा प्रकारच्या दप्तराचा कोर्टातील केसमध्ये पुरावा म्हणून उपयोग होतो.

फ) व्यवसायाच्या खऱ्या परिस्थितीचे चित्र तयार करणे : व्यवसाय संघटनेने ठेवलेल्या अद्ययावत दप्तरांच्या माध्यमातून त्या व्यवसाय संघटनेच्या खऱ्या परिस्थितीचे चित्र स्पष्ट होण्यास मदत होते. अशा माहितीमुळे इतर व्यवसाय संघटनेशी तुलना करणे सोपे जाते तसेच त्याच व्यवसाय संघटनेत दोन वेगवेगळ्या कालावधीत झालेल्या व्यवहाराची तुलना करता येते. अशा माहितीच्या आधारे व्यवसायातील दोष वा त्रुटी शोधण्यास मदत होते.

५.९ दप्तर खात्याचे संघटन :

दप्तर खात्याचे किंवा विभागाचे संघटन योग्य प्रकारे करणे आवश्यक असते. कागदपत्रे जमविणे, ती व्यवस्थित धारिकामध्ये ठेवणे, त्यासंबंधी शोधनपद्धती निश्चित करणे व वेळोवेळी जमवलेली कागदपत्रे उपलब्ध होतील अशा रितीने त्यांची साठवणूक व्यवस्था करणे म्हणजे दप्तर किंवा कागदपत्र विभागाचे संघटन होय.

दप्तर खात्याचे संघटन करताना पुढील कार्ये करावी लागतात :

१) कागदपत्रे जमविण्याची किंवा मिळविण्याची पद्धती निश्चित करणे.

२) धारिकापद्धती निश्चित करणे, धारिकांचे वर्गीकरण करून गरजेनुसार धारिका व त्यांची संख्या ठरविणे.

३) दप्तर साठविण्यासाठी, उपलब्ध करण्यासाठी आवश्यक ती साधनसामग्री उदा. धारिका, कपाटे किंवा कप्पे, कर्मचारी इत्यादी उपलब्ध करून देणे.

४) धारिकेमध्ये कागदपत्रे ठेवण्याची पद्धती ठरविणे.

५) धारिका शोधन पद्धती, सूचिकरण इत्यादी निश्चिती करणे.

६) धारिका पद्धतीचे योग्य प्रशिक्षण कर्मचाऱ्यांना देणे.

या सर्व कार्याद्वारे व्यवस्थापक दप्तर विभागाचे संघटन करीत असतो.

५.१० दप्तर नष्ट करणे

काही कालावधीनंतर काही कागदपत्रे आणि धारिका निरुपयोगी होतात. अशा धारिका आणि कागदपत्रे ठराविक कालावधीनंतर नष्ट करावी लागतात; कारण अशी कागदपत्रे जतन करून काही फायदा नसतो. काही कागदपत्रे ६ महिन्यांनंतर, १ वर्षांनंतर, ५ वर्षांनंतर, १० वर्षांनंतर अशा कालावधीने निरुपयोगी होतात. हा कालावधी पूर्ण झाल्यानंतर ही कागदपत्रे नष्ट केली जातात. उदा. व्यापारविषयक चौकश्या, कोटेशन्स् इत्यादी कागदपत्रे ६ महिन्यानंतर निकालात काढावी लागतात. उत्पन्न कर कायदा, विक्री कर कायदा, हिशोबाची कागदपत्रे तसेच कायद्याने जतन करून ठेवलेली कागदपत्रे तो विशिष्ट कालावधी संपल्यानंतर निकालात काढली जातात.

ही निरुपयोगी कागदपत्रे निकालात काढल्यामुळे नवीन कागदपत्रे ठेवण्यासाठी जागा उपलब्ध होते, परिसर स्वच्छ राहतो व निरुपयोगी कागदपत्रे जतन करण्यासाठी होणाऱ्या खर्चात बचत होते. मात्र, ही कागदपत्रे नष्ट करताना त्यांची व्यवस्थित तपासणी करणे आवश्यक असते. त्यांची छाननी करताना काळजी घेणे आवश्यक असते.

ही कागदपत्रे निकालात काढण्याचा तोटा म्हणजे जर कार्यालयासाठी जुनी माहिती गरजेची असेल तर ती उपलब्ध होण्यास अडचणी येतात.

कागदपत्रे / दप्तर काही कालावधीनंतर नष्ट करणे हितावह असते. असे दप्तर नष्ट करताना काही तत्त्वे पाळणे गरजेचे असते. ही तत्त्वे पुढीलप्रमाणे विशद करता येतील.

अ) विल्हेवाट लावायच्या फाईल्स : कार्यालयातील दैनंदिन अंतर्गत मेमो, महत्त्वाची नसणारी आलेली पत्रे / कागद यामध्ये निरनिराळ्या घोषणा, नमुनापत्रे, महत्त्वाची नसणारी कागदपत्रे यांचा समावेश होतो.

ब) एक महिना ठेवायची फाईल : ज्याचा पाठपुरावा करणे गरजेचे नसते असे सर्वसाधारण पत्रव्यवहार.

क) तीन महिने ठेवायची फाईल : यामध्ये खालील बाबींचा समावेश होतो.

१) व्यवसायातील नेहमीच्या व्यवहारातील आणि त्याची पूर्तता केलेली ग्राहकांची आलेली आणि गेलेली पत्रे.

२) व्यवसायातील नेहमीच्या व्यवहारातील आणि त्याची पूर्तता केलेली वितरकांची आलेली आणि गेलेली पत्रे.

३) स्टेनाग्राफरच्या वह्या.

४) मिळालेली तिकिटे.

५) खरेदीची आवश्यकता / वस्तू मागणी पत्र.

६) वेष्टण स्लीप्स.

७) साठा काढून घेण्याच्या स्लीप्स.
८) बँक विवरण पत्रे.
९) कालावधी संपलेल्या विमा पॉलिसीज.

ड) दोन वर्षं ठेवायच्या फाईल्स् :

१) वित्तीय विवरणपत्रासाठी कामाचे कागद (शीट्स)
२) अंतर्गत अहवाल आणि त्याचे टिपण.
३) सामग्रीचे टिपण.
४) पंच केलेली विविध कारणासाठी ठेवलेली कार्ड्स.

इ) कायद्याने ठरवून दिलेल्या कालावधीसाठी ठेवायच्या फाईल :

१) रद्द केलेले पेरोल चेक्स.
२) इनव्हॉईस.
३) पेरोल समरीज.
४) पूर्वीच्या कर्मचाऱ्यांची माहिती.
५) ठेव तिकिटांच्या नकला.
६) पूर्ण झालेले करार व भाडेकरार.
७) अपघात अहवाल.
८) कायद्याप्रमाणे दाखल झालेल्या दाव्याचे निकालपत्र.
९) टाईम कार्ड.
१०) खर्च संकलन.
११) गार्निशी पेपर, जप्ती.
१२) अंकेक्षण अहवाल.

फ) नेहमीसाठी जतन करायची कागदपत्रे :

१) हिशेबाच्या वह्या.
२) इतिवृत्त पुस्तिका.
३) कॅपिटल स्टॉक रेकॉर्ड.
४) रद्द केलेले चेक, व्हाऊचर, कॉस्ट डाटा.
५) लेखी कारारनामे, गहाणखत आणि इतर कागदपत्रे.
६) कराशी संबंधित कागदपत्रे.
७) नकाशे, योजना इ.

८) निवृत्ती वेतनासंदर्भातील कायमस्वरूपी कागदपत्रे.

९) विमा आणि सर्व मालमत्तेची कागदपत्रे.

१०) स्टॉक होल्डरसाठी केलेले अहवाल.

५.११ अंकीय तंत्रज्ञान (Digitization)

आजच्या माहिती तंत्रज्ञानाच्या युगात स्वयंचलित अशा कार्यप्रणालीला अतिशय महत्त्व प्राप्त झाले आहे. पूर्वी माहिती साठवण्यासाठी सर्व माहिती (कागदाच्या स्वरूपात) धारिके (File) मध्ये ठेवली जात असत. या धारिका वर्षानुवर्षे जतन करून ठेवल्या जात असत. हे कार्य खर्चिक, वेळखाऊ तसेच असुरक्षित असे होते. आता मात्र ही माहिती (दस्तावेज, बिले, नोंदी इ.) संगणकाच्या माध्यमाने अंकीय स्वरूपात संगणकाच्या विविध माध्यमांत (पेनड्राइव्ह, सीडी, फ्लॉपी) साठवली जाते. संगणकामुळे कार्यालयाचे रूप बदलले आहे. धारिकांचे ढिगारे नाहीसे होऊन मायक्रोफिल्म्स, टेप्स, सीडी इ. चा वापर वाढला आहे. यामुळे थोड्या जागेत कमाल माहिती संकलित करणे शक्य झाले आहे.

अर्थ : कोणत्याही मुद्रित किंवा लिखित स्वरूपाच्या मजकुराचे (दस्तावेज, नोंदी इ.) अंकीय स्वरूपात रूपांतर करणे म्हणजेच अंकीय तंत्रज्ञान (Digitization) होय. यामध्ये साधर्म्य (Analog) संदेशाचे अंकीय (Digital) संदेशामध्ये रूपांतर केले जाते. अंकीय संदेश हे केवळ ० किंवा १ या दोनच आकड्यांच्या स्वरूपात साठवले जातात. यांना बायनरी डिजिट (बिट्स) असे म्हणतात. ० आणि १ या आकड्यांच्या क्रमबद्ध रचनेद्वारे संग्रहित केलेल्या माहितीला बाईट्स (Bytes) असे म्हणतात.

प्रक्रिया :

तत्सम कागदपत्रीय माहिती प्रणालीचे डिजिटल कागदपत्रात रूपांतर करण्यासाठी खालील तंत्रज्ञानाची (Tools) गरज असते :

१) डिजिटल स्कॅनर.

२) ईमेजिंग ॲण्ड स्कॅनिंग सॉफ्टवेअर.

३) विविध फाईल्स (PDF, JPEG इ.)

४) इलेक्ट्रॉनिक नोंद संग्राहक यंत्रणा, सर्व्हर.

५) माहिती व्यवस्थापन प्रणाली.

कागदपत्रीय माहितीचे डिजिटल स्वरूपात रूपांतरण करण्यासाठी कागदपत्रांचे स्कॅनिंग केले जाते किंवा त्याच्या प्रतिमा (Image) घेतल्या जातात. या रूपांतरीत केलेल्या

माहितीवर आवश्यकतेनुसार किंवा गरजेनुसार योग्य ते संस्कार संगणकीय प्रणालीच्या माध्यमातून करण्यात येतात. यानंतर उपलब्ध झालेल्या माहितीत परिपूर्णता आणली जाते व ती विविध अशा माध्यमांद्वारे साठवली जाते.

अंकीय रूपांतरण करण्याचे नियोजन

माहितीचे अंकीय रूपांतरण करण्यापूर्वी जे नियोजन आवश्यक असते त्यात खालील बाबींचा समावेश असतो :

१) अंकीय रूपांतरण करण्याचे उद्देश तसेच फायदे यांचे विश्लेषण करणे.

२) ज्या माहितीचे (कागदपत्रांचे) रूपांतरण करावयाचे आहे, त्यांची परिपूर्णता व सहजसाध्यता.

३) अंकीय रूपांतरणाचे वेळापत्रक व वेळ मर्यादा.

४) अंकीय रूपांतरण करण्यासाठी उपलब्ध असलेल्या माहितीचे वर्गीकरण.

५) अतिमहत्त्वाच्या माहितीचे निश्चितीकरण.

६) अंकीकरणासाठी वापरण्यात येणाऱ्या तंत्रज्ञानाची उपयुक्तता आणि दर्जा.

७) प्रक्रियेच्या खर्चाचे तसेच साठा करून ठेवण्याच्या तंत्रज्ञानाच्या खर्चाचे अंदाजपत्रक.

८) अंकीकरणाबाबत कर्मचाऱ्यांना योग्य प्रशिक्षण.

अंकीकरणाचे फायदे

माहितीचे (दप्तर) अंकीकरण करण्याचे फायदे खालीलप्रमाणे आहेत.

१) कार्यालयातील कामाचा बोजा कमी होण्यास मदत होते.

२) कार्यालयीन कामाचे सुसूत्रीकरण होते.

३) नवनवीन संधी उपलब्ध होऊ शकतात.

४) कारकुनी कामे आणि अनुत्पादित कामावर होणारा खर्च आणि वेळ वाचू शकते.

५) जेव्हा माहितीची (कागदपत्रांची) आवश्यकता असते; तेव्हा ती विनाविलंब आणि नव्या प्रतीवर उपलब्ध होऊ शकते.

६) माहितीचे रूपांतरण करतानाच त्यांच्यावर योग्य ते संस्कार (दुरुस्त्या) केले गेल्याने प्राप्त होणारी माहिती ही दोषविरहित आणि परिपूर्ण असते.

७) माहिती साठवण्यासाठी जागेचा, धारिकांचा, व्यवस्थेचा प्रश्नच उद्भवत नाही.

८) इंटरनेट, इ-मेल इ. माध्यमांद्वारे माहितीचे संप्रेषण करणे सहज शक्य होते.

९) माहितीचे व्यवस्थापन करणे सुलभ होते.

१०) व्यवस्थापकांना निर्णय घेण्यासाठी आवश्यक ती माहिती विनाविलंब उपलब्ध होते.

११) माहितीही सुरक्षित राहाते.

अंकीकरणाची व्यवहार्यता

१) अधिकाधिक फायदे : अंकीकरणाच्या कार्यात प्रगत तंत्रज्ञानाचा उपयोग केला जातो आणि म्हणूनच हे कार्य सोपे नाही. ज्या ठिकाणी माहितीला प्रथमदर्शनी महत्त्वाचे संसाधन म्हणून पाहिले जाते, तेथे अंकीकरणातून अधिकाधिक फायदे मिळणे आवश्यक असते.

२) विश्वासार्हता : अंकीकरणाच्या प्रक्रियेत वापरण्यात येणारे सॉफ्टवेअर हे विश्वासार्ह आणि सहज प्राप्त होणे आवश्यक असते.

३) तंत्रज्ञान आणि उद्दिष्टे यांचा समन्वय : अधिकाधिक परिणामकारक होण्यासाठी वापरण्यात येणारे तंत्रज्ञान त्या व्यवसाय संघटनेचा व्यवसाय आणि व्यवसायाची उद्दिष्टे यांच्याशी मेळ घालणारे असणे आवश्यक असते.

४) उद्दिष्टांची ओळख : अशा प्रकारे माहिती तंत्रज्ञान क्रियांशी समन्वय साधणारी व्यक्ती त्या व्यवसाय संघटनेच्या उद्दिष्टांशी परिचित असावी.

५) कायदेशीर बंधने : या तंत्रज्ञानाच्या वापरामध्ये येणाऱ्या कायदेशीर बंधनांचा (उदा. कॉपीराईट) विचार करणे आवश्यक अहे.

६) कार्यपद्धती आणि सरकारी बंधने : व्यवसाय कार्यपद्धती आणि सरकारी बंधने यामुळे हे तंत्रज्ञान वापरण्याचा वेग कमी असतो.

७) कुवत व क्षमता : अशा स्वरूपाची (Digital) माहिती वापरणाऱ्या व्यक्तीजवळ ती क्षमता आणि कौशल्य असणे आवश्यक आहे.

८) भविष्यात तंत्रज्ञानात अपेक्षित असलेले बदल : अतिशय वेगाने बदलत जाणाऱ्या तंत्रज्ञानाबरोबर या प्रक्रियेला (Digitization) जुळवून घेणे शक्य झाले पाहिजे.

प्रश्नावली

१) दप्तर व्यवस्थापन म्हणजे काय? दप्तर व्यवस्थापनाची उद्दिष्टे स्पष्ट करा.

२) 'कागदविरहित कार्यालय' ही संकल्पना स्पष्ट करून त्याची उपयुक्तता स्पष्ट करा.

३) कागदविरहित कार्यालयाची व्यवहार्यता स्पष्ट करा.

४) दप्तर व्यवस्थापनाची गरज सांगून त्याचे प्रकार स्पष्ट करा.

५) दप्तर नोंदीची उद्दिष्टे स्पष्ट करा.

६) सूचिकरण म्हणजे काय? सूचिकरणाची तत्त्वे स्पष्ट करा.

७) सूचिकरणाच्या पद्धती स्पष्ट करा.

८) धारिकांच्या वर्गीकरणाच्या पारंपरिक पद्धती स्पष्ट करा.

९) दप्तर जतन करण्याची तत्त्वे स्पष्ट करा.

१०) कार्यालयीन दप्तरासंबंधीच्या कायदेशीर बाबी स्पष्ट करा.

११) खालील विषयावर सविस्तर टिपा लिहा.

    (अ) दप्तर खात्याचे संघटन.

    (ब) दप्तर नष्ट करणे.

    (क) अंकीय तंत्रज्ञान.

प्रकरण ६

कार्यालयीन संदेशवहन
Office Communications

६.१ प्रस्तावना

कोणत्याही संघटनेत संघटनेची उद्दिष्टे साध्य करण्यासाठी अनेक व्यक्ती किंवा व्यक्तिसमूह एकत्र आलेला असतो. व्यक्तिसमूह किंवा मानवी प्रयत्नांमध्ये प्रभावी समन्वय व एकत्रीकरण असल्याशिवाय उद्दिष्टे साध्य होत नाहीत. संघटनेत अनेक व्यक्ती कार्य करीत असताना त्यांचा एकमेकांशी संबंध येतो. त्यांचे कामकाज व आपसातील संबंध प्रभावीपणे निर्माण होण्यासाठी संदेशवहनाची आवश्यकता आहे. सध्याच्या परिस्थितीत प्रत्येक बाब संदेशवहनावर आधारित आहे असे म्हणणे सयुक्तिक ठरते. निरनिराळ्या पाहणीनुसार व्यवस्थापक आपल्या वेळेपैकी ७०% ते ७५% वेळ संदेशवहनात घालवितात. संदेशवहनामुळेच व्यवस्थापक दुसऱ्याकडून व्यवस्थितपणे काम करवून घेऊ शकतात. संदेशवहनामुळे माहिती, विचार, मते इत्यादींचे आदान-प्रदान होते. दैनंदिन जीवनात सुद्धा बातमी, पत्रव्यवहार, टेलिफोन, संगणक, टेलेक्स, टेलिव्हिजन, रेडिओ

इत्यादी माध्यमांनी संदेशवहन होत असते. संदेशवहनाद्वारे एका व्यक्तीचे विचार दुसऱ्या व्यक्तीपर्यंत पोहोचविता येतात. थोडक्यात, संदेशवहन ही एक महत्त्वाची गरज आहे.

६.२ संदेशवहनाचे अर्थ व व्याख्या
(Meaning and Definition of Communication)

संदेशवहन (Communication) हा शब्द (Communis) या मूळ लॅटिन शब्दापासून तयार झालेला आहे. या शब्दाचा अर्थ समान कल्पना किंवा विचारांची देवाण-घेवाण असा आहे. संदेशवहनाच्या माध्यमाने दोन किंवा अधिक व्यक्तींमध्ये विचारांची देवाण-घेवाण होते. संदेशवहनाचा शब्दश: अर्थ माहिती देणे, सांगणे, दाखविणे किंवा पसरविणे असा होतो. त्यामुळे संदेशवहन विचारांची देवाण-घेवाण करून आपसात विश्वास व चांगले संबंध घडवून आणते. संदेशवहन तोंडी, लेखी व कृतीने व्यक्त होत असते. संदेशवहनांच्या वरील अर्थाबरोबरच खालील व्याख्यांच्या आधारे त्याचा अर्थ अधिक चांगल्या रितीने स्पष्ट होईल.

व्याख्या (Definition)

१) एखाद्या व्यक्तीने दुसऱ्या व्यक्तीच्या मनात विशिष्ट जाणीव निर्माण करण्याच्या हेतूने केलेल्या सर्व क्रियांची गोळाबेरीज म्हणजे संदेशवहन होय. संदेशवहन ही सांगण्याची, ऐकून घेण्याची व समजून घेण्याची एक पद्धतशीर व निरंतर चालणारी प्रक्रिया आहे. *(लुईस ॲलन)*

Communication is the sum of all the things, one person does when he wants to create understanding in the mind of anoher. If incolves a systematic and continuous process of telling, listening and understanding. *(Louis Allen)*

२) दोन किंवा अधिक व्यक्तींमध्ये माहिती, कल्पना, मते, भावना किंवा संवेदना यांची देवाण-घेवाण म्हणजे संदेशवहन होय. *(न्यूमन आणि समर)*

Communication is an exchange of facts, ideas, opinions or emotions by two or more persons. *(Newman & Summer)*

३) शब्द, पत्र, माहिती किंवा सूचना, मते किंवा विचार यांची देवाण-घेवाण करण्याची क्रिया म्हणजे संदेशवहन होय. *(एफ. जी. मेयर)*

Communication is the intercourse by words, letters, messages, thoughts or opininon. *(F.G. Meyor)*

४) एका व्यक्तीकडून दुसऱ्या व्यक्तीकडे माहिती व विचार पाठविण्याची प्रक्रिया म्हणजे संदेशवहन होय. *(किथ व डेव्हिस)*

Communication is a process of passing information and understanding from one person to another. *(Kith & Devis)*

६.३ संदेशवहनाची वैशिष्ट्ये (Characteristics of Communication)

वरील व्याख्यांच्या आधारे संदेशवहनाची वैशिष्ट्य खालीलप्रमाणे सांगता येईल.

१) दुहेरी प्रक्रिया : संदेशवहनात संदेश देणारा व संदेश प्राप्तकर्ता यांच्यामध्ये केवळ विचारांची किंवा माहितीची देवाण-घेवाण इतकेच समाविष्ट नाही. संदेश प्राप्तकर्त्याला संदेशाचा व्यवस्थित अर्थ समजला पाहिजे. तसेच संदेश देणाऱ्याला संदेश प्राप्तकर्त्याची प्रतिक्रिया समजली पाहिजे. तेव्हाच संदेशवहनाची प्रक्रिया खऱ्या अर्थाने पूर्ण होते. व्यापार व व्यवसायात व्यवस्थापक कर्मचाऱ्यांना आदेश व सूचना देतात तर कर्मचारी त्यांच्या अडचणी व्यवस्थापनापर्यंत पोहोचवितात. त्यामुळे संदेशवहन ही दुहेरी प्रक्रिया आहे.

२) निरंतर चालणारी प्रक्रिया : मानवी शरीरात रक्ताच्या प्रसारणास जितके महत्त्व आहे, तितकेच महत्त्व संदेशवहनाला व्यापार व व्यवसायात आहे. जोपर्यंत व्यवसाय अस्तित्वात आहे, तोपर्यंत संदेशवहनाची प्रक्रिया सतत चालू असते. त्यामुळे ती निरंतर चालणारी प्रक्रिया आहे.

३) संदेशवहनाची माध्यमे : संदेशवहन एका विशिष्ट माध्यमानेच होते असे नाही. ते लेखी किंवा तोंडी असू शकते. दैनंदिन जीवनात बरेचसे संदेशवहन तोंडीच असते. निरनिराळी चिन्हे, कृती, चेहऱ्यावरील हावभाव इत्यादी माध्यमांद्वारे संदेशवहन होत असते. त्यामुळे संदेशवहनाची विविध माध्यमे आहेत असे म्हणता येईल.

४) सदेशांचा अर्थ : संदेशाद्वारे माहिती व विचारांचे आदान - प्रदान होते. परंतु, संदेशाचा अर्थ संदेशप्राप्तकर्त्या व्यक्तीला समजला तरच त्याला अर्थ आहे. संदेशवहनातील संदेशदाता व संदेश प्राप्तकर्ता वेगवेगळ्या ठिकाणचे किंवा देशाचे असतील व त्यांना एकमेकांची भाषाच कळत नसेल तर संदेशवहनाची प्रक्रिया पूर्ण होणार नाही.

५) पूर्ण संदेश किंवा पूर्ण माहिती : संदेश देणाऱ्याने संदेश प्राप्तकर्त्या व्यक्तीकडे पूर्ण माहिती देणे आवश्यक आहे; जर संदेशदात्याने अपूर्ण माहिती पाठविली किंवा त्यालाच पूर्ण माहिती नसेल तर संदेश प्राप्तकर्त्या व्यक्तीच्या मनात अनेक शंका निर्माण

होतील व त्यामुळे त्याच अपेक्षित प्रतिक्रिया संदेशदात्यापर्यंत पोहोचणार नाहीत. म्हणजे ते अपुरे संदेशवहन होईल; म्हणून संदेश नेहमी पूर्ण असावा.

६) किमान दोन पक्ष : संदेशवहनात संदेश देणारा व संदेश प्राप्त करणारा असे किमान दोन पक्ष असणे आवश्यक आहे. कोणत्याही एका पक्षाच्या उपस्थितीला अर्थ नाही; कारण त्यामुळे संदेशवहनाची प्रक्रियाच पूर्ण होणार नाही; म्हणून संदेशवहनासाठी किमान दोन पक्षांची गरज आहे.

७) व्यापक प्रक्रिया : संदेशवहन केवळ निरंतर चालणारी प्रक्रिया नसून ती अत्यंत व्यापक स्वरूपाची आहे. व्यवस्थापनाचे पूर्वानुमान, नियोजन, संघटन, समन्वय, संचालन, नियंत्रण या प्रत्येक कार्यात संदेशवहनाची आवश्यकता आहे. त्यामुळेच संदेशवहन ही एक व्यापक प्रक्रिया आहे असे दिसून येते.

६.४ संदेशवहनाची प्रक्रिया (Communication Process)

अनेक लेखकांनी संदेशवहनाला प्रक्रिया म्हणून संबोधिले आहे. संदेशवहन सतत चालणारी प्रक्रिया असली तरी लवचिक असणे आवश्यक आहे. संदेशवहनाच्या प्रक्रियेत संदेशवहनाच्या घटकांचा अभ्यास केला जातो.

संदेशवहनाची प्रक्रिया खालीलप्रमाणे असते -

१) संदेशदाता (Communicator) : जी व्यक्ती संदेश देते तिला संदेशदाता (Communicator) असे म्हणतात. संदेशदाता संदेशवहनाच्या प्रक्रियेला सुरुवात करतो.

२) संदेश प्राप्तकर्ता (Communicatee) : ज्या व्यक्तीला संदेश मिळतो, तिला संदेश प्राप्तकर्ता असे म्हणतात. संदेश प्राप्तकर्ता संदेशवहनाचे शेवटचे टोक असते. संदेशदात्याने संदेश दिल्यानंतर तो संदेश प्राप्तकर्त्याकडे जातो. संदेश प्राप्तकर्ते अनेक असू शकतात.

३) संदेश (Message) : संदेशवहनात ज्या माहितीची व विचारांची देवाण-घेवाण होते त्यास संदेश म्हटले जाते. संदेशात आदेश, सूचना, माहिती, विचार, मते, अहवाल इत्यादींचा समावेश होतो.

४) संदेशाचे माध्यम (Medium of communication) : एका व्यक्तीकडून दुसऱ्या व्यक्तीस संदेश देण्यासाठी ज्या साधनांचा किंवा माध्यमांचा वापर केला जातो त्याला संदेशवहनाचे माध्यम म्हणून ओळखले जाते. उदा. पत्रे, आलेख, चित्रे, टेलिफोन, रेडिओ, टि. व्ही., सिनेमा इत्यादी.

५) प्रतिक्रिया (Feedback or Response) : संदेशदात्याने संदेश प्राप्तकर्त्या व्यक्तीला संदेश दिल्यानंतर संदेश प्राप्तकर्ता संदेशाबद्दल आपले मत प्रदर्शित करतो त्याला प्रतिक्रिया असे म्हटले जाते. ही प्रतिक्रिया अनुकूल किंवा प्रतिकूल असू शकते. संदेशदात्याने ज्या उद्देशाने संदेश दिला होता तो उद्देश पूर्ण होत असेल तर संदेश प्रभावी किंवा परिणामकारक होता असे म्हणता येईल. मात्र, संदेशाचा परिणाम प्रतिकूल असला तरी संदेशवहन प्रक्रिया पूर्ण होते.

अशा तऱ्हेने संदेशवहनाची प्रक्रिया पूर्ण होण्यासाठी वरील घटकांची आवश्यकता असते. त्यांच्या माध्यमानेच संदेशवहन प्रक्रिया पूर्ण होते.

६.५ संदेशवहनाचे प्रकार (Types of Communication)

नोंदणी झालेल्या संस्थांमध्ये संज्ञापनाचे विविध प्रकार वापरण्यात येतात. सामान्यपणे ज्या संस्थांची नोंदणी कंपनी कायद्यातील तरतुदीनुसार किंवा सहकारी संस्थेच्या कायद्या अंतर्गत झालेली असते, अशा संस्थांना नोंदणी झालेल्या संस्था असे म्हणतात. या सर्व संस्थांचा कार्याचा व्याप अमर्यादित स्वरूपाचा असतो व त्यामुळे त्यांचा कारभार कार्यक्षमतेने चालविण्यासाठी संज्ञापनाची मोठ्या प्रमाणात आवश्यकता भासते. हे संज्ञापनही अंतर्गत व बहिर्गत स्वरूपाचे असते. बहिर्गत संदेशवहनात संस्थेचा इतर संस्था, बँका, सरकारी कार्यालये, विमा कंपन्या, वाहतूक कंपन्या, ग्राहक, सामान्य लोक इत्यादींचा समावेश होतो. अंतर्गत संदेशवहनात प्रामुख्याने एखाद्या संस्था किंवा संघटनेतील संज्ञापनाचा विचार केला जातो. संदेशवहनाच्या प्रकाराचा विचार करतानासुद्धा अंतर्गत संदेशवहनाचाच प्रामुख्याने विचार केला जातो. संस्थेतील संदेशवहन प्रामुख्याने औपचारिक किंवा अनौपचारिक स्वरूपाचे असते. औपचारिक संदेशवहनात विशिष्ट मार्गाने किंवा कार्य पद्धतीने संदेशाची देवाण-घेवाण केली जाते. मात्र, अनौपचारिक संदेशवहनात विशिष्ट मार्ग किंवा साखळीचा उपयोग केलाच जातो असे नाही; कारण अनौपचारिक संदेशवहन ही उत्स्फूर्त घडलेली कृती असते.

थोडक्यात, संदेशवहनाचे प्रकार खालील प्रकारचे असतात -

१) अधोगामी संदेशवहन (Downward Communication)

अधोगामी संदेशवहन हे लेखी किंवा तोंडी स्वरूपाचे असू शकते. ज्या वेळी वरिष्ठ स्तरावरील अधिकारी आपल्या हाताखालील कर्मचाऱ्यांशी विविध मार्गांनी संदेशवहन करतात. त्यालाच अधोगामी किंवा वरून-खाली होणारे संदेशवहन असे म्हणतात.

संचालक मंडळ

↓

व्यवस्था संचालक

↓

सरव्यवस्थापक / प्रमुख व्यवस्थापक

↓

विभागीय व्यवस्थापक

↓

साहाय्यक / दुय्यम व्यवस्थापक

↓

फोरमन / पर्यवेक्षक

↓

कामगार / कर्मचारी

अधोगामी संदेशवहनाचे उद्देश (Objectives of Downward Communication)

१) साहाय्यक किंवा कनिष्ठांनी विशिष्ट कामाबद्दल आदेश किंवा सूचना देणे.

२) संघटनेच्या ध्येयधोरणाबद्दल माहिती देणे.

३) संघटनेची उद्दिष्टे लक्षात घेऊन कर्मचाऱ्यांनी कोणत्या पद्धतीने काम करणे अपेक्षित आहे, याची माहिती देणे.

अधोगामी संदेशवहनात लेखी किंवा तोंडी दोन्ही प्रकारच्या साधनांचा वापर केला जातो. संघटनेतील महत्त्वाचा बाबी साहाय्यक / कर्मचाऱ्यांना परिपत्रके, आदेश, बुलेटिन, नियतकालिके इत्यादींच्या माध्यमांनी लेखी स्वरूपात कळविल्या जातात. अधोगामी संदेशवहनात लेखी संदेशवहनापेक्षा तोंडीच संदेशवहनावर विशेष भर दिला जातो.

२) ऊर्ध्वगामी संदेशवहन (Upward Communication)

संघटनेत जसे वरून-खाली संदेशवहन होत असते तसेच खालून-वर संदेशवहन होण्याची आवश्यकता असते. कर्मचारी / कामगारांचे अनेक प्रश्न असतात, ते त्यांना वरिष्ठांपर्यंत पोहोचवयाचे असतात; म्हणून त्यांनाही संदेशवहनाची संधी प्राप्त करून दिली जाते. त्यामुळेच ज्या वेळी कर्मचारी / कामगार पर्यवेक्षक / फोरमनला, पर्यवेक्षक / फोरमन साहाय्यक व्यवस्थापकाला, साहाय्यक व्यवस्थापक त्याच्या प्रमुख विभागीय व्यवस्थापकाला माहिती देतो. त्यालाच ऊर्ध्वगामी म्हणजे खालून-वर होणारे संदेशवहन

असे म्हटले जाते. थोडक्यात, या प्रकारात खालून-वर टप्प्याटप्प्याने संदेशवहन होत असते. या संदेशवहनाची माहिती खालील आराखड्याच्या आधारे अधिक चांगल्या रितीने स्पष्ट करता येईल.

$$\text{संचालक मंडळ}$$
$$\uparrow$$
$$\text{व्यवस्था संचालक}$$
$$\uparrow$$
$$\text{सरव्यवस्थापक / प्रमुख व्यवस्थापक}$$
$$\uparrow$$
$$\text{विभागीय व्यवस्थापक}$$
$$\uparrow$$
$$\text{साहाय्यक / दुय्यम व्यवस्थापक}$$
$$\uparrow$$
$$\text{फोरमन / पर्यवेक्षक}$$
$$\uparrow$$
$$\text{कामगार / कर्मचारी}$$

ऊर्ध्वगामी संदेशवहनाचे उद्देश

१) वरिष्ठांना कनिष्ठांच्या अडचणींबद्दल माहिती देणे.

२) वरिष्ठांना कामाबद्दलचा अहवाल / माहिती देणे.

३) कनिष्ठांचे उत्पादनाच्या / विभागाच्या सुधारणेबाबत मत जाणून घेणे. त्यांना निर्णय प्रक्रियेत समाविष्ट करण्याचा प्रयत्न करणे.

४) कर्मचारी कामगारांच्या कार्यस्थितीबाबत माहिती देणे.

३) समपातळीवरील किंवा समांतर संदेशवहन (Horizontal Communication)

ज्या वेळी संस्थेत समान स्तरावर संदेशवहन होत असते त्याला समांतर संदेशवहन असे म्हणतात. उदा. एक विभाग प्रमुख दुसऱ्या विभाग प्रमुखाशी, एक पर्यवेक्षक दुसऱ्या पर्यवेक्षकाशी, एक फोरमन दुसऱ्या फोरमनशी, एक कामगार दुसऱ्या कामगाराशी संदेशवहन करीत असतो त्याला समांतर संदेशवहन असे म्हणतात. समपातळीवरील संदेशवहनामुळे संघटनेतील सर्व विभाग समजावून घेतले जातात. उदा. विक्री विभागाला एखादा मोठा आदेश मिळाला तर खरेदी विभागाला त्यानुसार कच्चा माल खरेदी करावा लागेल व उत्पादन विभागाला त्यावर विशिष्ट वेळेत प्रक्रिया करून द्यावी लागेल.

४) औपचारिक व अनौपचारिक संदेशवहन

अ) औपचारिक संदेशवहन (Formal Communication) : ज्या वेळी संदेशदाता व संदेशप्राप्तकर्ता यांच्यामध्ये औपचारिक स्वरूपाचे संबंध असतात व संदेशाची देवाण-घेवाण करण्यासाठी विशिष्ट औपचारिक पद्धतीचा अवलंब केला जातो, त्याला औपचारिक संदेशवहन असे म्हणतात. औपचारिक संदेशवहन नेहमी लेखी स्वरूपात असते. उदा. जनरल मॅनेजरने आपल्या हाताखालील अधिकाऱ्यानं दिलेले आदेश औपचारिक पद्धतीचे असतात. या प्रकारच्या संदेशवहनात शब्दांची विशिष्ट पद्धतीने रचना केलेली असते. औपचारिक संदेशवहनामुळे अधिकाऱ्यांची जबाबदारी निश्चित केली जाते. त्यामुळे ते आपल्या कर्तव्यात कसूर करीत नाहीत.

ब) अनौपचारिक संदेशवहन (Informal Communication) : ज्या वेळी संदेशदाता व संदेश प्राप्तकर्ता यांच्यामध्ये कोणत्याही प्रकारचा औपचारिकपणा नसतो व अनौपचारिक पद्धतीने विचार, मते, कल्पना इत्यादींची देवाण-घेवाण होते त्याला अनौपचारिक संदेशवहन असे म्हणतात. व्यवस्थापनाच्या समान स्तरावर काम करणाऱ्या कर्मचाऱ्यांमध्ये अशा प्रकारचे संदेशवहन अनेकदा होत असते. कधी कधी व्यवस्थापनातील विविध स्तरावर सुद्धा अनौपचारिक संदेशवहन होत असते. परंतु, या संदेशवहनाचा अतिरेक झाल्यास संस्थेतील शिस्त बिघडण्याची शक्यता असते. त्यामुळे प्रत्येक संस्थेत अनौपचारिक संदेशवहन ठराविक मर्यादेपर्यंतच असावे.

५) लिखित किंवा लेखी संदेशवहन (Written Communication)

ज्या वेळी संदेश किंवा माहिती लेखी स्वरूपात देण्यात येते त्याला लेखी संदेशवहन असे म्हणतात. लेखी संदेशवहनात शब्दांची योग्य पद्धतीने निवड केलेली असून ते स्पष्ट स्वरूपात असल्यामुळे हे संदेशवहन अतिशय प्रभावी ठरते. पूर्वी भाषा अस्तित्वात नसल्यामुळे अनेकदा संदेशवहन आकृती, चित्रे, चिन्हे इत्यादी माध्यमाने होत असे. आजही प्रादेशिक परिवहन विभागात लिखित चिन्हांचा वापर करण्यात येतो. लिखित संदेशवहन प्रामुख्याने व्यापारी पत्रे, लेखी सूचना, विवरणे, अहवाल परिपत्रके, सभांची सूचना, कार्यक्रमपत्रिका व इतिवृत्ते, लिखित जाहिराती इत्यादी माध्यमाने होत असते.

कार्यालयात कर्मचाऱ्यांना देण्यात येणारे आदेश किंवा सूचना नेहमी लेखी स्वरूपात असतात. कर्मचाऱ्यांच्या कामाच्या नोंदी, त्याच्या सेवाशर्ती, संस्थेतील हिशेबाच्या नोंदी, कर्मचाऱ्यांवर करण्यात आलेली कारवाई इत्यादींसारख्या अनेक बाबी लिखित स्वरूपातच असतात. संस्थेचा बाह्य जगाशी नेहमी संपर्क येत असतो. उदा. बँका, विमा कंपन्या, वाहतूक कंपन्या, पोस्ट, टेलिफोन, सार्वजनिक क्षेत्रात काम करणाऱ्या संस्था इत्यादींशी

होणारा पत्रव्यवहार मोठ्या प्रमाणावर लेखी स्वरूपात असतो. वर्तमानपत्रे, नियतकालिके, मासिके इत्यादींमधील लेख किंवा जाहिराती या लेखी संज्ञापनात येतात. थोडक्यात, लेखी संदेशवहन संस्थेत अत्यंत महत्त्वाचे आहे.

६) तोंडी किंवा मौखिक संदेशवहन (Oral or Verbal Communication)

तोंडी किंवा मौखिक संज्ञापन दोन व्यक्ती बोलत असताना होत असते. या प्रकारात एक व्यक्ती आपले विचार, मते, सूचना, कल्पना, तक्रारी दुसऱ्या व्यक्तीला सांगत असते. दुसऱ्या व्यक्तीची प्रतिक्रिया पहिल्या व्यक्तीला समजत असते. थोडक्यात, ज्या वेळी दोन घटकांत बोलण्याने संज्ञापन होते त्याला तोंडी संदेशवहन असे म्हणतात. हे संदेशवहन दोन प्रकारचे असते. उदा. प्रत्यक्ष व अप्रत्यक्ष तोंडी संदेशवहन.

७) अशाब्दिक संदेशवहन (Visual Communication)

लेखी व तोंडी संदेशवहनाशिवाय संदेशवहनाचे तिसरे माध्यम म्हणजे अशाब्दिक संदेशवहन होय. यात लिहिणे किंवा बोलणे यांचा वापर केला जात नाही. ही पद्धती भाषा अस्तित्वात येण्यापूर्वीच वापरण्यात येत होती. या संदेशवहनात देह-बोली, चिन्हे, खाणाखुणा, आलेख, चित्रे इत्यादींचा मोठ्या प्रमाणावर वापर केला जातो. उदा. आजही समोरच्या व्यक्तीला बोटाने इशारे करून कृती करण्यास सांगितले जाते. प्रादेशिक परिवहन कार्यालयात विविध प्रकारच्या खुणा बरेच काही सांगत असतात. धोक्याच्या चिन्हाची माहिती अनेक चित्रांवरून होत असते. अशाब्दिक संदेशवहनाचा देह-बोलीचा (Body Language) उपयोग मोठ्या प्रमाणावर होत असतो.

एखाद्या व्यक्तीच्या चेहऱ्यावरील प्रतिक्रिया बरेच काही सांगून जाते. डोळ्यांच्या हालचालीवरून राग, लज्जा, द्वेष, प्रेम इत्यादी भावना व्यक्त होत असतात. या प्रकारात संदेशवहनासाठी विशिष्ट चिन्हांचाही मोठ्या प्रमाणावर वापर केला जातो. उदा. रेड क्रॉसच्या चिन्हावरून वैद्यकीय सेवा उपलब्ध असल्याची माहिती मिळते. रस्त्याने किंवा चौफुल्यावर विद्यार्थ्यांच्या पाठीवर दप्तर असेल तर जवळपास शाळा असल्याचे निदर्शनास येते. धूम्रपानाच्या चित्रावरून धूम्रपानाच्या तोट्याची कल्पना येते. व्यावसायिक संस्थांमध्ये आलेख, तक्ते, वर्तुळे, चौकोन इत्यादींचा वापर करून विक्री, खरेदी, नफा, तोटा इत्यादींची माहिती कळू शकते. नकाशावरून पर्वत, नद्या, विमानमार्ग, रस्ते, रेल्वेमार्ग इत्यादींची माहिती कळू शकते. थोडक्यात, या प्रकारात कोणताही शब्द न वापरता विविध चिन्हे, नकाशे, आलेख इत्यादींच्या साहाय्याने संदेशवहन होत असते.

संदेशवहनातील अडथळे (Barriers to Communication) :

व्यवसाय व्यवस्थापनातील संदेशवहनाची भूमिका व महत्त्व लक्षात घेत संदेशवहन प्रक्रिया अखंडितपणे होणे आवश्यक ठरते. परंतु, प्रत्यक्ष व्यवहारात संदेशवहनात काही अडथळे निर्माण होऊ शकतात. ते पुढीलप्रमाणे -

अ) यांत्रिक अडचणी / अडथळे (Mechanical Barriers)

यांत्रिक अडथळ्यांमध्ये खालील अडथळ्यांचा समावेश होतो -

१) वितरण साखळीतील दोष - संदेशवहन करताना वितरण साखळीत अनेक साधनांचा वापर केला जातो. उदा. तार, दूरध्वनी, रेडिओ, इंटरनेट इत्यादी या साधनांमध्ये तांत्रिक अडचणी आल्यास संदेशवहन नीट होऊ शकत नाही.

काही वेळा अर्धवट संदेशवहन झाल्यानंतर तांत्रिक अडचणी निर्माण झाल्या तर संदेशवहन अपुरे होऊन त्याचा विपरीत परिणाम होण्याची शक्यता असते.

२) आवाज : जर तोंडी संदेशवहन पद्धत वापरात असेल तर संदेश प्राप्तकर्त्याला नीट ऐकू येणे आवश्यक असते. काही वेळा ध्वनिप्रदूषणामुळे आवाज नीट ऐकू येत नाही. त्याचा परिणाम म्हणजे संदेशवहनात अडथळे निर्माण होतात.

३) संदेशवहनाच्या पद्धतीतील दोष : मोठ्या व्यवसायातील संघटनेच्या रचनेत विविध स्तर निर्माण केलेले असतात. प्रत्येक स्तरावर आदेश व सूचना व्यवस्थापकांकडून दिल्या जातात. प्रत्येक स्तरावरील लोक या माहितीचा अर्थ वेगवेगळा लावू शकतात. त्यामुळे संदेशवहनात पोकळी निर्माण होते.

अधोगती संदेशवहन पद्धती असेल तर पत्रे, आदेश व सूचना व्यवस्थापकांकडून कर्मचाऱ्यांपर्यंत येतात. कर्मचारी अनेकदा या सूचना, पत्रे नीट वाचत नाहीत व त्यामुळे संदेशवहनात अडचणी येतात.

ऊर्ध्वगामी संदेशवहन पद्धती असेल तर कर्मचारी पत्रे व अहवाल वरिष्ठांना पाठवत असतात. यात अनेकदा कर्मचाऱ्यांकडून चुकीची, अपुरी माहिती पाठविली जाते. कधीकधी महत्त्वाची माहिती पाठविली जात नाही. त्यामुळे संदेशवहनात अडथळे निर्माण होतात.

ब) मानसिक व सामजिक अडथळे (Psycho Social Barriers)

संदेशवहनाच्या वेळी संदेश देणाऱ्याची व संदेश प्राप्तकर्त्याची मानसिक अवस्था योग्य प्रकारची असावी लागते. ती नीट असेल तर संदेशवहनात अडथळे निर्माण होतात.

१) आत्मसंकुचित प्रवृत्ती : अनेक वेळा संदेशावर संदेश प्राप्तकर्त्याच्या भावना, विचार यांचा परिणाम होतो. अनेकदा संदेशप्राप्तकर्ता योग्य वाटणारी बाबच स्वीकारतो व

अयोग्य बाब विसरतो. यामुळे संदेश पूर्णपणे पोहोचण्यास मदत होत नाही.

२) समूहाची मानसिकता : प्रत्येक माणूस कोणत्या ना कोणत्या समूहात राहात असतो. त्या समूहाची एक विशिष्ट मानसिकता असते व तिच्या विरोधात जाणे एकालाच शक्य नसते. या मानसिकतेच्या विरोधात आपण गेलो तर आपण समूहातून बाहेर फेकले जाऊ अशी काळजी असते. अशा वेळी व्यक्ती आपली वैयक्तिक मते पाळत नाहीत.

३) आत्मप्रौढी प्रवृत्ती : आत्मप्रौढी व्यक्तींना स्वत:विषयी अतीव अभिमान असतो. आत्मप्रौढी अनुभवामुळे किंवा अतिशयोक्ती स्वभावामुळे अशा व्यक्ती इतरांचा विचार करू शकत नाहीत. त्यामुळे अशा व्यक्तींच्या मानसिक प्रवृत्तीमुळे संदेशवहनात अडथळा निर्माण होतो.

४) अपुरे संदेशवहन कौशल्य : काही व्यक्तींना लिहिणे व बोलणे यांची कौशल्ये अवगत नसतात. अशा व्यक्ती प्रभावी संदेशवहन करू शकत नाहीत.

५) अभिमान : आपणाला सर्व काही माहीत आहे असा अभिमान काही वरिष्ठांना असतो. कनिष्ठांचे विचार व सूचना ऐकून घेण्याची क्षमता त्यांच्यात नसते. त्यामुळे संदेशवहनात अडचणी येतात.

६) बदलास विरोध : अनेकदा लोकांना बदल नकोसे वाटतात. त्यामुळे बदलासंबंधित संदेशाला ते विरोध करतात.

७) गळती : संदेश प्राप्तकर्त्यापर्यंत संदेश पोहोचेपर्यंत जर लांबलचक साखळी असेल तर प्रत्येक वेळी काही भाग गाळण्याची किंवा संदेश रंगवून सांगण्याची शक्यता असते. म्हणजे प्रत्यके वेळी तो संदेश कमी होण्याची किंवा वाढण्याची शक्यता असते.

क) बौद्धिक किंवा शाब्दिक अडथळे (Physical Barriers)

संदेशात कठीण भाषेचा व चुकीच्या शब्दांचा वापर केला तर संदेशप्राप्तकर्त्याला संदेशाचा अर्थ कळत नाही. अशा वेळी तो शब्दांचा चुकीचा अर्थ लावण्याची शक्यता असते.

दिलेला संदेश समजावून घेण्यासाठी प्रत्येकाकडे एक विशिष्ट बौद्धिक व मानसिक पातळी असावी लागते. या गोष्टीचा अभाव असेल तर संदेशवहनात अडथळा निर्माण होतो.

ड) इतर अडचणी (Other Barriers)

१) अवाजवी स्पष्टीकरण : संदेशदात्याने गरजेपेक्षा जास्त स्पष्टीकरण दिल्यास वेळ वाया जातो व संदेश समजण्यात अडचणी येतात.

२) लक्ष नसणे : संदेशप्राप्तकर्त्याचे संदेशदात्याच्या बोलण्याकडे लक्ष नसेल किंवा संदेश ऐकून घेण्याची इच्छा नसेल तर तो संदेश नीट ऐकला किंवा वाचला जात नाही.

३) दोन पिढ्यांतील अंतर : संदेशदाता व संदेशप्राप्तकर्ता या दोघांच्या वयात फार अंतर असेल तर संदेशवहन नीट होऊ शकत नाही; कारण व्यक्तीच्या वयानुसार विचार बदलतात.

४) वैयक्तिक मतभेद : दोन व्यक्तींमध्ये जर वैयक्तिक मतभेद असतील तर संदेशवहन परिणामकारक होणार नाही.

५) संदेशप्राप्तकर्त्यांची संख्या : संदेशप्राप्तकर्त्यांची संख्या मोठी असेल तर संदेशवहनात अडथळे निर्माण होतात. कमी व्यक्तींना चांगल्या प्रकारे माहिती सांगता येते.

६) भौगोलिक अंतर : संदेशदाता व संदेशप्राप्तकर्ता यांच्यात जर जास्त भौगोलिक अंतर असेल तर संदेश वेळेत देणे शक्य होत नाही. जास्त भौगोलिक अंतरामुळे विचारांची देवाण-घेवाण होणे कठीण होते.

७) माध्यमातील अडचणी : संदेशाची परिणामकारकता संदेश माध्यमावर अवलंबून असते. माध्यमात अडचण आल्यास संदेशाची देवाणघेवाण नीट होत नाही.

८) तांत्रिक ज्ञानाचा अभाव : संदेशवहनाची आधुनिक साधने वापरण्यासाठी कुशल व अनुभवी कर्मचाऱ्यांची गरज असते.

परंतु, अशा कर्मचाऱ्यांची संख्या कमी असते. त्यामुळे संदेशवहनात अडचणी येतात.

६.६ प्रभावी संदेशवहनाची तत्त्वे
(Principles of Effective Communication)

व्यवस्थापकाचे यश प्रामुख्याने संदेशवहन प्रक्रियेवर अवलंबून असते. त्यासाठी औद्योगिक संस्थेमध्ये प्रभावी संदेशवहनामुळे अपेक्षित उद्दिष्टे प्राप्त झाली आहेत. संदेशवहन प्रभावी असावे म्हणून काही महत्त्वपूर्ण बाबी किंवा तत्त्वे असली पाहिजेत. ही तत्त्वे खालीलप्रमाणे आहेत -

१) स्पष्टपणा (Clarity) : कोणताही संदेश स्पष्ट असल्याशिवाय त्याचा अपेक्षित परिणाम दिसून येत नाही; म्हणून संदेश देताना संदेशदात्याने तो स्पष्ट शब्दांत दिला पाहिजे. त्यामुळे संदेश प्राप्तकर्त्याला अपेक्षित कार्य कळेल; जर संदेशाचा संदेशप्राप्तकर्त्याला अर्थ कळत नसेल किंवा त्याचे अर्थ वेगवेगळे निघत असतील तर संदेशप्राप्तकर्ता गोंधळून जाईल. त्यामुळे संदेशदात्याने नेहमी दुसऱ्याला समजेल असा स्पष्ट संदेश दिला पाहिजे.

२) परिपूर्णता किंवा पर्याप्तता (Adequacy) : संदेश स्पष्ट असण्याबरोबर परिपूर्ण किंवा पर्याप्त असावा. संदेश अपुरा किंवा अत्यंत लांबलचक असू नये. लांबलचक संदेश वाचले जात नाहीत; ते टाळले जातात. तर अपुऱ्या संदेशामुळे संदेशाचा अर्थ कळत नाही. त्यामुळे संदेशप्राप्तकर्त्याची बौद्धिकक्षमता लक्षात घेऊन संदेश देण्यात आला पाहिजे. उदा. अधिकाऱ्यांना दिले जाणारे संदेश अत्यंत मोजक्या शब्दांत तर कर्मचाऱ्यांना दिले जाणारे संदेश स्पष्ट व विस्तृत स्वरूपात देण्यात आले पाहिजेत.

३) सुसंगतपणा (Consistency) : वरिष्ठ व्यवस्थापकांना वेळोवेळी कनिष्ठ अधिकारी व कर्मचाऱ्यांना संदेश द्यावे लागतात. या संदेशात सुसंगतपणा किंवा सयुक्तिकपणा असावा. वरिष्ठ अधिकाऱ्यांनी दिलेल्या संदेशात विसंगती असेल किंवा ते परस्परविरोधी असतील तर कोणत्या सूचना पहाव्यात व कोणत्या टाळाव्यात याबद्दल कर्मचाऱ्यांच्या मनात संभ्रम निर्माण होईल. म्हणूनच दिल्या जाणाऱ्या संदेशांमध्ये सुसंगती असणे आवश्यक आहे.

४) योग्य वेळ (Proper Time) : संदेशवहनात वेळेला अत्यंत महत्त्वाचे स्थान आहे. संदेश योग्य वेळी देण्यात आला पाहिजे. योग्य वेळी देण्यात आलेले संदेश प्रभावी ठरतात. चुकीच्या वेळी देण्यात आलेले संदेश कुचकामी ठरतात.

उदा. एखाद्या विद्यार्थ्याला नोकरीसाठीच्या मुलाखतीचे पत्र मुलाखत झाल्यावर मिळत असेल तर त्याचा काहीच उपयोग होत नाही. म्हणूनच तांत्रिक व मानसशास्त्रीय बाबींचा विचार करून संदेशदात्याने पत्रव्यवहाराचा उपयोग करणे उचित ठरते.

५) सातत्य (Continuity) : संदेशवहनाची प्रक्रिया निरंतर चालणारी आहे. एकदा संदेश दिला म्हणजे पुन्हा संदेश द्यावा लागत नाही. बदलत्या परिस्थितीनुसार संदेशही वारंवार द्यावे लागतात. कधी कधी मूळ संदेशात बदल करून सुधारित संदेश द्यावे लागतात. कर्मचाऱ्यांकडूनही सतत व्यवस्थापनाकडे संदेशवहन होत असते. त्यामुळे संदेशवहनात सातत्य असते किंवा ती निरंतर चालणारी प्रक्रिया आहे.

६) परस्पर सहकार्य (Mutual Co-operation) : संदेशदाता व संदेश प्राप्तकर्ता यांच्यामध्ये परस्पर सहकार्य असणे आवश्यक आहे. संदेशदाता संदेशप्राप्तकर्त्याकडून विशिष्ट कार्य करवून घेण्यासाठी संदेश देतो. संदेश प्राप्तकर्त्याने संदेशाला प्रतिसाद दिला नसेल तर संदेश निरुपयोगी ठरतो. त्यामुळे संदेशदाता व संदेश प्राप्तकर्ता यांच्यामध्ये जोपर्यंत परस्पर सहकार्याची भावना निर्माण होत नाही तो पर्यंत संदेश प्रभावी ठरत नाही.

७) संदेशाचे माध्यम (Media of Communication) : संदेशाचा प्रसार करण्यासाठी विविध माध्यमे उपलब्ध आहेत. त्यामुळे संदेशदात्याने सर्वप्रथम आपणास

कोणत्या माध्यमाने संदेश पाठवावयाचा आहे हे ठरविले पाहिजे. माध्यमाची तीव्रता परिस्थिती व वेळेनुसार बदलत असते. पूर्वी ज्या माध्यमाने संदेश पाठविला असेल तेच माध्यम दुसऱ्या वेळी निरुपयोगी ठरू शकते. त्यामुळे संदेशदात्याने संदेशाचे महत्त्व, अंतर, संदेशाचे स्वरूप इत्यादी बाबी लक्षात घेऊन संदेशाच्या माध्यमाची निवड करणे आवश्यक आहे.

८) संदेशाची प्रतिक्रिया (Feedback of Communication) : यशस्वी संदेशवहनात प्रतिक्रिया अत्यंत महत्त्वाची समजली जाते. संदेशदात्याने ज्या उद्देशाने व अर्थाने संदेश दिला असेल त्याबद्दल संदेशप्राप्तकर्त्याने अनुकूल प्रतिक्रिया दिल्यास संदेश प्रभावी ठरतो. संदेश प्राप्तकर्त्यांची प्रतिक्रिया प्रतिकूल असली तरीपण संदेशवहनाची प्रक्रिया पूर्ण झाली असे समजले जाते; कारण संदेशाला प्रतिक्रियाच मिळाली नसेल तर तो निरुपयोगी ठरतो. कधी कधी प्रतिकूल प्रक्रियेचे पुन्हा होणाऱ्या संदेशवहनामुळे अनुकूलतेमध्ये रूपांतर करता येते.

९) संदेशातील औपचारिकता व अनौपचारिकता (Formal and Informal Communication) : संघटनेत संदेशवहनाची प्रक्रिया कोणत्या मार्गाने होणार आहे म्हणजेच औपचारिक संदेशवहनात मार्ग ठरविला जातो. सामान्य परिस्थितीत औपचारिक संदेशवहन होत असते. परंतु, कधी कधी नेहमीचे मार्ग सोडून अनौपचारिक संदेशवहनाचासुद्धा संघटनेत उपयोग करावा लागतो. व्यवस्थापकाचे कर्मचाऱ्यांशी सलोख्याचे संबंध असल्यास अनेक कामे अनौपचारिक संदेशवहनाद्वारेच पूर्ण केली जातात. थोडक्यात, संघटनेत औपचारिक व अनौपचारिक संदेशवहनाचा उपयोग केला जातो.

१०) संदेशवहनाचे जाळे (Communication Network) : संस्थेचा आकार मोठा असेल तर विविध ठिकाणी संदेशप्राप्तकर्त्यापर्यंत संदेश पाठविण्यासाठी संदेशवहनाचे मार्ग ठरविले जातात. त्यालाच संदेशवहनाचे जाळे म्हणून ओळखले जाते. हे जाळे प्रभावी व कार्यक्षम असेल तर संदेश देण्या-घेण्यात सुलभता येते. अलीकडे उपग्रहामार्फत अनेक खासगी वाहिन्यांनी विविध कार्यक्रम प्रसारित करण्याचे मार्ग ठरवून घेतलेले आहेत. तद्वतच मोठ्या कंपनीत संदेशवहनाचे जाळे निर्माण केले आहे. त्यामुळे संदेशवहन जाळे संदेशवहनाचे एक प्रमुख तत्त्व समजले जाते.

संदेशवहनाच्या वरील तत्त्वांचा उपयोग केल्यास संदेशवहन प्रभावी ठरते. प्रभावी संदेशवहनामुळे संघटनेतील अनेक औद्योगिक प्रश्न सोडविण्यास मदत होते. संदेशवहनामुळे कर्मचाऱ्यांत सहकार्याची भावना वाढीस लागते व व्यवस्थापन आणि कर्मचारी यांच्यातील औद्योगिक संबंध सुधारतात.

६.७ संदेशवहनाचे महत्त्व (Importance of Communication) :

संदेशवहन अत्यंत व्यापक स्वरूपाचे असून ते व्यवस्थापनाच्या नियोजन, समन्वय, संघटन व नियंत्रण इत्यादी कार्यात अत्यंत महत्त्वाचे आहेत. व्यवस्थापनाचे कोणतेही कार्य संदेशवहनाअभावी व्यवस्थित होऊ शकत नाही. त्यामुळे चेस्टर बर्नार्ड यांनी 'संदेशहनाची व्यवस्था निर्माण करणे आणि ती टिकवून ठेवणे हे व्यवस्थापकाचे प्रथम कर्तव्य आहे' असे म्हटले आहे. अलीकडे स्पर्धा, उत्पादनातील गुंतागुंत वैशिष्ट्यपूर्ण व मोठ्या प्रमाणावरील उत्पादन इत्यादींमुळे संदेशवहन हा व्यवस्थापनातील प्रथम क्रमांकाचा महत्त्वाचा प्रश्न आहे असेही काही तज्ज्ञांचे मत आहे. किथ डेव्हिस यांनी संदेशवहनाची तुलना मानवी शरीरातील रक्तवाहिन्यांशी केलेली आहे. 'मनुष्याच्या शरीरात रक्तवाहिन्यांची जशी गरज आहे तशीच, व्यवस्थापनाला संदेशवहनाची गरज आहे.' व्यवस्थापनात उच्च अधिकाऱ्यांना अडचणी निर्माण झाल्यास वरिष्ठांच्या संदेशवहनामुळे गैरसमजही टाळता येतात. व्यवस्थापनाचा व्यवसायात जसा अंतर्गत संबंध येतो; हे संबंध दृढ करण्याचे कामही संदेशवहन करते. संदेशवहन फक्त व्यवसायातच उपयुक्त आहे असे नाही. आपल्या दैनंदिन जीवनात व्यक्तीचा सकाळी उठल्यापासून रात्री झोपेपर्यंत अनेक घटकांशी किंवा लोकांशी संबंध येतो. यामध्ये संदेशवहन मोलाची मदत करते. थोडक्यात, संदेशवहन अत्यंत महत्त्वाचे आहे. त्याचे महत्त्व पुढील मुद्द्यांवरून अधिक चांगल्या रितीने स्पष्ट होते.

१) योग्य नियोजन व समन्वयासाठी : व्यवसायाचे यश नियोजनावर अवलंबून असते. नियोजन मागील आकडेवारी व माहितीवर अवलंबून असते. नियोजनामुळेच प्रत्येक कर्मचाऱ्याला केव्हा, कोठे, कसे काम करावे याबद्दल पूर्वसूचना मिळतात. अचूक नियोजनाची प्रभावी अंमलबजावणी व्हावी म्हणून प्रत्येक अवस्थेत संदेशवहन उपयुक्त ठरते. संदेशवहनामुळे उत्पादनाच्या प्रत्येक घटकाला त्याची भूमिका समजावून दिली जाते. त्यामुळे 'संदेशवहन-नियोजनाचा आधार' आहे असे म्हणता येईल. याशिवाय उत्पादनाच्या साधनात समन्वय घालावा लागतो. प्रामुख्याने कर्मचाऱ्यांच्या कार्यात समन्वय घालणे आवश्यक आहे. संदेशवहनामुळे कर्मचारी व अधिकारी यांच्या कामात समन्वय निर्माण केला जातो. त्यामुळे नियोजन व समन्वयात संदेशवहन महत्त्वाची भूमिका बजावीत असते.

२) व्यवसायाचे यशस्वी संचालन करणे : आजकाल औद्योगिक संस्थांचा आकार सतत वाढत असल्याचे दिसून येते. मोठ्या उत्पादनामुळे व्यवसायात अनेक विभाग व उपविभाग निर्माण केले जातात. प्रत्येक विभागात अनेक कर्मचारी कार्य करीत असतात. या कर्मचाऱ्यांकडून कार्य करवून घेण्यासाठी त्यांना निर्देशनाची गरज आहे.

संदेशवहनाद्वारे कर्मचाऱ्यांना आदेश किंवा सूचना दिल्या जातात. आवश्यक त्यावेळी मार्गदर्शनही केले जाते. संदेशवहनाअभावी सर्वत्र गुंतागुंत निर्माण होते. थोडक्यात, व्यवसाय चांगल्या रितीने चालविण्यासाठी प्रभावी संदेशवहनाची गरज आहे.

३) **संघटनेची कार्यक्षमता वाढविणे :** व्यवसायात व्यवसायाच्या आकारानुसार संघटनेची रचना केली जाते. मोठ्या व्यवसायात संघटनारचना गुंतागुंतीची असते. अशा संघटनेत व्यवस्थापनाच्या गरजेनुसार स्तर निर्माण केलेले असतात. प्रत्येक स्तरावर काही अधिकारी व कर्मचारी काम करीत असतात. या सर्वांना संबंध प्रस्थापित करावा लागतो. सूचना व आचार विचारांची देवाण-घेवाण करावयाची असते. त्यासाठी संदेशवहन मदत करीत असते. त्यामुळे एच. एम. मर्फी यांनी 'प्रत्येक संघटनेत प्रभावी संदेशवहन जीवनदायी रक्तासारखे काम करीत असते.' बर्नार्ड यांनी 'संघटनेची रचना, विस्तार व व्याप्ती संदेशवहनावर आधारित असतात' असे म्हटले आहे. यावरून संघटनेची कार्यक्षमता वाढविण्यासाठी प्रभावी संदेशवहनाची गरज आहे हे स्पष्ट होते.

४) **उत्पादन खर्चात कपात करणे :** चांगल्या व परिणामकारक संदेशवहनामुळे संस्थेतील खर्चात बचत करता येऊन उत्पादनात वाढ करणे शक्य होते. प्रभावी संदेशवहनामुळे उत्पादनाच्या सर्व साधनांमध्ये प्रभावी समन्वय घातला जातो. त्यामुळे कारखान्यातील यंत्रे, उपकरणे, साधने व कर्मचारी यांच्या शक्तीचा पुरेपूर उपयोग केला जातो. कर्मचाऱ्यांना कोणते काम केव्हा, कोठे करावयाचे आहे, त्यांची जबाबदारी कोणती ? इत्यादी बाबी सांगितलेल्या असल्यामुळे ते जबाबदारीने काम करतात, पण वरील सर्व कार्यांमध्ये संदेशवहन अत्यंत महत्त्वाची भूमिका पार पाडीत असते. उत्पादनाच्या सर्व साधनांचा संदेशवहनामुळे यथाशक्ती वापर व उपयोग होत असल्यामुळे उत्पादन खर्चात बचत होते.

५) **व्यवस्थापकांच्या कार्यक्षमतेत वाढ :** व्यवस्थापक हे संघटनेची नीती, धोरण, उद्दिष्टे इत्यादी बाबींबद्दल संघटनेतील कर्मचाऱ्यांना माहिती देतात. प्रत्येकाला कामाचे वाटप केले जाऊन जबाबदाऱ्या निश्चित केल्या जातात. वेळोवेळी त्यांच्या कामाचे अहवाल घेतले जातात व या सर्व बाबी केवळ प्रभावी संदेशवहनामुळेच शक्य आहेत. काही लेखकांनी व्यवस्थापकाचा ७० % वेळ संदेशवहनात जातो असे म्हटले आहे. हे संदेशवहन जितके प्रभावी तितकीच व्यवस्थापकाची कार्यक्षमता उच्च दर्जाची असे समजले जाते. जॉर्ज टेरी यांनी, 'संदेशवहन साधन आहे, साध्य नव्हे, व्यवस्थापक प्रक्रिया सुरळीत चालण्यासाठी त्याचा वंगणासारखा उपयोग होतो' असे म्हटले आहे. थोडक्यात, व्यवस्थापकांची कार्यपद्धती संदेशवहनाच्या साधनांवर अवलंबून असते.

६) व्यवस्थापन व कर्मचारी संबंधात सुधारणा : संस्थेतील अधिकारी व कर्मचारी एकाच रथाची दोन चाके आहेत. अधिकारी उच्च स्तरावर तर कर्मचारी कनिष्ठ स्तरावर काम करीत असतात. अनेकदा दोन्ही घटकांची धोरणे परस्परविरोधी असतात. परंतु, संदेशवहनाच्या माध्यमाने त्यांच्यामध्ये विचारविनिमय होऊ शकतो. व्यवस्थापक कर्मचाऱ्यांच्या अडचणी संदेशवहनामुळे त्वरित जाणून घेऊ शकतात.

७) नेतृत्वाचा आधार : औद्योगिक संस्थेमध्ये उच्च व्यवस्थापनातील लोकांना नेतृत्वाचे कार्य करावे लागते. कुशल नेतृत्वाला संदेशवहनाची आवश्यकता असते. व्यवस्थापक, व्यवस्था संचालक किंवा अधिकाऱ्यांच्या नियंत्रणाखाली संघटनेत अनेक कर्मचारी कामे करीत असतात. कर्मचाऱ्यांना संघटनेची उद्दिष्टे संदेशवहनामार्फत समजावून सांगितली जातात. त्यामुळे कर्मचाऱ्यांचा व्यवस्थापक किंवा नेतृत्वावर विश्वास बसतो. म्हणूनच प्रभावी नेतृत्वाचा आधार संदेशवहन आहे असे म्हणणे सयुक्तिक ठरेल.

८) लोकशाही व्यवस्थापन : चांगले संदेशवहन लोकशाही व्यवस्थापनासाठी आवश्यक आहे. संदेशवहनाच्या माध्यमानेच व्यवस्थापक कर्मचाऱ्यांशी विचारविनिमय करून निर्णय घेऊ शकतात. कर्मचाऱ्यांचा असंतोष संदेशवहनाच्या माध्यमांमार्फतच व्यवस्थापनापर्यंत पोहोचतो. त्यामुळेच कर्मचाऱ्यांना व्यवस्थापनात सहभागी केले जाते. व्यवस्थापनात सहभाग मिळाल्यामुळे कर्मचाऱ्यांना व्यवस्थापनात प्रतिनिधित्व मिळते. अशा रितीने संदेशवहनामुळे लोकशाही व्यवस्थापनास मदत होते.

९) प्रेरणा व मनोबल बांधणी : संदेशवहनाची प्रभावी यंत्रणा साहाय्यक व कर्मचाऱ्यांच्या प्रवृत्तीत बदल घडवून आणते. संघटनेतील अनेक संघर्ष मूळ नसून अज्ञान किंवा गैरसमजामुळे निर्माण झालेले असतात. सुयोग्य संदेशवहनामुळे योग्य वेळीच कर्मचाऱ्यांना माहिती मिळत असल्यामुळे मतभेद मिटतात किंवा कमी होतात. संदेशवहनामुळे संस्थेची संपूर्ण माहिती कर्मचाऱ्यांना होते.

१०) कामाचे समाधान : प्रभावी संदेशवहन कर्मचाऱ्यांमधील गैरसमज दूर करते. आपण आपले काम केव्हा, कोठे व कशा रितीने पूर्ण केले पाहिजे याची कर्मचाऱ्याला जाणीव होते. त्यासोबतच त्याला त्याच्या जबाबदाऱ्यांचेही आकलन होते. कर्मचाऱ्यांच्या मनात वैमनस्याऐवजी सहकार्याची भावना निर्माण होते.

ही भावना कर्मचाऱ्यांचे मनोधैर्य वाढविते व त्याचबरोबर प्रत्येक कर्मचाऱ्याला त्याच्या कार्याबद्दल समाधानही मिळते. थोडक्यात, संदेशवहनामुळे चांगले औद्योगिक संबंध निर्माण होऊन कर्मचाऱ्याला जबाबदारीच्या जाणिवेमुळे कामाचे समाधान मिळते.

६.८ संदेशवहनाची आधुनिक साधने

(Recent Modes of Communication) :

आधुनिक काळात विज्ञानाच्या प्रगतीमुळे अनेक नवनवीन शोध लागले. त्यामुळे संदेशवहनाच्या साधनातही खूप मोठ्या प्रमाणावर बदल होत आहेत. परंपरागत संज्ञापनाच्या साधनांच्या तुलनेत संज्ञापनाच्या आधुनिक साधनांचा वेग प्रचंड प्रमाणावर आहे. पूर्वी लेखी संज्ञापनात पत्रे पाठवून संदेशवहन करण्यात येत असे. परंतु, आधुनिक साधनांमुळे अत्यंत कमी वेळेत संदेश देता / घेता येतात. त्यामुळे कामेही जलद गतीने होतात, पण तरीही संदेशवहनाच्या परंपरागत साधनांचे महत्त्व कमी होत नाही.

ही साधने खालीलप्रमाणे आहेत -

व्हिडिओ कॉन्फरन्सिंग

व्हिडिओ कॉन्फरन्स हे संदेशवहन करण्याचे एक तंत्रज्ञान आहे. यामध्ये दोन किंवा त्यापेक्षा अधिक ठिकाणे संगणकाने जोडलेली असून त्यांच्यामध्ये संभाषण होते, ते दिसते आणि ऐकू येते. व्हिडिओफोनपेक्षा हे वेगळे असते; कारण त्यामध्ये एक व्यक्ती विचारात न घेता सभेसाठी त्याचा उपयोग होतो.

व्हिडिओ कॉन्फरन्सिंगमध्ये वेगवेगळ्या ठिकाणी असलेल्या व्यक्तींना सभेसाठी एकत्र आणले जाते म्हणजेच प्रत्येक व्यक्ती संगणकाच्या आधारे एकमेकांशी संपर्क साधून एकमेकांना पाहू व बोलू शकतो. दोन व्यक्तींमध्ये होणारे संभाषण ज्याप्रमाणे असते त्याचप्रमाणे हे संभाषण असते. यामध्ये वेगवेगळ्या ठिकाणी असलेल्या एका मोठ्या खोलीतील एक किंवा अनेक व्यक्ती एकमेकांशी संभाषण करू शकतात. अशा प्रकारच्या व्हिडिओ कॉन्फरन्सिंगचा उपयोग मीटिंगच्या कामासाठी होत नसून भागासंदर्भातील कागदपत्रे, संगणकावरील माहिती इत्यादी गोष्टी मिळविण्यासाठीही होतो. अलीकडच्या काळात हे तंत्रज्ञान मोठ्या प्रमाणावर वापरले जाते; कारण जागेअभावी किंवा व्यवसायाच्या गरजेनुसार कार्यालये ठिकठिकाणी विखुरलेली असतात. अशा कार्यालयात काम करणाऱ्या व्यक्तींना एकत्र येण्यासाठी खूपच वेळ व खर्च लागतो. व्हिडिओ कॉन्फरन्सिंगच्या सुविधेमुळे हा वेळ आणि खर्च वाचतो व सर्वजण एकत्र येऊ शकतात.

बहुविध नियंत्रण युनिटच्या साहाय्याने तीन किंवा त्यापेक्षा जास्त ठिकाणी असलेल्या व्यक्तींना एकत्र आणता येते. या युनिटच्या आधारे एखादी व्यक्ती इतर ठिकाणी असलेल्या व्यक्ती किंवा हे युनिट सर्व व्यक्तींशी संपर्क करू शकते.

काही तज्ज्ञांच्या मते, दोन कारणांमुळे व्हिडिओ कॉन्फरन्सिंग हे तंत्रज्ञान संदेशवहनाचे प्रमाणित / प्रभावी साधन होऊ शकत नाही. ती कारणे खालीलप्रमाणे :

१) नजरानजर : संभाषण करताना एकमेकांशी नजरानजर होणे महत्त्वाचे असते. त्यामुळे समोरच्या व्यक्तीचे लक्ष वेधण्यास मदत होते. त्याचप्रमाणे समूह संभाषणात हे महत्त्वाचे असते. पारंपरिक टेलिफोन संभाषणात अशा प्रकारची नजरानजर होऊ शकत नाही. तसेच व्हिडिओ कॉन्फरन्सिंग प्रणालीमध्येही अनेक त्रुटी आहेत. यामध्ये कधी कधी चुकीचे भाव दर्शविले जातात. यावर संशोधन झालेले असून संभाषणात एकमेकांशी नजरेत नजर भिडवून बोलण्याचे महत्त्व कमी लेखता येणार नाही.

२) कॅमेरा कॉन्शिअसनेस : व्हिडिओ कॉन्फरन्सिंगमधील दुसरा प्रश्न म्हणजे व्यक्ती कॅमेऱ्यासमोर असते; त्या वेळी व्यक्तीला सारखी ही जाणीव असते. त्यामुळे पडद्यावर आपण दिसत आहोत या जाणिवेने व्यक्ती विचलित होते व अपेक्षित सादरीकरण होत नाही.

सर्वसाधारण लोकांवरील प्रभाव :

आजच्या काळात वेगाने इंटरनेट क्रांती झालेली आहे. यामध्ये माफक खर्चात अशा प्रकारचे तंत्रज्ञान उपलब्ध होत असल्याने लोक त्याकडे आकर्षित झाले आहेत. परिणामी वैयक्तिक व्हिडिओ टेलिकॉन्फरन्स प्रणालींचा मोठ्या प्रमाणावर सर्वसामान्य लोक उपभोग घेत आहेत. या तंत्रज्ञानामुळे समोरासमोर संभाषण करणे शक्य झालेले आहे. लोक दूरदूरच्या ठिकाणी राहतात परंतु व्हिडिओ कॉन्फरन्सिंगमुळे ते वाटेल त्या वेळी एकमेकांशी संभाषण करू शकतात, भेटू शकतात. त्यामुळे प्रवासासाठी लागणारा वेळ व खर्च वाचतो. प्रत्यक्ष भेटीसारखा आनंद घेता येतो. मात्र, यामध्येही अनेक दोष आहेत. प्रत्येकाला हे गुंतागुंतीचे तंत्रज्ञान समजतेच असे नाही. अशी प्रणाली कार्यान्वित करण्यासाठी व सुरळीतपणे चालण्यासाठी तज्ज्ञ व्यक्तींच्या मदतीची गरज असते. त्याचप्रमाणे व्यवस्थितपणे तयार केलेल्या प्रणालींसाठी विशिष्ट प्रकारे तयार केलेल्या खोलीची गरज असते, ज्याचा खर्च अफाट असतो. तो सगळ्यांनाच परवडेल असे नाही.

शिक्षणावरील प्रभाव :

विद्यार्थ्यांना अशा प्रकारे संभाषणामध्ये भाग घेऊन शिकण्याची संधी उपलब्ध होते. त्याचप्रमाणे जगभर विखुरलेले शिक्षक आणि व्याख्याते यांना जगाच्या कानाकोपऱ्यापर्यंत जाता येते. निरनिराळ्या जमातीचे आणि पार्श्वभूमी असलेले विद्यार्थी एकमेकांबद्दल जाणून घेण्यासाठी एकत्र येऊ शकतात. व्हिडिओ कॉन्फरन्सिंगच्या माध्यमातून विद्यार्थी दुसऱ्यांशी बोलण्यासाठी निरनिराळ्या ठिकाणी जाऊ शकतात, संग्रहालयाला भेट देऊ शकतात. अशा प्रकारे एकाच ठिकाणी बसून जगभर प्रवास करण्याची संधी भौगोलिक दृष्ट्या दूर असलेल्या व आर्थिकदृष्ट्या दुर्बल असणाऱ्या विद्यार्थ्यांना मिळू शकते.

व्यवसायावरील प्रभाव :

अल्पावधीच्या नोटिसीवरून दूरदूरच्या ठिकाणी असलेल्या व्यक्ती मीटिंगसाठी एकत्र येऊ शकतात. प्रवासासाठी खर्च करावा लागणारा वेळ व पैसा यांचा उपयोग छोट्या मीटिंगसाठी होऊ शकतो. ज्या व्यवसायाची कार्यालये विखुरलेली आहेत त्यातील कर्मचाऱ्यांना त्यांचे ऑफिस न सोडता कमी खर्चात होणारी प्रत्यक्ष भेटीची जाणीव देणारी मीटिंग घेणे शक्य होते. घरी बसून काम करणाऱ्या कर्मचाऱ्यांना हे तंत्रज्ञान फायद्याचे ठरते.

अशा प्रकारे समोरासमोर दिसणाऱ्या, एकमेकांशी सहजपणे संभाषण करता येऊ शकणाऱ्या तंत्रज्ञानाने व्यवसाय जगतावर मोठ्या प्रमाणावर प्रभाव पाडलेला आहे. काही व्यवसाय आंतराराष्ट्रीय पातळीवर चालू असून या तंत्रज्ञानामुळे आता आंतरराष्ट्रीय प्रवासाची आवश्यकता राहिलेली नाही.

आपल्या कामाची जागा न सोडता मीटिंगसाठी हजर राहण्यासाठी हे तंत्र आता बऱ्याचशा व्यवसाय संघटना वापरतात. हे तंत्र आता ऑनलाईन नेटवर्किंग वेबसाईटवर उपलब्ध होत आहे.

या तंत्रज्ञानाने एवढे महत्त्व / उपयोगिता दाखविले असले तरी काही कर्मचारी अशी साधने वापरत नाहीत; कारण त्यांना असे वाटते की, ग्राहक आणि पुरवठादार यांच्यातील संबंध वाढविण्याच्या दृष्टीने व्हिडिओ कॉन्फरन्सिंग तंत्र वापरणे म्हणजे वेळेचा अपव्यय होय. परंतु, व्यवस्थापकाने जर त्याच्या कर्मचाऱ्यांसमोर हे तंत्रज्ञान वापरले तर कर्मचाऱ्यांची अशी भावना कमी होण्यास मदत होईल.

इ-मेल

इ-मेल, फॅक्स, इंटरनेट, कॉम्प्युटर हे शब्द हळूहळू व्यवहारात रूढ होऊ लागलेले आहेत. त्यापैकी इ-मेल म्हणजे इलेक्ट्रॉनिक मेल होय. कोणतेही व्यावसायिक संज्ञापन किंवा व्यावसायिक पत्रव्यवहार हा इलेक्ट्रॉनिक माध्यमांच्या साहाय्याने करणे म्हणजे इ-मेल होय. इ-मेलद्वारे एका संगणकावरून दुसऱ्या संगणकावर विशिष्ट कोड नंबरच्या साहाय्याने माहिती त्वरित पाठविली जाते. त्यामुळे पैशांची बचत होते व माहिती त्वरित उपलब्ध होते. मनुष्यबळाचा कमीत कमी वापर होतो. विशेषत: ही माहिती एक व्यक्ती दुसऱ्या व्यक्तीला, एक संस्था दुसऱ्या संस्थेला कमीत कमी वेळामध्ये व सहजरीत्या पाठवू शकते. त्याचा परिणाम म्हणजे व्यवसायाचे क्षेत्र वाढते, मोठी बाजारपेठ उपलब्ध होते, कमीत कमी कालावधी लागतो, वेगवेगळ्या ठिकाणच्या कार्यात योग्य तो समन्वय प्रस्थापित करता येतो, वेळेची बचत होते. एवढेच नव्हे तर कालांतराने होणाऱ्या खर्चाचे प्रमाण हे कमीत कमी होऊ लागते.

फायदे :

१) मोठ्या प्रमाणावर संदेशवहनात वापरल्या जाणाऱ्या कागदांच्या संख्येत इ-मेल सुविधेमुळे कपात होते.

२) एकाच संदेशाच्या प्रती अनेक लोकांना पाठविता येतात.

३) संदेश समोरच्या व्यक्तीला मिळाला आहे याची पोच मिळते.

४) संदेश प्राप्त करणाऱ्या व्यक्तीच्या मेलबॉक्समध्ये तो संदेश काही सेकंदांमध्ये उपलब्ध होतो.

५) आलेले संदेश साठवून ठेवता येतात.

तोटे / दोष :

१) ज्या व्यक्तीला संदेश पाठवायचा आहे ती व्यक्ती इ-मेल वापरणारी असली पाहिजे.

२) जो पर्यंत मेल-बॉक्स उघडून पाहिला जात नाही तोपर्यंत एखादा संदेश आलेला आहे हे कळत नाही.

३) इ-मेलच्या माध्यमातून कॉम्प्युटर व्हायरस येऊन कॉम्प्युटरच्या कार्यात अडथळे निर्माण होऊ शकतात.

४) दहशतवादी लोक इ-मेल सुविधेचा गैरफायदा घेतात.

५) गुन्हेगार या माध्यमाचा उपयोग निष्पाप लोकांना फसविण्यासाठी करतात.

फॅक्स :

फॅक्स म्हणजे व्यावसायिक जगताला प्राप्त झालेले एक वरदानच आहे. संज्ञापनामध्ये किंवा व्यवहारामध्ये लेखी स्वरूपातील माहितीला अत्यंत महत्त्वाचे स्थान आहे. बऱ्याच वेळा व्यवसायामध्ये जसा निरंतर फॅक्सचा अवलंब केला जाते तसा वैयक्तिक जीवनातही काही महत्त्वाचे संदेश आपल्याला फॅक्सद्वारे पाठविता येतात. व्यक्ती किंवा संस्था यांच्यामार्फत पाठविण्यात येणारे संदेश दुसऱ्या बाजूच्या व्यक्तीला किंवा संस्थेला त्वरित मिळावेत म्हणून सदर संदेश हे फॅक्सद्वारे पाठविले जातात. फॅक्स करताना संदेश देणाऱ्या व्यक्तीला दुसऱ्या बाजूकडील व्यक्तीचा एस. टी. डी. कोड नंबर व फोन नंबर माहीत असावा लागतो. तेव्हाच ती व्यक्ती दुसऱ्या व्यक्तीला फॅक्सद्वारे संदेश पाठवू शकते.

फॅक्स करताना फॅक्सवर एस. टी. डी. कोड नंबर व फोन नंबर प्रिंट होत असल्याने फॅक्सची विश्वासार्हता वाढत असते. संदेश लेखी स्वरूपात असल्याने तो विश्वासार्ह मानला जातो. कमीत कमी वेळेत व कमीत कमी खर्चात दुसऱ्या व्यक्तीला आपण महत्त्वाचे निर्णय त्वरित कळवू शकतो. त्यामुळे वेळेची बचत होते. व्यवसायाची कार्यक्षमता वाढते. व्यवसायाची माहिती लेखी स्वरूपात दुसऱ्या व्यक्तीकडे राहू शकते. त्या माहितीच्या

किंवा संदेशाच्या पाहिजे तेवढ्या प्रती आपण काढू शकतो. फॅक्समुळे संस्थेची कार्यगती व कार्य अचूकता यामध्ये वाढ होते.

फायदे :

१) फॅक्स मशीन व्यावसायिक संज्ञापनाचे एक जलद माध्यम आहे.

२) फॅक्स मशीन वापरायला सोपे असते. कार्यालयातील मदतनीस किंवा शिपाईही फॅक्स पाठविण्याची प्रक्रिया सहजासहजी समजून घेऊ शकतात.

३) समोरच्या व्यक्तीला फारसे प्रयत्न न करता संदेश प्राप्त होतो.

४) फॅक्स ही संदेश पाठविण्याची लेखी नोंद असते. या फॅक्सच्या पेपरवर पाठविणाऱ्याचा फोन नं. तसेच तो पाठविण्याची वेळ लिहिलेली असते. त्यामुळे असा फॅक्स कायदेशीर पुरावा म्हणून वापरता येतो.

५) फॅक्सने निरोप पाठविणे हा संदेशवहनाचा एक सुरक्षित प्रकार आहे; कारण तो ज्याच्या फोन नंबरवर पाठविला आहे; त्यालाच प्राप्त होतो.

६) फॅक्स मशीनसाठी मोठ्या प्रमाणावर गुंतवणूक करावी लागत नाही त्यामुळे लहान व्यवसाय संस्थांनाही ही सुविधा वापरता येते.

तोटे / दोष :

१) फॅक्सवरून संदेश पाठविण्यासाठी टेलिफोन, टोनर, स्कॅनर आणि मॉडेल यांसारख्या बाबींची गरज असते. यापैकी एखादे उपकरण जरी खराब झाले तरी ही प्रक्रिया बंद पडते.

२) समोरच्या व्यक्तीकडेही फॅक्स मशीन असणे आवश्यक असते.

३) जुने मशीन किंवा जुने रोलर यामुळे कधी कधी मूळ कागदपत्राला घड्या पडतात आणि असे होणे धोकादायक असते.

४) आजच्या या कागदपत्रविरहित ऑफिसच्या आधुनिक जगात फॅक्ससाठी मोठ्या प्रमाणावर कागद लागतो. असा कागद जतन करणे खर्चिक आहे.

५) आंतरराष्ट्रीय फॅक्स पाठविणे खर्चिक असते.

इंटरनेट :

इंटरनेट हे संज्ञापनाचे अत्यंत महत्त्वाचे आणि आधुनिक असे प्रभावी साधन आहे. इंटरनेटचा वापर हा इतर देशात बऱ्याच अगोदरपासून होत आहे. परंतु, भारतात मात्र इंटरनेटचा प्रसार हळूहळू व्हावयास सुरुवात झाली आहे. इंटरनेटद्वारे वेगवेगळे संगणक एकमेकांना जोडून एका संगणकावरून दुसऱ्या संगणकावर माहिती पाठविता येते. इंटरनेसाठी टेलिफोन कनेक्शनचा उपयोग केला जातो. हा उपयोग म्हणजे दोन संगणक हे टेलिफोनच्या साहाय्याने एकमेकांना जोडले जातात. अर्थात, त्यासाठी इंटरनेट कनेक्शनकरिता अर्ज

करावा लागतो. त्यानंतर तुम्हाला जो स्वतंत्र पासवर्ड दिला जातो त्याद्वारे जगातील कोणत्याही ठिकाणी तुम्हाला अतिशय कमी कालावधीत संदेश पाठविता येऊ शकतो किंवा संपर्क साधता येतो. इंटरनेटमुळे व्यापारी जगतात मोठ्या प्रमाणावर उलाढाली, व्यवहार होत असल्याने व सर्व व्यवहार संगणकावरच करण्याचा प्रयत्न प्रत्येक व्यक्ती करीत असल्याने संगणकाची मागणी दिवसेंदिवस वाढत आहे.

फायदे :

१) जगभरातील माहिती, ज्ञान आणि बातम्या घरबसल्या समजतात.

२) चित्रे, नकाशे, लेख, फोटो, ध्वनिफिती, चित्रफिती या स्वरूपात इंटरनेटवरील माहिती उपलब्ध असल्याने परिपूर्ण माहिती मिळते.

३) इंटरनेट वापरण्यासाठी एक टेलिफोन लाईन (ब्रॉड बॅण्ड कनेक्शनसहित) मोडेम आणि संगणक एवढ्याच सोई-सुविधा आवश्यक असतात.

४) इ-मेलद्वारे आपले मत, निरोप कमीत कमी खर्चात आणि अत्यंत कमी वेळात आपण पाठवू शकतो. चॅटिंगद्वारेही संवाद साधू शकतो.

५) इंटरनेटसाठी सरकारच्या परवानगीची गरज नसल्याने कोणीही इंटरनेट वापरू शकतो. सायबर कॅफे उघडू शकतो.

तोटे / दोष :

१) ही सुविधा फक्त मोठ्या शहरातच सहज उपलब्ध असते. इंटरनेटसाठी लागणारी टेलिफोनची सुविधा व इतर सुविधा खेडोपाडी उपलब्ध नसल्याने गावागावात ही सुविधा सहज उपलब्ध होत नाही.

२) इंटरनेट वापरणे प्रत्येक व्यक्तीला परवडणारे नसते.

३) यासाठी लागणारा संगणक, टेलिफोन सुविधा, नंतर येणारी टेलिफोनची बिले या गोष्टी सामान्य माणसाच्या आवाक्याबाहेरच्या असतात.

४) तांत्रिक समस्येमुळे, सर्व्हर काम करत नसेल तर महत्त्वाच्या वेळी इंटरनेट वापरता येत नाही. महत्त्वाच्या वेळी साईट ओपन न झाल्यास कामाचा खोळंबा होतो. तासन्तास गेम खेळणारे, ऑन लाईन ट्रेडिंग करणारे यांच्यामुळेही इतरांना नेट वापरता येत नाही.

५) टाटा कनेक्शनवरून अनेक कनेक्शन्स् घेतलेली असल्यानेही इंटरनेट वापरताना बंधने येतात.

वर्ल्ड वाईड वेब

वेब या लोकप्रिय नावाने हे ओळखले जाते. यालाच संकेत स्थळ असे म्हटले जाते. यासाठी इंटरनेटची आवश्यकता असते. माहिती मिळविण्याचा हा उत्तम स्रोत

आहे. हे माहितीचे एक जाळेच असते. हे जगभर पसरलेले असते. निरनिराळ्या प्रकारच्या अनेकविध वेबसाईट आज उघडलेल्या दिसून येतात. व्यक्तीला घरबसल्या किंवा कार्यालयामध्ये बसून जगभरातील माहिती मिळविता येते. अर्थात, त्यासाठी संगणकाची आवश्यकता असते. जगभरातील माहिती सर्व्हरवर एकत्रित केलेली असते. या माध्यमातून वेब पेजेसवर, माहिती प्रसारित करता येते. निरनिराळ्या कंपन्या आपल्या कंपन्यांबाबतची माहिती अशा वेब पेजेसवर आपापल्या स्वतंत्र वेब साईटवर देतात. कार्यालयाच्या दृष्टीने माहिती मिळविण्याचे व देण्याचे हे अत्यंत महत्त्वाचे असे माध्यम आहे. या माध्यमातून कमी खर्चात व कमी वेळात आपल्याला अद्ययावत माहिती उपलब्ध होऊ शकते. त्यामुळे अलीकडे बहुतेक कंपन्या आपली वेब साईट निर्माण करतात, जेणेकरून जगभर कंपन्यांची जाहिरात होऊ शकते.

फायदे :

१) 'वेब ' हे जगभरातील कोणत्याही गोष्टीसंबंधी, माहिती मिळवण्याचे सोपे साधन आहे. जगभरातील माहिती सर्व्हरवर टाकली जाते.

२) वेब मधील तंत्रज्ञानामुळे विशिष्ट माहिती मिळवून 'वेबपेज ' तयार करून त्यात साठवता येते. बऱ्याच कंपन्या स्वत:ची वेब पेजेस तयार करून जाहिरात करतात.

३) वेब मधील सॉफ्टवेअरमुळे कमी खर्चात त्या त्या फॉरमॅटमध्ये माहिती साठविता येते. जसे फोटो, नकाशे वगैरे.

तोटे / दोष :

१) ही सुविधा खर्चिक आहे. वेबसाईट्स तयार करण्यासाठी तंत्रज्ञानाची गरज असते.

२) वेबसाईट्सची रचना गुंतागुंतीची असल्याने त्या वापरणे कधी कधी अवघड जाते. त्या वेबसाईट्स ठराविक क्रमाने उघडाव्या लागतात. एखाद्या शब्दाचे स्पेलिंग चुकले, कॅपिटलच्या ऐवजी स्मॉल लेटर वापरले गेले तरीही साईट्स उघडत नाहीत.

इन्ट्रानेट

संस्था माहितीचे आपले कार्य समन्वित करतात. आपली ध्येये पूर्ण करतात. काळाच्या ओघात माहितीच्या तंत्रज्ञानाचे व्यवस्थापन व वितरण हे बदलत गेले; पण मानवाच्या गरजा तशाच राहिल्या. इलेक्ट्रॉनिक माध्यमातून या गरजा पूर्ण करण्याचा प्रयत्न केला जातो. कागदाच्या जगातील माहितीच्या सुरक्षिततेची काळजी इलेक्ट्रॉनिक तंत्रज्ञानाच्या माध्यमात तितकीच महत्त्वाची आहे.

कर्मचाऱ्यांमध्ये संस्थेतील माहिती प्रसृत होणे संस्थेच्या ध्येयाच्या दृष्टीने आवश्यक असते. ही माहिती, त्यासंबंधीचे निर्णय यांचा समन्वय असणे आवश्यक असते. म्हणजे माहितीची वाटणी हे समन्वयाचे द्योतक आहे. समन्वयासाठी माहितीचे सातत्यही आवश्यक ठरते. माहितीतील समाविष्ट गोष्टी सारख्या बदलत नसल्या, संस्थेतील कार्ये मोठ्या प्रमाणात नसल्यास सर्व माहिती मध्यवर्ती ठिकाणी साठवून वितरित करता येते; पण मोठ्या संस्थांतून माहितीचा समन्वय वेगवेगळ्या प्रकारे करता येतो. यासाठी व्यस्थापनातील वेगळी रचना असणे जरुरीचे असते. यासाठी विभागामध्ये, कार्यामध्ये आणि देशामध्ये वैशिष्ट्यपूर्ण अंतर्गत सोयी असणेही आवश्यक ठरते; म्हणजे इन्ट्रानेटद्वारा क्रियाधारित सबल कंपनी निर्माण होईल.

'इन्ट्रानेट' च्या आधारभूत गोष्टींमध्ये व्यवस्थापन, तांत्रिक व अंतर्गत सोयी यांचा समावेश होतो. व्यवस्थापनामध्ये भूमिका, धोरणे व प्रक्रिया यांचा अंतर्भाव होतो. तांत्रिक बाबतीत संगणकीय जाळे, हार्डवेअर आणि आज्ञावली यांचा विचार करावा लागतो आणि अंतर्गत सोयींमध्ये माहितीतील गोष्टींना पाठिंबा देणे, सुसंवाद, आधारभूत माहिती संच इ. बाबी मोडतात.

इन्ट्रानेटमध्ये तांत्रिक आंतररचना व माहितीतील विशिष्ट गोष्टींना केंद्रीभूत केलेले असते. त्यामुळे संस्थेला माहितीच्या नवीन वातावरणाशी जुळवून घेता येते.

इन्ट्रानेट हे खासगी संगणक जाळे आहे. हे जाळे महाजाळ्याच्या नियमाच्या संचाचा उपयोग करते. संस्थेच्या माहितीचा कोणताही भाग जाळ्याची जोडणी करून कर्मचाऱ्यांना वाटणी तत्त्वावर दिला जातो. काही वेळा इन्ट्रानेट ही संकल्पना संस्थेच्या अंतर्गत वेब संकेतस्थळाशी संबंधित असते; पण बऱ्याच वेळा संस्थेच्या संगणकीय सुविधा आणि खासगी वेब संकेतस्थळेही महत्त्वाची असतात; कारण यामध्ये संस्थेचा अंतर्गत सहभाग व संप्रेषण महत्त्वाचे असते.

महाजाळ्याच्या कल्पनेवरच इन्ट्रानेटची कल्पना उभी आहे. महाजाळ्याचे तंत्रज्ञानच यात वापरलेले आहे. उदा. ग्राहक, सर्व्हर, नियमांचा संच, टीसीपी / आयपी तसेच सर्वांना ज्ञात असलेले नियमसंच इन्ट्रानेटवर आढळतात. उदा. एचटीपी एफटी पी (फाइल ट्रान्सफर) महाजाळ्याचे नवीन तंत्रज्ञान आधुनिक संवाद (interface) पुरवितात.

म्हणून इन्ट्रानेट ही महाजाळ्याची खासगी आवृत्ती आहे किंवा संस्थेचे खासगी विस्तारीकरण असते. इन्ट्रानेट हा शब्द 'डिजिटल न्यूज आणि रिव्ह्यू' या लेखात १९९५ मध्ये प्रथम वापरला. हा लेख स्टिफन लॉटन याने लिहिला होता.

इन्ट्रानेट हे एक्स्ट्रानेटपासून वेगळे आहे. इन्ट्रानेट संस्थेतील कर्मचाऱ्यांशी मर्यादित असते. एक्स्ट्रानेटमध्ये ग्राहक पुरवठा करणारे किंवा मान्यता असलेले इतर लोक यांचा

प्रवेश असतो. या जाळ्यामुळे खासगी जाळ्याच्या महाजाळ्याशी विशिष्ट रितीने प्रवेश होतो. संस्थेचे इन्ट्रानेट सहजासहजी महाजाळ्यामध्ये प्रवेश करू शकत नाही. जेव्हा जेव्हा असा प्रवेश दिला जातो तो जाळ्याच्या महाद्वारातून फायर वॉलसहित. त्यामुळे इन्ट्रानेटला अनधिकृत बहि:स्थ प्रवेशापासून संरक्षण मिळते. हे महाद्वार ग्राहकाची अधिकृतता, संदेशाची संकेतभाषा, आभासी खासगी जाळे, कंपनीशी संबंधित नसलेल्या कर्मचाऱ्यांना कंपनीच्या माहितीत प्रवेश न देणे, संगणकीय साधने आणि अंतर्गत संप्रेषण करते.

इन्ट्रानेटचा खालील गोष्टी करण्यासाठी उपयोग होतो. उदा. सहयोगी (collaboration) गटामध्ये काम करणे, टेलिकॉन्फरन्सिंग, कंपनी निर्देशिका, ग्राहक व विक्रेता यांच्यातील व्यवस्थापनाची साधने, प्रकल्प व्यवस्थापन, प्रगत निर्मिती इ.

कंपनीच्या सांस्कृतिक बदलाचा पाया इन्ट्रानेट घालू शकते. कंपनीतील कर्मचाऱ्यांनी मोठ्या संख्येने कंपनीच्या मुख्य विषयांची चर्चा इन्ट्रानेटवर करणे हे नवीन व्यवस्थापनाच्या कल्पनांना उभारी देते. निर्मिती, गुणवत्ता हे विषय चर्चेसाठी उपलब्ध असतात.

टेलिकॉन्फरन्सिंग

आजच्या काळामध्ये एखाद्या कार्यालयाचे विभाग निरनिराळ्या ठिकाणी स्थित असतात. कार्यक्षमतेने काम होण्यासाठी यांच्यामध्ये समन्वय असणे गरजेचे असते. या सर्व विभागातील लोकांना एकत्र येऊन निर्णय घ्यावयाचा असेल तर त्यासाठी खूप वेळ व पैसा खर्च करावा लागतो. यातील महत्त्वाचा मुद्दा म्हणजे एकमेकांशी संपर्क साधणे हा असतो; जर अशी कार्यालये दूरच्या अंतरावर किंवा वेगवेगळ्या शहरात असतील तर सर्वांनी एकत्र येण्याची समस्या उभी राहते. अशावेळी फोनची सुविधा फायद्याची ठरते. यालाच टेलिकॉन्फरन्सिंग असे म्हटले जाते. यामध्ये निरनिराळे विभाग फोनने एकमेकांशी जोडले जातात. एकाच वेळी अनेकांना यावर चाललेले संभाषण ऐकता येते व त्यासंबंधात चर्चाही करता येते. आजच्या आधुनिक कार्यालयामध्ये अशी सुविधा बहुतेक ठिकाणी वापरली जाते. ही सुविधा वापरल्याने वेळेची बचत होते व त्वरित निर्णय घेणे सोपे जाते. चर्चेसाठी एकत्र येण्याची गरज नसल्याने येण्याजाण्याचा वेळ आणि खर्च वाचतो. प्रत्यक्षात मीटिंग चालू असल्याप्रमाणे सर्व कार्य चालते. थोड्या खर्चामध्ये ही सुविधा कार्यालयामध्ये वापरली जाऊ शकते.

फायदे :

१) यामुळे ऑफिसमधील कर्मचाऱ्यांचा बऱ्याच कामांमधील वेळ वाचतो, त्यामुळे कार्यक्षमता वाढते.

२) यामुळे दोन व्यक्तींना प्रत्यक्ष न भेटता संपर्क साधता येतो. पुण्यातला इंजिनियर

दिल्लीच्या कारखानदाराशी संपर्क साधू शकतो. त्याला प्रत्यक्ष तिथे जाण्याची गरज भासत नाही.

३) यामुळे प्रवासाचा खर्च आणि वेळ दोन्हीही वाचते. लांब लांब राहणाऱ्यांना याचा खूप फायदा होतो.

४) विविध प्रकारची माहिती, संकल्पना, अनुभव दूरवरच्या व्यक्तीबरोबर शेअर करणे सहज शक्य होते. अमेरिकेतल्या मुलाची खुशाली पुण्यात बसून क्षणात कळते. प्रोजेक्टसंबंधी एखादी नवीन सूचना, बदल दूरवरच्या संबंधित व्यक्तीला ताबडतोब कळवता येते.

५) एकाच वेळी अनेकांशी संपर्क साधता येत असल्याने जणूकाही सर्व व्यक्तींची मीटिंगच पार पडते.

तोटे / दोष :

१) वीज खंडित झाल्यास, वीजपुरवठ्यावर बंधने असल्यास ही सुविधा असून त्याचा काहीच उपयोग होत नाही. भारतासारख्या विकसनशील देशात वीजपुरवठ्याची समस्या वारंवार भेडसावते.

२) ही सुविधा वापरताना भाषेचा प्रश्न उद्भवू शकतो. बरेचदा इंग्रजी भाषाच वापरावी लागते.

३) यासाठी सुरुवातीला लागणाऱ्या सेटअपचा खर्च जास्त असतो.

४) लांब अंतरावरच्या माणसाची नेमकी भूमिका कळू शकत नाही. बोलणे वरवरचे, नाटकी असू शकते, तरीही आपण त्याच्याशी संपर्क साधू शकतो.

५) स्वत: भेटून सुसंवाद साधण्यात जो आनंद असतो तो यात मिळत नाही. भेटूनही न भेटल्यासारखे वाटत राहते.

६. सेल्युलर फोन :

आजचे युग सेल्युलर (मोबाईल) युग आहे असे म्हटल्यास वावगे ठरू नये. सेल्युलर फोन हे आज सर्वात जास्त वापरण्यात येणारे संदेशवहनाचे लोकप्रिय साधन आहे. संदेशवहन वेगाने होण्यासाठी याचा मोठ्या प्रमाणावर उपयोग होतो. या फोनच्या माध्यमातून व्यक्ती जगभरात कोठेही असली तरी तिच्याशी संपर्क साधता येतो किंवा त्या व्यक्तीलाही इच्छित स्थळी संपर्क साधता येतो. आजच्या या काळामध्ये कार्यालये दूरच्या अंतरावर स्थित असतात. अशा परिस्थितीमध्ये कामासाठी किंवा फक्त चौकशीसाठी अशा ठिकाणी जाणे फायद्याचे ठरत नाही; हे खर्चिकही असते. अशा वेळी मोबाईल फोन हे संदेशवहनाचे प्रभावी माध्यम ठरते. व्यक्ती कोणत्याही क्षणी फोन करून व्यवसायासंबंधीची आवश्यक माहिती विनाविलंब मिळवू शकते. निरोपांची देवाण-

घेवाण सहज व सुलभ बनते; जर सेल्युलर फोन नसेल आणि अधिकारी वर्ग कार्यालयात नसेल किंवा दूरवर असेल तर त्यांच्या परत येईपर्यंत काम तसेच पडून राहिल; परंतु सेल्युलर फोनमुळे या अधिकाऱ्यांशी संपर्क साधून, चर्चा करून निर्णय घेता येतात. त्यामुळे आजच्या काळामध्ये सेल्युलर फोन हे कार्यालयातील आवश्यक साधन बनले आहे. कार्यालयीन वापराच्या संदर्भात अनेक मोबाईल कंपन्यांनी निरनिराळ्या योजना राबविल्या आहेत. ही सेवा घेणे कार्यालयाला परवडणारे असते. या सेवेमुळे कार्यालयीन कार्यक्षमतेमध्ये वाढ होते.

फायदे :

१) संदेशवहनासाठी ही एक महत्त्वाची सुविधा आहे.

२) अत्यंत कमी वेळात याद्वारे संपर्क साधला जातो.

३) मेसेज पाठवणे अत्यंत सोपे आणि सहज असते.

४) एक व्यक्ती दुसऱ्या व्यक्तीशी कधीही, कुठेही चटकन संपर्क साधू शकते.

५) याद्वारे बँकिग, क्रेडिट कार्ड्स, इंटरनेट, रेडिओ, गाणी यांसारखी करमणूक, सहज उपलब्ध होते.

६) याचे बिलही ऑनलाईन देता येते. बिल भरण्यासाठी रांगेत उभे राहावे लागत नाही.

तोटे / दोष :

१) यामुळे ऑफिसच्या कामात सतत अडथळा येत राहतो.

२) जरी खूप सोयीसुविधा उपलब्ध असल्या तरी त्या महागड्या असतात. अशा सोयी-सुविधा असलेले फोनसेट्सही खूप महाग असतात.

३) सोयी-सुविधांचा गैरवापर होऊ शकतो. ऑफिसमधील कर्मचाऱ्यांनी वापरलेल्या सुविधांचे पैसे मालकाला द्यावे लागतात.

४) रिंगटोन्स्, मिस्ड् कॉल्स् यांमुळे कामात खूप व्यत्यय येतो.

५) मोबाईलमधून बाहेर पडणाऱ्या इलेक्ट्रोमॅग्नेटिक लहरी आरोग्यास अपायकारक असतात.

६) बऱ्याच मोबाईल्सची रेंज सर्वत्र उपलब्ध होत नाही. नॉट रिचेबल, आऊट ऑफ कव्हरेज, सर्व लाईन्स बिझी असणे यामुळे हातात फोन असूनही त्वरित संपर्क साधता येत नाही.

टॅली इडीपी

प्रत्येक व्यवसायामध्ये हिशोब ठेवणे हा घटक महत्त्वाचा असतो. पूर्वी या कारणासाठी अनेक प्रकारची पुस्तके व कागद वापरले जात असत. हे काम अत्यंत कंटाळवाणे व

नीरस असायचे. तसेच पूर्वी हे काम फक्त प्रशिक्षित व्यक्तीच करू शकत असे. ही पुस्तके ठेवणे हे वेळखाऊ काम असे. हे सर्व टाळण्यासाठी टॅली हे सॉफ्टवेअर निर्माण करण्यात आले. हिशेब ठेवण्याच्या दृष्टीने पिट्रॉनिक्स डाटा या कंपनीने हे सॉफ्टवेअर विकसित केले आहे. आजकालच्या दिवसांमध्ये संगणक हे कार्यालयातील आवश्यक घटकांचे अविभाज्य अंग बनले आहे. इलेक्ट्रॉनिक डिव्हाईस वापरून कॉम्प्युटरवर हिशेब नोंदविले जातात. कधी कधी एकाच व्यवसायाच्या अनेक शाखा ठिकठिकाणी पसरलेल्या असतात. या सर्व शाखांचे हिशेब मुख्य कार्यालयामध्ये दाखविणे गरजेचे असते. पूर्वी कागदावर केले जाणारे हे काम खूप कंटाळवाणे होत असे. मात्र, या नवीन सॉफ्टवेअरमुळे थोड्या जागेत, कमी वेळेत, पाहिजे तेथे ही माहिती उपलब्ध होऊ शकते. यामध्ये खरेदी, विक्री, उत्पादन, कच्चा माल इत्यादींबाबतची सर्व माहिती नोंद करता येते. या सॉफ्टवेअरमुळे व्यवसायाच्या हिशोबाचे स्पष्ट चित्र प्रगट होते. बहुतेक सर्वच कार्यालयांमध्ये हे साधन वापरले जाते. अंकेक्षकाचे कार्यक्रम, उत्पन्न कर, विक्री कर या संदर्भात हे सॉफ्टवेअर अत्यंत उपयोगी ठरते.

प्रश्नावली

१) संदेशवहनाचा अर्थ सांगून त्याच्या व्याख्या द्या.
२) संदेशवहनाची वैशिष्ट्ये स्पष्ट करा.
३) संदेशवहनाची प्रक्रिया स्पष्ट करा.
४) संदेशवहनाचे प्रकार स्पष्ट करा.
५) संदेशवहन प्रक्रियेतील अडथळे स्पष्ट करा.
६) प्रभावी संदेशवहनाची तत्त्वे स्पष्ट करा.
७) संदेशवहनाचे महत्त्व स्पष्ट करा.
८) खालील विषयावर सविस्तर टीप लिहा.

   १) व्हिडिओ कॉन्फरन्सिंग   २) इ-मेल
   ३) फॅक्स   ४) इंटरनेट
   ५) वर्ल्ड वाईड वेब   ६) इन्ट्रानेट
   ७) टेलिकॉन्फरन्सिंग   ८) टॅली इडीपी

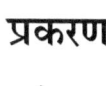

प्रकरण

७

जनसंपर्क

Public Relation

७.१ प्रस्तावना

७.२ व्याख्या, उद्दिष्टे, महत्त्व व गरज

७.३ जनसंपर्काची कार्ये

७.४ जनसंर्काचा विभाग व त्याची व्याप्ती

७.५ जनसंपर्काचे घटक

७.६ जनसंपर्काची माध्यमे

७.७ जनसंपर्क क्षेत्रात निर्माण झालेले नवे प्रवाह

७.८ जनसंपर्क कार्याच्या विस्तारित कक्षा

७.१ प्रस्तावना

व्यवसाय संस्थेचा समाजातील विविध घटकांशी सातत्याने कोणत्या ना कोणत्या कारणांनी संबंध येत असतो. भागधारक, सावकार, वित्तीय संस्था, सरकार, कर्मचारी, वर्तमानपत्र, पुरवठादार, स्पर्धक, इतर सामाजिक संस्था यांच्याशी व्यावसायिक संस्थेचा कोणत्या ना कोणत्या निमित्ताने संपर्क येत असतो. अलीकडे जागतिकीकरणाच्या युगात व स्पर्धक वाढल्यामुळे व प्रसारमाध्यमे समाजात अत्यंत महत्त्वाची भूमिका वठवत असल्याने जनसंपर्क कार्याला तर अतिशय महत्त्व प्राप्त झाले आहे. जनसंपर्काला इंग्रजीत 'Public Relation' हा शब्द वापरतात. संक्षिप्तपणे P.R. हा शब्द प्रचलित आहे.

जनसंपर्काद्वारे सर्वांशी सलोख्याचे संबंध ठेवणे, संस्थेबद्दल त्यांच्या मनात विश्वास निर्माण करणे व जनमानसात संस्थेची प्रतिमा उंचावणे हे जनसंपर्क कार्याचे प्रमुख उद्दिष्ट आहे. बऱ्याचदा संस्थेच्या ध्येयधोरणात, कार्यपद्धतीत अचानक बदल करावा लागतो.

अशा वेळी जनतेच्या मनात संस्थेविषयी गैरसमज निर्माण होऊ नये म्हणून त्यांना विश्वासात घेऊन सर्व समजावून सांगावे लागते. अशा वेळी जनसंपर्क हेच एक प्रभावी साधन संस्थेकडे आहे असे व्यावसायिकास वाटते.

७.२ व्याख्या :

१) जॉर्ज मेरेडिथ (अध्यक्ष, अमेरिकन जनसंपर्क संस्था) : जनतेचे आपल्याबद्दलचे मत चांगले होण्यासाठी केलेली कोणतीही बाब जनसंपर्क कार्यात समाविष्ट होते.

२) एडवर्ड ब्रेनेज : जनतेला माहिती देऊन, त्यांचे मतपरिवर्तन करून कोणतीही संस्था, कोणतीही चळवळ आणि कोणत्याही क्रियेला जनतेकडून सहकार्य मिळविण्याचा केलेला प्रयत्न म्हणजेच जनसंपर्क होय.

३) काऊन्सिल, जनसंपर्क संस्था, इंग्लंड : संस्था आणि जनता यांच्यामध्ये एकमेकांना समजून घेण्याची प्रक्रिया अस्तित्वात येऊन, ती वृत्ती टिकावी म्हणून नियोजनबद्ध व जाणीवपूर्वक केलेले सततचे प्रयत्न म्हणजे जनसंपर्क होय.

४) पीटूरसन : ग्राहक, कर्मचारी व सर्वसामान्य जनता यांची सद्‌भावना व मान्यता प्राप्त करून घेण्यासाठी व्यवसायातील व्यवस्थापनाने केलेले प्रयत्न म्हणजे जनसंपर्क होय.

५) रेचमन : संस्थेसाठी अनुकूल मत निर्माण करणे व त्याचा प्रभाव टिकवून ठेवणे यासाठी केलेल्या कोणत्याही कार्याला 'जनसंपर्क' असे म्हणता येईल.

थोडक्यात, व्यवसाय संस्था, बाह्यघटक, शासन, समाज यांच्यातील संबंध सलोख्याचे ठेवण्यासाठी केलेल्या नियोजनबद्ध आणि जाणीवपूर्वक प्रयत्नांना 'जनसंपर्क' असे म्हणता येईल.

उद्दिष्टे (Objectives)

जन-संपर्काची महत्त्वाची उद्दिष्टे पुढीलप्रमाणे सांगता येतील :

१) व्यापारी संस्था व जनता यामध्ये सलोख्याचे संबंध निर्माण करणे.

२) सलोख्याच्या संबंधासाठी संस्थेची सत्य व योग्य ती माहिती, बदल सातत्याने पुरविणे.

३) सर्वसामान्य जनतेमध्ये व संस्थेच्या अंतर्गत संस्थेची अनुकूल प्रतिमा उभी करणे.

४) संस्थेबद्दलच्या गैरसमजुती दूर करणे.

५) संबंधितांशी व त्रयस्थांशी कायमस्वरूपी संबंध प्रस्थापित करणे व ते वृद्धिंगत करणे.

६) संस्थेला भेट देणाऱ्या व्यक्तींचा आदर करणे व आवश्यक ती सेवा प्रदान करणे.

७) संस्थेचा नावलौकिक वाढविणे.

८) वृत्तपत्र, रेडिओ, दूरचित्रवाणी, इत्यादींशी संबंध निर्माण करून ते वाढविणे.

९) संस्थेबाबत इतरांमध्ये विश्वास निर्माण करणे.

१०) संस्थेबद्दलची माहिती जनतेपर्यंत पोहचविण्यासाठी एखादे मासिक नियमितपणे प्रकाशित करण्याची जबाबदारी स्वीकारणे.

महत्त्व / गरज (Need / Importance)

जनसंपर्काचे महत्त्व, गरज किंवा आवश्यकता -

१) व्यवसायाविषयी अनुकूल मत निर्माण करणे : जनसंपर्काद्वारे विशिष्ट व्यवसाय संस्था आपल्या ग्राहकांशी संपर्क प्रस्थापित करू शकते. त्यांच्या मनात वस्तूविषयी, व्यवसायसंस्थेविषयी चांगली प्रतिमा निर्माण करू शकते. त्यामुळे त्या व्यवसायाला कायमस्वरूपाचा ग्राहकवर्ग निर्माण करता येतो.

२) सामाजिक प्रतिष्ठा व सामाजिक जबाबदारीची पूर्तता याची माहिती देणे : जनसंपर्क कार्यामार्फत व्यवसायसंस्था आपण केलेल्या कार्याची माहिती समाजाला देऊ शकते. त्यामार्फत ती व्यवसाय संस्था आपण केलेले उत्पादन, सरकारला दिलेले कर, लोकांना मिळालेला रोजगार, उत्पादन खर्चात झालेली कपात, माल निर्यातीद्वारे मिळविलेले परकीय चलन, भागधारकांना दिलेला लाभांश, कामगारांचे वेतन, त्यांना दिलेल्या सोयी याची माहिती समाजाला देते. तसेच व्यवसायाच्या स्वरूपाविषयी, विकासाविषयी जनतेला माहिती देऊन तो व्यवसाय आपल्यावरची सामाजिक जबाबदारी कशा प्रकारे पार पाडत आहे, हे समाजाला दाखवून देऊ शकते. अशी व्यवसाय संस्था आपण मिळविलेले यश समाजाला दाखवून सामाजिक प्रतिष्ठा मिळवू शकते.

३) अंतर्गत संबंधात सुधारणा : जनसंपर्काच्या कार्यात व्यवसायातील कर्मचारी, अधिकारी यांच्याशी संपर्क साधण्याच्या कार्याचासुद्धा समावेश होतो. जनसंपर्काद्वारे व्यवसायातील कर्मचाऱ्यांना व्यवसायाचे धोरण, व्यवसायाची योजना यांची माहिती देता येते. व्यवसायाबाबत, व्यवसायातील कर्मचाऱ्यांना व्यवसायाचे धोरण, व्यवसायाची योजना यांची माहिती देता येते. व्यवसायाबाबत, व्यवसायाच्या धोरणाबाबत, कार्याबाबत त्यांची मते, अडचणी, समस्या समजावून घेता येतात. त्या दूर करण्याकडे लक्ष पुरविता येते. त्यांच्याशी विचार - विनिमय करता येतो. त्याचा परिणाम कर्मचारी व व्यावसायिक यांच्यात सामंजस्य निर्माण होण्यावर होतो.

४) विरोध टाळता येतो : आधुनिक काळात अनेक कारणांमुळे व्यवसायाविषयी, वस्तूविषयी किंवा व्यवसाय धोरणाविषयी गैरसमज व विरोधी भावना निर्माण होण्याची

शक्यता असते. जसे की, कारखान्यामुळे हवेचे, पाण्याचे प्रदूषण होणे किंवा किमतीत वाढ केल्यामुळे समाजाचा रोष निर्माण होणे, किंवा संपामुळे वा अन्य काही कारणांमुळे व्यवसायाविषयी गैरसमज निर्माण होणे; यासारख्या बाबी शक्य होतात. म्हणून या परिस्थितीत जनसंपर्काद्वारे कारखान्यातून प्रदूषणविरोधी काय उपाययोजना केली आहे व प्रदूषण कशाने होत नाही, हे सांगता येते. तसेच किमतीत वाढ करणे का अपरिहार्य आहे किंवा कामगारांचा संप कशाप्रकारे अयोग्य आहे यासारख्या बाबी समाजाला समजावून सांगता येतात. त्यामुळे त्या व्यवसायाला होणारा विरोध टाळता येतो.

५) व्यवसायाच्या धोरणाचे आणि निर्णयाचे परिणाम जाणून घेणे : व्यवसायसंस्थेने स्वीकारलेले धोरण आणि घेतलेले निर्णय याचा ग्राहकांत कसा परिणाम होईल, जनमत कसे वळण घेईल, याची कल्पना समाजातील काही ग्राहकांशी चर्चा केल्यावर समजून येते. त्यावरून धोरण किंवा निर्णय राबवावे किंवा राबवू नये, याविषयी निर्णय घेता येतो.

वरील प्रकारची परिस्थिती व्यवसाय संस्थेच्या विक्रीधोरणात बदल करीत असते. वस्तूच्या आकारात, प्रकारात, गुणवत्तेत, बदल केला जातो. कामगारांची नवीन वेतन श्रेणी, बोनस यासारख्या योजना राबविणार असेल तर या योजना राबविण्यापूर्वी जनमत समजावून घेण्यासाठी जनसंपर्क आवश्यक ठरतो. त्यामुळे निर्णय व धोरण राबविल्याने निर्माण होणारे संभाव्य धोके टाळता येतात. व्यवसायाच्या धोरणाचे, निर्णयाचे दूरगामी परिणाम जनसंपर्कामुळे समजू शकतात.

६) भांडवल, अर्थपुरवठा : चांगल्या जनसंपर्कामुळे व्यवसायाला समाजातील सर्व प्रकारच्या संस्था आणि व्यक्ती यांच्याशी संपर्क साधता येतो. संस्थेविषयी चांगले मत निर्माण करता येते. त्यामुळेच तर ती व्यवसायसंस्था भाग किंवा कर्जरोखे विकून व्यवसायाला आवश्यक असणारे भांडवल किंवा कर्जपुरवठा समाजाकडून मिळवू शकते.

७) व्यावसायिक वातावरणावर प्रभाव टाकणे : जनसंपर्काच्या कार्यामुळे व्यवसाय संस्थेला आपल्याभोवती कोणत्या प्रकारची परिस्थिती आहे, कंपनीच्या कार्याचा, निर्णयाचा भोवतालच्या परिस्थितीवर काय परिणाम होत आहे, तसेच त्याबाबत लोकांचे आणि समाजाचे काय मत आहे, हे जनसंपर्काद्वारे समजू शकते. यादृष्टीने जनसंपर्क व्यवसाय भोवतालच्या परिस्थितीवर लक्ष ठेवण्याचे कार्य करतो. त्याचा परिणाम म्हणून जनमत प्रतिकूल असल्यास ते अनुकूल करण्यासाठी योजना आखता येते. त्यामुळे सभोवतालच्या परिस्थितीशी, विचारसरणीशी कंपनीच्या कार्याचा समन्वय घडवून आणता येतो. जनसंपर्क कार्यामुळे ती व्यवसायसंस्था व्यावसायिक वातावरणावर प्रभाव टाकू शकते.

८) जनमानसात व्यवसायाची चांगली प्रतिमा निर्माण करणे : जनसंपर्काच्या मदतीने कंपनीत एखादी व्यवसायसंस्था आपल्याविषयी चांगली प्रतिमा निर्माण करू

शकते. तसेच ती संस्था स्वत:चा नावलौकिक वाढवू शकते. जनसंपर्काच्या माध्यमातून ती व्यवसायसंस्था स्वत:च्या कार्याची माहिती लोकांना देऊ शकते. त्यामुळे लोकांना ती व्यवसायसंस्था करीत असणारे कार्य आणि त्या कार्याचे महत्त्व समजू शकते. त्यामुळे त्या कंपनीला एकूण समाजात स्वत:चे असे स्थान निर्माण करता येते. त्यातनूच व्यवसायाला नावलौकिक मिळविता येतो आणि व्यवसायाची प्रगती करता येते.

९) अडचणीच्या काळात मदत / सहकार्य : वीजपुरवठ्यातील कपात, कच्च्या मालाचा तुटवडा, अपघात, कामगारांचा संप, व्यवसायातील नुकसान, यासारख्या नियंत्रणाबाहेरील कारणांमुळे अनेक वेळा उत्पादनात खंड पडतो. अशा वेळी त्या व्यवसायाला विविध प्रकारच्या संकटांना किंवा प्रसंगांना, व्यवसायाचा ग्राहक व कर्मचारी यांना व्यवसायापुढील प्रसंग किंवा अडचणी सांगून त्यांना सामंजस्याची भूमिका घेण्यास सांगता येते. त्यांना विश्वासात घेता येते आणि अडचणींवर मात करता येते.

१०) दुहेरी संदेशवहन : जनसंपर्काद्वारे व्यवसाय संस्था, व्यवसायाचे धोरण वस्तू, वस्तूंचे दर-वैशिष्ट्ये, व्यवसायाचे कार्य याची माहिती समाजाला देऊ शकते. तसेच व्यवसायाबद्दल, वस्तूबद्दल, व्यवसायाच्या धोरणाबद्दल ग्राहकांची, लोकांची मते, तक्रारी, अडचणी जनसंपर्कामार्फत व्यवसायाला समजू शकतात. त्यामुळे व्यवसाय समाजाच्या तक्रारी, अडचणी, मत विचारात घेऊन त्याप्रमाणे व्यवसाय धोरण, वस्तू आणि व्यवसाय कार्यपद्धतीत आवश्यक ते बदल घडवून आणू शकतो.

११) बाह्य संस्थांशी संबंध : आधुनिक काळात व्यवसायाला अनेक खाजगी, सरकारी, निमसरकारी संस्थांशी संबंध ठेवावा लागतो. जसे की, व्यापारी संघ, वाणिज्य मंडळे, बँका, विमा कंपन्या, वाहतूक संस्था, वित्तसंस्था सरकारी विभाग किंवा खाती, ग्राहक संघटना इत्यादी. या विविध संस्थांना वेळोवेळी माहिती पुरवावी लागते. या संस्था व्यवसायाला अनेक मार्गाने मदत करीत असतात. यामुळे व्यवसायाची वाढ, विस्तार, प्रगती होते. हे कार्य जनसंपर्कामुळे शक्य होते.

७.३ जनसंपर्काची कार्ये (Functions of Public Relation) :

जनसंपर्काचे कार्य सामान्यपणे प्रसिद्धीचे कार्य आहे आणि केवळ लाभाचा प्रयत्न करणाऱ्या संस्थांकरिताच ते उपयुक्त आहे असे मानले जाते. केवळ खाजगी व मोठ्या कंपन्यांतच जनसंपर्काची गरज आहे अशी एकंदर धारणा आहे. प्रत्यक्षात हा विचार पुरेसा विवेकपूर्ण व वस्तुस्थितीला धरून नाही. जनसंपर्क कार्याची भूमिका बहुमुखी व विविधांगी आहे. जनसंपर्क कार्य सर्वप्रकारच्या व आकाराच्या संस्थांत उपयुक्त आहे. जनसंपर्क कार्याबद्दल संकुचित दृष्टिकोन हा सामान्यत: त्या कार्याची उपयुक्तता लक्षात न घेतल्याने निर्माण झाली आहे.

जनसंपर्काचा प्रत्यक्ष परिणाम केवळ लाभनिर्मितीच्या रूपात प्रत्यक्ष दिसून येत नाही तर त्याचे सुप्त व अप्रत्यक्ष परिणाम प्रतिमानिर्मिती, विश्वासार्हता, संस्थेच्याप्रती आदर यासारख्या विविध स्वरूपात व्यक्त होतात. सामान्यपणे खासगी संस्थांकरिता जनसंपर्काच्या कार्याची खालील दहा वैशिष्ट्यांच्या माध्यमातून उपयुक्तता विचारात घ्यावी लागेल.

१) प्रतिष्ठेचे संरक्षण व संवर्धन :

संस्था ही लाभ प्राप्त करणारी असो वा नसो, खाजगी वा सहकारी असो, संस्थेच्या कार्याची खरी मान्यता समाजात कशा प्रकारची प्रतिष्ठा आणि स्थान ह्या संस्थेला प्राप्त झाले आहे यादृष्टीने महत्त्वाचे असते. अनेक संस्था मोठ्या प्रमाणात लाभ प्राप्त करतात. अशा संस्थांची समाज दखल घेतोच असे नाही. ज्या संस्था समाजोपयोगी कामे करतात त्या संस्थांची समाज दखल घेत असतो. ज्या संस्थांच्या कार्याची समाज दखल घेत नाही किंवा ज्या संस्थेला समाजामध्ये प्रतिष्ठा प्राप्त होत नाही, त्या संस्थेला प्रतिमानिर्मिती करणे शक्य होत नाही. चांगली उत्पादने व चांगली सेवा केवळ नफाच प्राप्त करून देतात असे नव्हे तर प्रतिष्ठाही वृद्धिंगत करीत असतात. ज्या संस्था प्रतिष्ठेची आणि प्रतिमेची जपणूक करतात त्यांना कालांतराने आपली उत्पादने व सेवा यांच्या विक्रीसाठी चिंता करावी लागत नाही. सामान्यपणे प्रतिष्ठा वृद्धिंगत करण्यासाठी व संवर्धनासाठी जनसंपर्काचा कल्पकतेने वापर करणे आवश्यक आहे. समाजात संस्थेची प्रतिष्ठा वाढावी याकरिता जनसंपर्काचे नियोजन आपण कशाप्रकारे करतो यावर अवलंबून असते.

सामान्यपणे प्रतिष्ठेचे कार्य खालील क्रियांच्या माध्यमातून करता येते -

१) संस्थेच्याविरुद्ध होणारी अनाठायी टीका व संस्थेच्या कार्याला होणारा अवाजवी विरोध यांना प्रतिरोध करून.

२) संस्थेविषयी असणारे संभ्रम, विवाद आणि प्रतिमा मलिन करणाऱ्या घटनांबाबत वस्तुस्थिती आणि त्या घटनांचे खंडन करणाऱ्या वस्तुस्थितीवर आधारित संस्थेची माहिती देणे.

३) संस्थांची उद्दिष्टे, ध्येयधोरणे आणि ज्या विशिष्ट मूल्यांसाठी संस्था कार्य करीत आहे त्यावर प्रकाश टाकणाऱ्या कार्याची माहिती व या संदर्भात संस्थेने केलेल्या अलौकिक कार्याचा परिचय समाजाला करून देणे.

४) संस्थेला समाजहिताची कळकळ आहे. समाजाच्या समृद्धीच्या सामाजिक महत्त्वाच्या प्रकल्पात संस्थेचा सक्रिय सहभाग असतो हे चित्र निर्माण करणारी माहिती विविध प्रसारमाध्यमांच्या सहकार्याने प्रसारित करणे.

५) पर्यावरण, प्रदूषण, सामाजिक आणि आर्थिक व राजकीय समस्या याबाबत संस्थेने आपल्या नियमित व्यवसायाच्या पलीकडे जाऊन केलेले किंवा कर्मचाऱ्यांकरिता केलेले कार्य याची माहिती देणे. संस्था अंतिमत: समाजहिताचे कार्य करीत आहे हे स्पष्ट करणारी माहिती प्रक्षेपित करणे.

६) कर्मचाऱ्यांच्या कल्याणाचे कार्यक्रम राबविणे, कर्मचाऱ्यांना निर्धारित वेतनाव्यतिरिक्त इतर सवलती देऊन त्यांच्या मनात संस्थेप्रती बांधिलकी, आत्मविश्वास आणि संघभावना निर्माण करणे.

अशा प्रकारच्या कार्यासाठी जनसंपर्क माध्यमांचा उपयोग करून त्याला उचित प्रसिद्धी देणे व त्याद्वारे संस्था कर्मचाऱ्यांच्या प्रती जागरूक आहे ही भावना कर्मचाऱ्यांमध्ये आणि समाजामध्ये निर्माण करणे. संस्थेची प्रतिमानिर्मिती पोकळ स्वरूपाच्या प्रचारामधून होत नाही तर तो भरीव कार्याचा परिपाक असतो. प्रतिष्ठा संवर्धन हे जनसंपर्काचे पायाभूत कार्य मानले जाते व त्या दृष्टीने उपरोक्त विविध प्रकारांचा वापर करून जनसंपर्कखात्याने संस्थेची प्रतिमानिर्मिती केली पाहिजे.

२) उत्पादन व सेवा यांना प्रसिद्धी :

संस्थेचे अस्तित्व बाजारपेठेत जाणवावयाचे असेल तर प्रथमत: संस्था ज्या उत्पादनाची किंवा सेवांची निर्मिती करते ती उत्पादने अथवा सेवा दर्जेदार आहेत, ग्राहकांच्या हिताची आहेत हे सिद्ध करता आले पाहिजे. जी उत्पादने अथवा सेवा ग्राहकांना आकर्षित करतात त्यांच्या माध्यमातून संस्थेच्या ख्यातीत वाढ होते. सेवेचा अथवा उत्पादनाचा दर्जा हा प्रतिष्ठेचा अग्रदूत आहे. केवळ चांगली उत्पादने व सेवा निर्माण केल्यानेच ख्याती प्राप्त करता येते असे नाही तर त्या उत्पादन व सेवा यांना योग्यप्रकारे प्रसिद्धी देणे व त्या ग्राहकांच्या नजरेस आणणे महत्त्वाचे असते. या दृष्टीने जनसंपर्क उत्पादने व सेवा यांचे प्रसिद्धीचे कार्य करीत असते. संस्थेची नवीन उत्पादने बाजारात येणाऱ्या इतर उत्पादनांपेक्षा सरस व दर्जेदार आहेत, हे सांगण्यासाठी जनसंपर्काचे माध्यम प्रभावीपणे वापरता येते. तसेच संस्थेचे बाजारात असलेले नवीन उत्पादन व सेवा इतरांपेक्षा अधिक दर्जेदार आहेत, आधुनिक आणि वाजवी किमतीत आहेत, ही भावना निर्माण होणे आवश्यक असते. उत्पादने व सेवांची प्रसिद्धी याचे फार महत्त्वाचे कार्य जनसंपर्काच्या माध्यमातून करण्यात येते. जाहिरात विक्रयदृष्टीने महत्त्वाची असते तर जनसंपर्क हा प्रतिमानिर्मितीच्या दृष्टीने आणि ख्याती प्राप्त करण्यासाठी कार्य करीत असतो. उत्पादनाचा दर्जा, उत्पादनातील दोष, उत्पादनाविषयीचा अपप्रचार, संस्थेच्याविरुद्ध असणारे गैरसमज, संस्थेचे त्या दृष्टीने करण्यात येणारे प्रतिवाद या सर्व दृष्टीने जनसंपर्काचे कार्य महत्त्वाचे असते.

३) माहिती व सेवा

जनसंपर्काचे महत्त्वाचे कार्य म्हणजे माहिती व सेवा आणि इच्छुकांना संघटनेविषयी आवश्यक माहिती देणे, त्याबाबत योग्य प्रतिमानिर्मिती करणे होय. संघटनेचे कार्य चांगले असले तरी याची जोपर्यंत जनसामान्यांना माहिती होत नाही तोपर्यंत ते मर्यादितच राहते. या माहिती व सेवांच्या सहकार्याने जनसंपर्क विभाग विविध उद्दिष्टांची पूर्तता करू शकतो आणि त्याद्वारे माहिती व सेवा प्रदान करू शकतो.

संस्थेच्या विविध कार्यांची माहिती देणे, आपल्या कार्यक्षेत्रात संस्था अग्रेसर आहे, संस्था भविष्यात कोणत्या योजना राबविणार आहे, त्या प्रस्तावित सर्व योजनांची माहिती देणे, हे कार्य जनसंपर्क विभाग करतात. विविध उत्पादने, सेवा किंवा तक्रार निवारण, ग्राहक हितसंरक्षणासोबतच ग्राहकांच्या हिताच्या इतर कोणत्या योजना सध्या राबविणार आहे, याविषयी माहिती देणे, ग्राहकांना येणाऱ्या अडचणी व त्यांच्या तक्रारींना अनुसरून संस्था आपल्या सेवेत बदल करतात आणि असे बदल झाल्याने त्यातून ग्राहकांमध्ये विश्वास निर्माण करता येतो.

माहिती सेवेचे महत्त्वाचे अंग म्हणजे संस्थेने आपल्या कर्तव्यपूर्तीत केलेले बदल, नव्याने सुरू केलेल्या योजनेत किंवा ठराविक कामाची जनसंपर्काच्या माध्यमातून समाजाप्रती दर्शविलेली उपयुक्तता याची माहिती जनतेला करून देणे, संस्थेविषयी होणारे गैरसमज, दाव्यांचा प्रतिवाद करणारी माहिती देणे महत्त्वाचे असते. संस्थेच्या प्रती गैरसमज निर्माण करणाऱ्या सर्वच आरोपाचे खंडन करणे हे महत्त्वाचे कार्य आहे. काही परिस्थितीत शासकीय धोरण किंवा सामाजिक परिस्थितीत झालेल्या बदलांना ओळखून त्यांची जाणीव करून देणे महत्त्वाचे ठरते. हे करताना ही संस्थेची ध्येयधोरणे न्यायसुसंगत व तर्कसंगत आहेत हे समाजातील इतर घटकांना पटवून देणे महत्त्वाचे असते.

४) कर्मचारी संबंध

जनसंपर्काच्यादृष्टीने एक महत्त्वाची व्यवस्था म्हणून कर्मचारी संबंधाचा उल्लेख करावा लागेल. कर्मचाऱ्यांच्या मनात व्यवसायाप्रती आत्मीयता निर्माण करणे, व्यवसायाच्या कार्याची त्यांना जाणीव करून देणे आणि कर्मचारी संबंध यादृष्टीने अंतर्गत जनसंपर्काच्या योजना आखणे महत्त्वाचे आहे. व्यवसायाच्या संपर्कात येणाऱ्या प्रत्येक व्यक्तीला योग्यप्रकारे उत्तरे देण्यासाठी कर्मचाऱ्यांना प्रशिक्षित करणे आवश्यक असते. कर्मचाऱ्यांना त्यांचे कार्य, त्यांचे व्यवसायातील स्थान, व्यवसायाच्या उद्दिष्टांशी त्यांचा असलेला संबंध याविषयी माहिती आवश्यक आहे. जनसंपर्क विभाग ही कार्ये सक्षमतेने पूर्ण करू शकतो. प्रत्येक कर्मचारी व्यवसायाचा घटक आहे म्हणून त्याचे म्हणणे व्यवसायाने

समजून घेतले पाहिजे या दृष्टीने व्यवस्थापनांमध्येही जनसंपर्क माध्यमांद्वारा सकारात्मक भावना निर्माण करता येतात.

७.४ जनसंपर्क विभाग (P.R. Department) :

मोठ्या व्यवसायसंस्थेत प्रशासकीय व कार्यकारी असे दोन विभाग असतात. प्रशासकीय विभागात पत्रव्यवहार विभाग, स्टेशनरी विभाग, कार्यालयीन यंत्रे व उपकरणे विभाग, रेकार्ड व फाईल्स विभाग, आकडेवारी विभाग, नियोजन व नियंत्रण विभाग व जनसंपर्क विभाग असतात. कार्यकारी विभागात खरेदी विभाग, विक्री विभाग, उत्पादन विभाग, संग्रहण विभाग, उधारी विभाग, मालबांधणी विभाग, वाहतूक विभाग, अर्थ विभाग, कर्मचारी विभाग, इत्यादींचा समावेश होतो.

वरील विभागणीवरून असे दिसते की, जनसंपर्क विभाग हा प्रशासकीय विभागाचा एक स्वतंत्र विभाग आहे. आजच्या जागतिकीकरणाच्या काळात जनसंपर्क कार्याला तर अती महत्त्व प्राप्त झाले आहे म्हणून अलीकडे बऱ्याच संस्थेत 'जनसंपर्क विभाग' हा स्वतंत्र विभाग निर्माण करण्यात आलेला असतो. जनसंपर्क विभागचे खालील उपविभाग पाडता येतात.

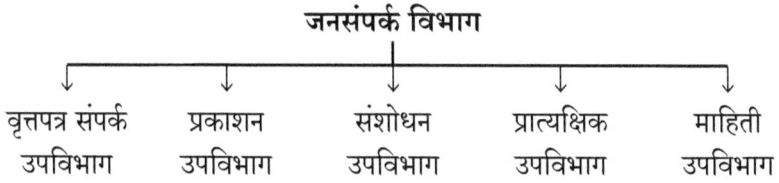

जनसंपर्क विभाग

वृत्तपत्र संपर्क उपविभाग | प्रकाशन उपविभाग | संशोधन उपविभाग | प्रात्यक्षिक उपविभाग | माहिती उपविभाग

जनसंपर्क विभागात वरीलप्रमाणे उपविभाग निर्माण केल्यानंतर त्यावर योग्य त्या विशिष्ट तज्ज्ञ व्यक्तींची उपविभाग प्रमुख अधिकारी म्हणून नियुक्ती करण्यात येते. त्याची माहिती व कार्य खालीलप्रमाणे :-

१) वृत्तपत्र संपर्क उपविभाग : कोणत्याही व्यापारी संस्थेला विविध वृत्तपत्रांशी संबंध ठेवावा लागतो. त्या वृत्तपत्रांमधून संस्थेविषयीची माहिती, योजना जनतेपर्यंत पोहचविणे, वृत्तपत्रांमध्ये संस्थेविषयी, उत्पादनाविषयी लेख लिहिणे, तसेच वृत्तपत्रप्रतिनिधी व संस्थेच्या अधिकाऱ्यांत चर्चा घडवून आणणे, मुलाखती आयोजित करणे इत्यादी विविध स्वरूपाची कामे ह्या उपविभागाला करावी लागतात.

२) प्रकाशन व प्रसिद्धी उपविभाग : ह्या उपविभागामार्फत संस्थेच्या अंतर्गत, बहिर्गत जनतेसाठी संस्थेकडून विविध माहिती प्रकाशित व प्रसिद्ध केली जाते. उदा. कर्मचारी व अधिकाऱ्यांसाठी माहिती पुस्तिका, नियतकालिक, मासिके, समाचार पत्रिका,

इ. तर संस्थेबाहेरील व्यक्तींसाठी उत्पादनासंबंधी विविध माहिती, संस्थेची ध्येयधोरणे, योजना समजावून सांगणे, भागधारकांसाठी वार्षिक अहवाल प्रसिद्ध करणे, इत्यादी माहिती ह्या विभागामार्फत प्रकाशित करून त्याची प्रसिद्धी केली जाते. विविध ठिकाणी भरविलेल्या प्रदर्शनातून आपले उत्पादन ठेवणे हे कार्य देखील ह्या उपविभागाला करावे लागते.

३) **संशोधन उपविभाग :** कोणत्याही संस्थेचे जनसंपर्काचे प्रमुख उद्दिष्ट म्हणजे संस्थेची जनमानसात योग्य प्रतिमा निर्माण करणे व संस्थेचा नावलौकिक वाढविणे हे होय. विशेषत: संस्थेची जी ध्येयधोरणे, कार्यपद्धती व योजना आहेत, त्याबाबत इतरांचे काय मत आहे हे अजमावणे व त्यासाठी योग्य ते संशोधनकार्य हाती घेणे, हे कार्य ह्या विभागाला करावे लागते. त्याच्याच आधारे उच्च व्यवस्थापनाला ध्येय-धोरणात योग्यवेळी बदल करणे शक्य होते. ह्या विभागाचे प्रमुख कार्य म्हणजे सर्वसामान्य जनता, ग्राहक, कर्मचारी, भागधारक ह्यांच्या संस्थेविषयीची आशा, अपेक्षा, शंका, मागण्या ह्याबाबत संशोधन करून त्याचे पृथक्करण करणे व त्यात आढळून येणाऱ्या माहितीच्या आधारे व्यवस्थापनाला योग्य सल्ला व मार्गदर्शन करणे.

४) **प्रात्यक्षिक विभाग :** सर्वसाधारणपणे वृत्तपत्रांमार्फत व प्रकाशन विभागांमार्फत जनतेला संस्थेच्या कार्याबाबत, वस्तूंबाबत व योजनांबाबत स्पष्ट कल्पना येईलच असे नाही. त्यासाठी ह्या विभागामार्फत संस्थेची प्रगती, योजना, विविध उत्पादने यांची माहिती देण्यासाठी फिल्म्स् तयार करून त्या दाखविल्या जातात. काही प्रसंगी उत्पादित वस्तूचे प्रात्यक्षिक दाखविण्यासाठी प्रदर्शने भरविली जातात.

५) **माहिती उपविभाग :** ह्या विभागामार्फत संस्थेची सर्व प्रकारची माहिती, योजना जनतेपुढे योग्य त्या स्वरूपात सादर केली जाते. विशेषत: सर्वसामान्य जनतेकडून आलेल्या शंकांना, तक्रारींना हा विभाग स्वत: किंवा वृत्तपत्रांद्वारे उत्तरे देत असतो. तसेच संस्थेची सद्य:परिस्थिती व भावी वाटचाल यासंबंधी योग्य ती माहिती दिग्दर्शित करणे हे या विभागाचे कार्य आहे.

जनसंपर्क विभागाचा प्रमुख 'जनसंपर्क अधिकारी' P.R.O. असतो.

उत्कृष्ट जनसंपर्क व्यवस्थापकाची वैशिष्ट्ये -

रॉबर्ट कृशमन हे नाईन कंपनीचे सर्वाधिक यशस्वी जनसंपर्क अधिकारी मानले जातात. त्यांनी यशस्वी व उत्कृष्ट जनसंपर्क अधिकाऱ्याची खालील महत्त्वाची वैशिष्टे सांगितली आहेत.

● जनभावना, जनतेची अभिरुची व मानसिकतेचे नेमके आकलन करण्याची क्षमता.

- एकच घटना विविध प्रकारे समजून घेणारे, विविध जनसमूह समाजात असतात हे मान्य करणे.
- परस्पर विरोधी भावना, संकल्पना व विचारप्रवाह समाजात आहेत हे समजून घ्या.
- प्रामाणिकता, मुक्तपणा आणि उपलब्धता ही कार्याची त्रिसूत्री आहे.
- परिसरात आणि जगात होणाऱ्या विविध घटनांचे प्रामाणिक व पूर्वग्रहविरहित आकलन करण्याची तयारी.
- स्वतंत्र कल्पना असणे व इतरांच्या कल्पनांना वाव देण्याची तत्परता.
- लेखन व संवाद कौशल्यावर प्रभाव.
- व्यवसाय, संस्था यांच्या ध्येयधोरणांचे पूर्ण आकलन.
- व्यवस्थापनाशी प्रत्येक विषयावर स्वच्छ, निर्मळ व निर्भय संवाद साधण्याची क्षमता व हिम्मत.

जनसंपर्क अधिकाऱ्याची कार्ये :

प्रत्येक कार्यालयात जनसंपर्क हा स्वतंत्र विभाग असतो. जनसंपर्क अधिकारी हा या विभागाचा प्रमुख असतो. विविध विभाग, संस्था व व्यक्तींबरोबर संपर्क साधण्याचे महत्त्वाचे कार्य या अधिकाऱ्याला करावे लागते.

याचबरोबर पुढील कार्ये / कर्तव्ये जनसंपर्क अधिकारी पार पाडीत असतो :-

१) पत्रकार परिषदा : संस्थेमधील महत्त्वाचे बदल, संस्थेची महत्त्वाची कार्ये लोकांपर्यंत पोहोचविण्यासाठी पत्रकार परिषदा घेणे, पत्रकारांबरोबर सलोख्याचे संबंध निर्माण करणे इत्यादी कार्ये जनसंपर्क अधिकाऱ्याला करावी लागतात.

२) सामाजिक उपक्रम : समाजाला उपयुक्त असणारे त्याचबरोबर संस्थेच्या नावलौकिकात भर टाकणारे विविध सामाजिक उपक्रम जनसंपर्क अधिकाऱ्यांच्या मार्गदर्शनाखाली राबविले जातात. वृक्षारोपण, विद्यार्थ्यांना मदत, शैक्षणिक संस्थांना साहाय्य इत्यादी मार्गांनी सामाजिक उपक्रम राबविता येतात.

३) प्रसिद्धी : व्यवसाय संस्थेच्या विविध कामांना, प्रकल्पांना नियतकालिके, मासिके, वार्तापत्रे इत्यादींद्वारे प्रसिद्धी देणे, संस्थेच्या वतीने निवेदन प्रसिद्ध करणे, संस्थेच्या धोरणांना प्रसिद्धी देणे ही सर्व कार्ये त्याला करावी लागतात.

४) सामाजिक चळवळींना प्रोत्साहन : व्यवसायामधील त्याचबरोबर इतर सामाजिक संस्थांच्या चळवळींना मदत करणे, सहकार्य करणे, त्याचबरोबर संस्थेची प्रतिष्ठा वाढविणे.

५) संस्थेचे प्रतिनिधित्व : विविध संस्था व कार्यालयांद्वारे आयोजित केलेल्या कार्यक्रमांना उपस्थित राहणे, संस्थेचे प्रतिनिधित्व करणे यासारखी कार्ये जनसंपर्क अधिकारी करतो.

६) भेटीचे आयोजन : विविध व्यक्ती, संस्था यांना भेटी देणे त्यांच्या भेटी संस्थेबरोबर आयोजित करणे इत्यादी.

७) स्वागत व प्रवास : कार्यालयास भेट देणाऱ्या व्यक्तींचे संस्थेच्यावतीने स्वागत करणे, त्यांच्या प्रवासाची व्यवस्था करणे, राहण्याची व्यवस्था करणे, रेल्वे, एस. टी., विमान इ. प्रवासाची तिकिटे काढणे.

८) व्याख्याने व कार्यशाळा : व्यवसाय संस्थेतील कर्मचाऱ्यांना नवीन तंत्रे, उपक्रम यांची माहिती होण्याच्या दृष्टीने तज्ज्ञांची व्याख्याने आयोजित करणे, माहिती देणाऱ्या कार्यशाळा आयोजित करणे, परिषदा घेणे; कर्मचारी, अधिकारी यांचे मेळावे आयोजित करणे.

९) परवाने : व्यवसाय संघटनेला अनेक प्रकारची कामे करण्यासाठी परवानगी किंवा परवाने घ्यावे लागतात. असे परवाने मिळविण्यासाठी जनसंपर्क अधिकारी प्रयत्न करतात.

१०) कर्मचारी साहाय्य : संघटनेतील कर्मचाऱ्यांना त्यांच्या कार्यात मदत करणे, माहिती देणे, त्यांच्या परगावातील किंवा परदेशातील प्रवासाची सोय करणे, कर्मचाऱ्यांना अधिक कार्यक्षम करणे.

११) सरकार किंवा शासन संबंध : व्यवसाय संघटनांचा विविध शासकीय कार्यालयाबरोबर संबंध येत असतो. आयकर अधिकारी, विक्रीकर अधिकारी, जिल्हाधिकारी, विविध मंत्रालये इत्यादींबरोबर संपर्क साधण्याचे काम जनसंपर्क अधिकाऱ्यास करावे लागते.

याचबरोबर कर्मचाऱ्यांचे मनोधैर्य वाढविणे, शिस्त निर्माण करणे, माहितीपत्रक प्रसिद्ध करणे, चित्रफिती तयार करणे, मानवी संबंध सुधारणे, राष्ट्रीय एकात्मता वाढविणे, लोकांची व जनतेची मते व्यवस्थापनापर्यंत पोहोचविणे यासारखी अनेक कार्ये जनसंपर्क अधिकाऱ्यास करावी लागतात.

जनसंपर्क विभागाचे मूल्यमापन (Evaluation of Public Relations Department)

जनसंपर्क विभागाचे मूल्यांकन करताना विशेषत: आपणास त्या विभागामार्फत केली जाणारी कार्ये, प्रदान केल्या जाणाऱ्या सेवा व त्यापासून होणारे फायदे या सर्वांचा एकत्रितरीत्या विचार करावा लागेल.

व्यवसायामध्ये जनसंपर्क विभाग प्रस्थपित केल्यामुळे जनसंपर्काच्या प्रक्रियांचे व्यवस्थित नियोजन केले जाते. वृत्तपत्रांशी संपर्क ठेवला जाऊ शकतो. प्रसिद्धीचे कार्य योग्य त्या पद्धतीने केले जाऊ शकते, कर्मचाऱ्यांना प्रशिक्षण दिले जाते. जनसंपर्क अधिकारी म्हणून कार्य केले जात असल्याने विविध व्यवसायांशी व संस्थांशी संबंध व्यवसाय वृद्धीच्या, प्रगतीच्या दृष्टीने फार महत्त्वाचे असतात. ही मोलाची कामगिरी जनसंपर्क विभाग करीत असतो.

अर्थात ह्या सेवेचा, कार्याचा फायदा व्यवसायाला होतो असे नाही, तर त्याचा फायदा ग्राहक, सर्वसामान्य जनता, कर्मचारी, भागधारक या सर्वांना होत असतो. जनसंपर्काच्या कार्यामुळे ग्राहक व जनतेचे नवीन वस्तूबद्दलचे गैरसमज दूर होतात. एवढेच नव्हे तर ग्राहकांच्या तक्रारींचे निराकरणही केले जाते. अशा विविध दृष्टीने जनसंपर्क विभाग ग्राहक व जनतेच्या दृष्टीने महत्त्वाचा आहे. तसेच संस्थेची प्रस्थापना करणारे भागधारक ह्यांना संस्थेबद्दलची संपूर्ण माहिती नसते. म्हणजे आपण ज्या व्यवसायाचे मालक आहोत, त्या व्यवसायाची अंतर्गत व्यवस्था कशी आहे, भागधारकांच्या हिताच्या दृष्टीने व्यवसाय कोणती कार्ये करीत आहे, व्यवसायाची प्रगती कशी आहे, ही संपूर्ण माहिती जनसंपर्क विभागामार्फत भागधारकांना दिली जाते.

जनसंपर्काची व्याप्ती (Scope of Public Relation)

जनतेच्या प्रत्येक विभागाशी / घटकाशी जनसंपर्क कार्ये संबंधित असतात. जनसंपर्क कार्ये समाजातील विविध घटकांमार्फत वाढविता येऊ शकतात. उत्पादनाच्या विक्री संदर्भातच विचार करावयाचा झाला तर उत्पादकाला स्वत:च्या विक्री विभागातील कर्मचाऱ्यांशी, माल पाठविणाऱ्या विभागातील कर्मचाऱ्यांशी, कार्यक्षम सेवा पुरविणाऱ्या संस्था, घाऊक विक्रेते, प्रतिनिधी, आयात-निर्यात, विभागीय भांडारे, सहकारी संस्था, सुपर मार्केट्स, अगदी रस्त्यावरील स्टॉलधारकापर्यंत अशा सर्वांशी संपर्क ठेवावा लागतो. शिवाय उत्पादन वाटपाचे यशापयश हे पॅकिंग साहित्याचे उत्पादक, प्रिंटर्स, वाहतूक, ठेकेदार, जाहिरात संस्था, वृत्तपत्रे इत्यादींवर देखील अवलंबून असते. याशिवाय तपासणी व मान्यता विभाग, सरकारी प्रतिनिधी, ग्राहक संस्था यांचा देखील संबंध येतो. उत्पादनाच्या विक्रीशिवाय भांडवलासाठी बँका, पतसंस्था आणि सावकार यांच्याशी देखील संबंध ठेवता येतो. वेगवेगळ्या विभागात / संस्थेत कोणकोणत्या लोकांशी संपर्क ठेवणे सोयीचे होईल याची यादी प्रथम तयार करावी. सोयीसाठी काही संस्था व त्यांच्याशी निगडित संपर्कात येत असणाऱ्या व्यक्ती यांची यादी दिली आहे.

संस्था

अ) शैक्षणिक संस्था

संपर्क ठेवावयाच्या व्यक्ती

१. कर्मचारी वर्ग
२. कार्यालयीन सेवक
३. कर्मचारी / कामगार संघटना
४. विद्यार्थी
५. पालक
६. माजी विद्यार्थी
७. जवळील हॉस्पिटल व डॉक्टर्स
८. संस्थेचे विश्वस्त
९. शिक्षणाशी संबंधित सरकारी विभाग
१०. स्थानिक नेते
११. शेजारच्या शैक्षणिक संस्थेतील व्यक्ती

ब) ऐच्छिक संस्था

१. सभासद
२. कार्यालयीन कर्मचारी
३. देणगीदार
४. सेवा पुरविलेल्या व्यक्ती / संस्था
५. जनतेचे प्रतिनिधी व नगरसेवक
६. स्थानिक नेते
७. सरकारी विभाग
८. टीकाकार व स्पर्धक
९. सल्लागार
१०. इतर संस्था

क) वाहतूक संस्था (बस सर्व्हिस)

१. कर्मचारी वर्ग
२. कामगार संघटना
३. शैक्षणिक संस्था
४. टुरिस्ट प्रतिनिधी
५. हॉटेल्स
६. गॅरेजेस
७. मोटार विमा कंपन्या
८. वाहतूक पोलीस व आर. टी. ओ.
९. वाहतूक मंत्रालय
१०. पर्यटन मंत्रालय
११. जाहिरात संस्था
१२. बँका आणि इतर अर्थपुरवठा संस्था
१३. वाहन डीलर
१४. पेट्रोल पंपचालक

ड) सौंदर्य प्रसाधने उत्पादक

१. ब्युटी पार्लर्स
२. घाऊक विक्रेते
३. किरकोळ विक्रेते
४. कर्मचारी वर्ग
५. कामगार संघटना
६. कारखान्याच्या आसपासचे लोक
७. प्रयोग शाळा व तपासणी विभाग
८. अन्न व औषध प्रशासन
९. ग्राहक मार्गदर्शन संस्था
१०. डॉक्टर्स

७.५ जनसंपर्काचे घटक (Factors of Public Relation) :

कोणत्याही व्यवसायाला समाजातील कोणत्या घटकांशी संपर्क प्रस्थापित करावा लागतो त्यांचा अभ्यास करणे उपयुक्त ठरेल. यावरून जनसंपर्क कार्याची व्याप्ती समजून येईल. यादृष्टीने जनसंपर्क कार्याचे वर्गीकरण किंवा ज्या घटकांशी जनसंपर्क ठेवला जातो त्याचे वर्गीकरण पुढीलप्रमाणे करता येईल.

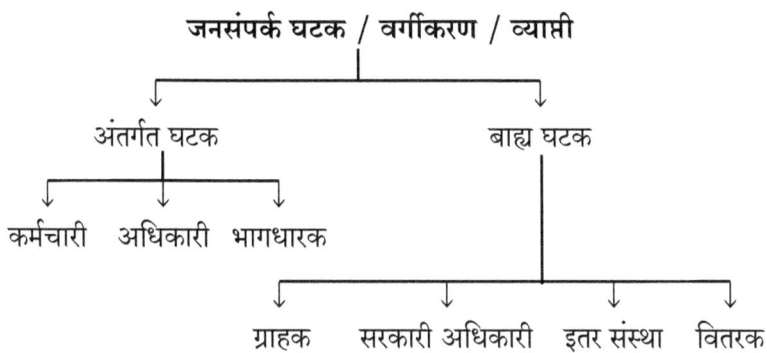

अ) अंतर्गत संपर्क :

यात मुख्यत: व्यवसायात काम करणारे कर्मचारी, अधिकारी आणि व्यवसाय चालक म्हणजेच भागधारक यांचा समावेश होतो.

१) कर्मचाऱ्याशी जनसंपर्क : खरे पाहता व्यवसायाचे कर्मचाऱ्याशी असणारे संबंध त्यांच्यातील नोकरीच्या कराराने निश्चित होत असतात. व्यवसाय संस्था ही मालक असते, तर कर्मचारी हे व्यवसायाचे नोकर असतात. परंतु, त्यांच्यात मालक आणि नोकराचे संबंध आहेत असे म्हणणे आधुनिक विचारवंतांना मान्य नाही. आधुनिक दृष्टिकोनाप्रमाणे कर्मचारी हा उत्पादनाचा आणि व्यवसायाचा एक महत्त्वाचा घटक समजला जातो. कर्मचाऱ्यांशिवाय व्यवसायाचे उत्पादन, खरेदी-विक्री, यासारखी सर्वच कार्ये पूर्ण होऊ शकत नाहीत. त्यासाठी कर्मचाऱ्यांशी व्यवसायाने चांगले संबंध ठेवणे आवश्यक आहे. कर्मचाऱ्याशी चांगले संबंध ठेवले तर तो कर्मचारी आनंदी व समाधानी राहतो. तो कार्यक्षमपणे काम करून घेतो; म्हणून कर्मचाऱ्याच्या अडचणी समजावून घेणे, त्यांना त्यांच्या कामात मार्गदर्शन करणे यासारख्या कारणासाठी कर्मचाऱ्यांशी संबंध ठेवणे आवश्यक असते. चांगले संबंध प्रस्थापित केले तर कर्मचाऱ्यांकडून व्यवसायाला आवश्यक असणारे सहकार्य मिळू शकते. कर्मचाऱ्यांशी चांगले संबंध ठेवल्याने कर्मचाऱ्यांचे मनोधैर्य वाढते. त्यांना प्रतिष्ठा प्राप्त होते. त्यामुळे संप, हरताळ यासारख्या समस्या टाळता येतात.

जर कर्मचाऱ्यांचे संस्थेविषयी चांगले मत असेल तर बाहेरच्या जगाचेसुद्धा कंपनीविषयी चांगले मत होते; कारण कर्मचारी हे सुद्धा समाजाचे एक घटक असतात.

व्यवसाय कर्मचाऱ्यांशी औपचारिक किंवा कायदेशीर मार्गाने सूचना, वेळापत्रक, कार्यपद्धती, परिपत्रे या मार्गाने संबंध ठेवीत असतात. परंतु, याव्यतिरिक्त कर्मचाऱ्यांकडून सहकार्य मिळविण्याकरिता इतर मार्ग स्वीकारले जातात. कामाबाबत, कार्यपद्धतीबाबत कामगारांचे विचार, प्रतिक्रिया समजावून घेण्याकरिता त्यांच्याकडून सूचना मागविल्या जातात. काही वेळा त्या राबविल्यासुद्धा जातात. कामगार प्रतिनिधींना निर्णय घेण्याच्या विविध पातळीवर सामावून घेतले जाते. नियमितपणे कामगारांच्या प्रश्नासंबंधी कामगार संघटनांशी चर्चा केली जाते. त्याचा परिणाम कामगारांशी चांगले संबंध प्रस्थापित होण्यास मदत होते.

२) अधिकाऱ्यांशी संबंध : व्यवसायाची कार्ये पूर्ण करून घेण्याच्या दृष्टीने अधिकारी वर्ग महत्त्वाचा असतो. हा अधिकारी वर्ग व्यवस्थापकांच्या आदेशाप्रमाणे कामगारांकडून काम करून घेत असतो. तसेच व्यवसायातील इतर अधिकाऱ्यांशी समन्वय साधून ते व्यवसायाच्या कार्यात एकसूत्रीपणा आणू शकतात. या दृष्टीने अधिकारी वर्ग आणि व्यवसाय यांच्यात चांगले संबंध निर्माण होणे आवश्यक असते.

३) भागधारकांशी संबंध : भागधारक हे व्यवसायाचे मालक असतात. त्यांच्याशी संपर्क स्थापन करण्याकरिता भागधारकांना नफा-तोटा पत्रक पाठविणे, संचालकांचा अहवाल, हिशोब तपासनीसाचा अहवाल पाठवून दिले जातात. या व्यतिरिक्त भागधारकांमध्ये कंपनीविषयी आत्मीयता निर्माण करण्यासाठी त्यांचे मेळावे आयोजित करणे, भागधारकांना कंपनीची उत्पादने, उत्पादनाची वैशिष्ट्ये, त्यांचा दर्जा, त्यांची निर्यात याविषयी माहिती देणे योग्य ठरते. काही वेळा भागधारकांनी कंपनीच्या वस्तू खरेदी कराव्यात म्हणून भागधारकांना सूट दिली जाते आणि यातूनच भागधारकांचे कंपनीबरोबर असणारे संबंध अधिक दृढ करण्याचा प्रयत्न केला जातो.

ब) बाह्य घटकांशी संबंध :

व्यवसायसंस्थेला खरेदी-विक्री, वाहतूक, अर्थपुरवठा यासारख्या व्यवसायाच्या विविध कार्यासाठी बाह्य जगात असणाऱ्या विविध प्रकारच्या व्यक्ती, संस्था यांच्याशी संबंध प्रस्थापित करावा लागतो किंवा चांगले संबंध ठेवावे लागतात. बाह्य जगातील विविध घटकांपैकी जनसंपर्काच्या दृष्टीने पुढील घटक महत्त्वाचे आहेत.

१) ग्राहकांशी संबंध : कंपनीचे यश विक्रीवर अवलंबून असते आणि विक्री ग्राहकांच्या कंपनीवर / व्यवसायावर आणि वस्तूवर असणाऱ्या विश्वासावर अवलंबून

असते; म्हणून प्रत्येक व्यवसायसंस्थेने ग्राहकांशी चांगले संबंध प्रस्थापित करण्यासाठी सतत प्रयत्न करणे आवश्यक आहे. ग्राहकांना व्यवसायाविषयी आत्मविश्वास वाटावा म्हणून त्यांनी केलेल्या तक्रारी, सूचना त्यांच्या अडचणी यांच्याकडे ताबडतोब लक्ष पुरविणे आवश्यक असते. ग्राहकांना कंपनीच्या नव्या, जुन्या वस्तूविषयी, उत्पादनाविषयी, दर्जाविषयी सतत वेगवेगळ्या माध्यमातून माहिती द्यावी लागते. त्यामुळे ग्राहकांना त्या व्यवसायाविषयी आत्मीयता वाटते. ग्राहकाने जर काही माहिती मागविली तर ती ग्राहकांना पुरविणे आवश्यक असते. ग्राहकांच्या सर्व अडचणींना उत्तरे देऊन ग्राहकांचे समाधान करणे आवश्यक असते. ग्राहक हा व्यवसायाचा केंद्रबिंदू आहे. हे लक्षात ठेवून ग्राहकांशी जास्तीत जास्त चांगल्याप्रकारे संबंध प्रस्थापित करण्यासाठी प्रयत्नशील असणे आवश्यक आहे.

२) सरकारी अधिकारी आणि खात्याशी संबंध : प्रत्येक व्यवसायाला सरकारी खात्याशी आणि सरकारी अधिकाऱ्यांशी चांगले संबंध प्रस्थापित करावे लागतात. व्यवसायाच्या स्थापनेपासून सतत वेगवेगळ्या टप्प्यात सरकारी खात्याचे, सरकारी अधिकाऱ्यांचे सहकार्य आवश्यक असते. व्यवसायाच्या विविध बाबींसाठी सरकारकडून परवानगी घ्यावी लागते. सरकारी अधिकारी अनेक वेळा व्यवसायाला भेट देतात अशा वेळी त्यांचे योग्यप्रकारे स्वागत करून त्यांना आवश्यक ती माहिती देणे, चर्चा करणे यासारख्या मार्गाने सरकारी सेवकांशी चांगले संबंध प्रस्थापित करण्याकरिता काही व्यवसायसंस्थांत विशिष्ट असा प्रसंग साधून (कारखान्याचे उद्घाटन, नवीन यंत्रसामग्रीचे उद्घाटन, पायाभरणी समारंभ इत्यादी) सरकारी अधिकाऱ्यांना, सरकारी खात्याच्या प्रमुखाला (म्हणजेच मंत्र्याला) निमंत्रित केले जाते. त्यामुळे त्यांच्याशी चांगले संबंध प्रस्थापित होण्यास मदत होते.

३) इतर संस्थांशी संबंध : इतर संस्थात पुढील दोन प्रकारच्या संस्था येतात. पहिल्या प्रकारात बँका, विमा कंपन्या, वाहतूक संस्था व इतर व्यावसायिक संस्था यांचा समावेश होतो. या कंपन्या मालाचा विमा उतरवितात. माल वाहतूक संस्थांमार्फत माल वाहतुकीस मदत होते. त्यांच्यामुळे व्यवसायाची दैनंदिन कार्ये सुलभपणे होऊ शकतात.

व्यवसायसंस्थेला इतर स्पर्धक व्यवसाय संस्थांशीसुद्धा चांगले संबंध ठेवणे आवश्यक आहे; कारण समान व्यावसायिक समस्यांना, सर्व एकाच प्रकारच्या व्यावसायिक संस्थांना, एकत्रितपणे येऊन लढा द्यावा लागतो; जसे की, सरकारी कर, कच्च्या मालाचा पुरवठा, वीजकपात, सवलतीने कर्जपुरवठा यासारख्या विविध प्रश्नांवर व्यापारी संघामार्फत, वाणिज्य मंडळामार्फत सरकारकडे निवेदने सादर करावी लागतात, त्यासाठी स्पर्धक व्यवसाय संस्थांशी संबंध ठेवणे आवश्यक आहे. स्पर्धक व्यावसायिकांशी चांगले संबंध

ठेवले तर त्या संस्थांच्या कार्यपद्धतीची त्यांच्या तांत्रिक परिस्थितीविषयी माहिती मिळू शकते. बाजारपेठेतील स्पर्धा टाळता येते.

४) वितरक-पुरवठादार : वितरकांच्यामार्फत वेगवेगळ्या बाजारपेठेतून ग्राहकांना माल पुरविता येतो. तर पुरवठादारांच्या मदतीने व्यवसायाला लागणारा कच्चा माल, अर्थपुरवठा इत्यादींचा नियमितपणे पुरवठा होऊ शकतो.

७.६ जनसंपर्काची माध्यमे (Means of Public Relation)

जनसंपर्काचे कार्य विविध साधनांच्या मदतीने किंवा विविध माध्यमांतून केले जाते. जनसंपर्काची महत्त्वाची माध्यमे किंवा साधने पुढीलप्रमाणे आहे -

१) वृत्तपत्रे व नियतकालिके : वृत्तपत्राला सध्याच्या काळात महत्त्वाचे स्थान प्राप्त झाले आहे. वर्तमानपत्रामार्फत एखादी बातमी किंवा माहिती देशाच्या दूरवरच्या भागात पोहचू शकते.

वर्तमानपत्राप्रमाणे नियतकालिकांमार्फतदेखील जनसंपर्क साधता येऊ शकतो. साक्षरता प्रसारामुळे शहरातून आणि ग्रामीण भागातून संपर्क साधता येऊ शकतो. वर्तमानपत्राचा प्रभाव समाज जीवनावर पडत असतो. बातम्या देण्याबरोबरच वर्तमानपत्रे लोकांच्या सवयी, आवडी-निवडी, विचार यात बदल घडवून आणू शकतात. या माध्यमामार्फत सरकारी धोरणातही बदल घडवून आणता येतो. वर्तमानपत्र आणि नियतकालिकांद्वारे व्यवसायाशी संबंधित संशोधन, सरकारचे उद्योगधंद्याबाबत, कामगाराबाबत आणि कर याबाबतचे धोरण, व्यवसायसंस्थांनी ग्राहकांना देऊ केलेल्या सेवा, सवलत योजना, कामगारांचे संप, सरकारी व निमसरकारी संस्थांनी नेमलेल्या विविध व्यावसायिक समित्यांचे अहवाल, उद्योग, व्यावसायिक घडामोडी, व्यवसायाचे वार्षिक अहवाल यांना प्रसिद्धी देता येते.

२) पत्रकार किंवा वार्ताहर परिषद : ज्या वेळी व्यवसाय संस्थेला व्यवसायविषयी विशेष माहिती सर्व समाजासाठी प्रस्तुत करावयाची असते. त्या वेळी पत्रकार परिषद आयोजित केली जाते. सर्वसामान्यपणे वार्ताहर परिषदा विशिष्ट कारणासाठी बोलविल्या जातात. वार्ताहर परिषदेत पत्रकार व्यवसाय प्रमुखाशी आणि अधिकाऱ्यांशी विविध प्रश्नावर चर्चा करतात. त्यांच्यात प्रश्नोत्तरे होतात व त्यांना वर्तमानपत्रातून प्रसिद्धी मिळते.

३) पत्रकार संमेलने : काही उद्योगसंस्था नियमितपणे किंवा विशेष कारणानिमित्त व्यावसायिक पत्रकारांना बोलवितात. पत्रकार आणि व्यवसाय प्रमुख हे एकत्रित जेवण किंवा अल्पोपहार घेतात आणि त्या वेळी अनौपचारिकपणे चर्चा होते. त्याला पत्रकार योग्य ती प्रसिद्धी देतात. त्याचा फायदा व्यवसाय संस्थेला मिळू शकतो.

४) वृत्तविशेष : अनेक व्यवसायसंस्था व्यवसायातील विविध घडामोडी आणि महत्त्वाचे निर्णय यांचा प्रसार करण्यासाठी वृत्तविशेष किंवा प्रसिद्धीपत्रक वृत्तसंस्थांसाठी निवेदन तयार करून पाठवितात. उदा. सामान्यपणे नवीन शाखांचे उद्घाटन, एखादी नवीन सवलत योजना किंवा उद्दिष्टांची पूर्तता यासारख्या प्रसंगी वर्तमानपत्रांना प्रसिद्धीपत्रक किंवा वृत्तविशेष देण्याची प्रथा आहे. व्यवसायासंबंधीची विशिष्ट माहिती लेखी स्वरूपात वर्तमानपत्रांना या प्रकारात पुरविली जाते. सर्वसामान्यपणे हे वृत्तविशेष किंवा प्रसिद्धीपत्रक थोडक्यात असावे लागते.

५) प्रदर्शने आणि स्पर्धांचे आयोजन : प्रदर्शनामार्फत व्यवसायसंस्था समाजातील नव्या, जुन्या, चौकस, सुशिक्षित, अशिक्षित, अशा सर्व प्रकारच्या ग्राहकांशी संपर्क साधू शकते. बहुतेक सर्व औद्योगिक आणि व्यापारीसंस्था स्थानिक प्रदर्शनापासून आंतरराष्ट्रीय प्रदर्शनात स्वत:चा एक छोटासा विभाग उघडून भाग घेत असतात. प्रदर्शनातील या दालनात किंवा विभागात त्या व्यवसायातून उत्पादन होणाऱ्या वस्तूंची माहिती, प्रगती यांचे प्रदर्शन केले जाते. त्यामुळे विशेष भागातील जनतेचे लक्ष कंपनीच्या वस्तूंकडे, कंपनीकडे वेधता येते. कंपनीच्या वस्तूंसाठी विविध भागातून मागणी येऊ शकते.

व्यवसायाकडे आणि व्यवसायातील वस्तूंकडे लोकांचे लक्ष वेधावे म्हणून काहीवेळा ग्राहकांच्या, किरकोळ दुकानदारांच्या किंवा कंपनीच्या विक्रेत्यांच्या स्पर्धा आयोजित करतात. या स्पर्धा विविध स्वरूपाच्या असू शकतात. जसे की, दुकानात वस्तू मांडून ठेवण्याच्या स्पर्धा, दुकानदाराने किंवा कंपनीच्या विक्रेत्याने जास्तीत जास्त विक्री करण्याची स्पर्धा, ग्राहकांना बक्षिसे इत्यादी. या स्पर्धेमुळे ती संस्था समाजाचे आपल्याकडे आणि आपल्या उत्पादनाकडे लक्ष वेधून घेऊ शकते.

६) नमुना वस्तूंच्या भेटी : काही व्यापारी संस्था नव्या वस्तू बाजारात आल्यावर त्या वस्तूंचा खप आणि मागणी वाढावी म्हणून वस्तू व्यापाऱ्यांना, कंपनीच्या भागधारकांना मोफतपणे नमुन्यादाखल पाठवून देतात; जर वस्तू किमती असेल तर ती वस्तू सवलतीच्या किमतीत कंपनीच्या सभासदांना देऊ केली जाते. नव्या बाजारपेठेत नव्या वस्तूंना प्रवेश मिळवून देण्याकरिता आणि नव्या वस्तूंना मागणी निर्माण करण्याचा हा एक चांगला मार्ग समजला जातो. नमुना वस्तू फुकट मिळत असते. त्यावरून वस्तूची कल्पना येऊ शकते. याशिवाय वस्तूचा आकार, रंग, गुणवत्ता यांचीसुद्धा कल्पना ग्राहकांना, दुकानदारांना किंवा व्यापाऱ्यांना येते. औषध कंपन्या डॉक्टरांना नमुना औषधे पुरवूनच औषधांची आणि औषध कंपनीची ओळख करून देत असतो.

काही कंपन्या सुरुवातीच्या काळात आपली उत्पादने आपल्या सभासदांना सवलतीने पुरवितात. त्यासाठी सभासदांना आवश्यक ती कुपने पाठवून देतात. सभासदांचे हितसंबंध

कंपनीत गुंतलेले असतात. त्यांना कंपनीच्या उत्पादनाविषयी आत्मीयता वाटते. त्यातूनच कंपनीच्या नव्या उत्पादनाला मागणी वाढू शकते.

७) देणग्या, बक्षिसे आणि विद्यावेतन : अनेक व्यापारी संस्था ज्या भागात असतात; त्या भागातील किंवा परिसरातील विविध सामाजिक, शैक्षणिक संस्थांना विविध मार्गांने मदत करून त्या भागातील लोकांचा आदर संपादन करण्याचा प्रयत्न करीत आहेत; जसे की, शाळेच्या इमारतीला देणग्या देणे, गणेशोत्सव किंवा रिमांड होम, वृद्धाश्रम, धर्मशाळा चालविणे किंवा त्यांना मदत करणे, मंदिरे बांधणे, रस्ता वाहतुकीसाठी दिव्यांची व्यवस्था, चौकातील वर्तुळाकार बाजार, मुलांसाठी उद्याने, यासारख्या विविध मार्गांने व्यवसायसंस्था स्वत:कडे लक्ष वेधून घेत आहेत.

काही व्यवसायसंस्था विशिष्ट भागातील विद्यापीठात विशिष्ट विषयात जास्तीत-जास्त गुण संपादन करणाऱ्या विद्यार्थ्याला बक्षीस देणे तसेच त्या विषयाचा अधिक अभ्यास करण्यासाठी विद्यावेतन किंवा स्कॉलरशिप देतात. विद्यापीठातून एखाद्या विशिष्ट विषयावर संशोधन केले जावे, तो विषय शिकविण्यासाठी तज्ज्ञ नेमले जावेत म्हणून देणग्या दिल्या जातात आणि त्या व्यवसायाच्या नावाने आसन किंवा चेअर निर्माण केली जाते.

८) शुभेच्छा भेटी : दिवाळी, नववर्ष यासारख्या प्रसंगी कंपनी आपल्या व्यापारी ग्राहकांना, पुरवठादारांना शुभेच्छाकार्ड पाठवून देऊ शकतात. तसेच दिनदर्शिका, कॅलेंडर यासारख्या वस्तूसुद्धा भेट म्हणून दिल्या जातात. कंपनीचे रौप्यमहोत्सवी वर्ष किंवा सुवर्णमहोत्सवी वर्ष यासारख्या प्रसंगीसुद्धा विविध प्रकारची बक्षिसे किंवा भेटवस्तू कंपनीच्या सभासदांना, ग्राहकांना दिल्या जातात. अशामुळे कंपनी किंवा व्यवसायसंस्था आणि सभासद आणि बाह्यजग यांच्यात चांगले संबंध प्रस्थापित होऊ शकतात.

काही वेळा शुभेच्छा, जाहिराती, वर्तमानपत्रे, नियतकालिके किंवा विशिष्ट प्रकारच्या नियतकालिकातून शुभेच्छा जाहिरातीदेखील दिल्या जातात.

९) कंपनीला भेटी : एखादा प्रसंग साधून कंपनी समाजातील विविध घटकांना कंपनी भेटीचे नियंत्रण देत असते. जसे की, वार्षिक सभा कंपनीच्या प्रांगणात आयोजित केली जाते. या वेळी सभासदांना कंपनीचा परिसर, कारखाना, उत्पादन दाखविले जाते. तसेच पत्रकारांना, शाळा, महाविद्यालयातील विद्यार्थ्यांना किंवा परवानगी काढून भेटीची वेळ ठरवून येणाऱ्या पाहुण्यांना कंपनीचे विविध विभाग, कार्यपद्धती, कंपनीची माहिती दिली जाते. काही कंपन्या वर्षातील काही विशिष्ट दिवशी कंपनीत सर्वांना मोफत प्रवेश देतात. त्यामुळे समाजातील कोणतीही व्यक्ती कंपनीला भेट देऊ शकते. कंपनीची कार्यपद्धती, विविध वस्तू, कंपनीचा सेवकवर्ग यांची माहिती घेऊ शकते. हे एक प्रकारे जनसंपर्काचेच कार्य आहे.

१०) रेडिओ व टेलिव्हिजन : सकाळी सकाळी बहुतेक स्त्रिया घरी काम करीत रेडिओ ऐकत असतात तसेच अनेक व्यावसायिक, विक्रेते आपल्या गाडीतून आपापल्या कामासाठी जात असतात, ते शेतात काम करणारे, बांधकामाच्या ठिकाणाच्या व्यक्ती ट्रान्झिस्टचा उपयोग करीत असतात.

दूरचित्रवाणी मनोरंजनाचे कार्यक्रम प्रायोजित करण्यासाठी अत्यंत उपयुक्त ठरतात, कंपनीचे कार्यकारी अधिकारी चर्चेमध्ये भाग घेऊ शकतात.

रेडिओ / टेलिव्हिजनाद्वारे आपल्या बाह्य घटकांशी संपर्क साधण्याचे हे अत्यंत उत्तम साधन आहे. त्याद्वारे आपल्या संस्थेची ध्येयधोरणे, कार्यपद्धती, उत्पादने इत्यादी माहिती जनतेपर्यंत सहज पोहोचविणे शक्य होते.

११) चित्रपट (Films) : रेडिओ व दूरदर्शनप्रमाणेच चित्रपटाद्वारे आपल्या संस्थेची माहिती देता येते. डॉक्युमेंटरी फिल्मद्वारे ते अशी माहिती देऊ शकतात. अशी माहिती मनोरंजनात्मक माहिती देणारी व काही शिकण्यास मदत करणारी असेल तर फारच चांगले होते. या फिल्मचा उपयोग घरगुती संमेलन, प्रदर्शने, वार्षिक उत्सव, वृत्तप्रतिनिधी भेट, भागधारकांची भेट इत्यादी ठिकाणी होऊ शकते. उदा. जनतासंपर्क साधणारी ओ. एन. जी. सी. ने बनविलेली फिल्म याचे उत्तम उदाहरण होय. ती टि. व्ही. च्या नॅशनल चॅनेलवरूनही दाखविण्यात आली होती.

१२) जनसंपर्क साहित्य : (P. R. Literature) : हस्तलिखिते, फोल्डर्स, ब्रोशर्स इत्यादींद्वारे संस्थेविषयी अत्यंत आकर्षक पद्धतीने माहिती प्रसारित करता येते. कुकरी रेसिपी बुकलेट, प्रवास मार्गदर्शिका, रस्ता दर्शविणारे नकाशे, आरोग्यविषयक पत्रिका ही याची उत्तम उदाहरणे होत. याद्वारे कोणतीही सेवा अथवा उत्पादनाबद्दल माहिती सांगितली जात नाही तर फक्त लोकांना नेहमी उपयोगी पडणारी माहिती दिली जाते.

१३) तोंडी संबंध (Word of mouth) : प्रत्येक तोंडी संदेशवहन हे जनतेशी संवाद साधण्याचेच कार्य करीत असते. तोंडी संदेश अतिशय प्रभावी पद्धतीने देता आला पाहिजे. त्यावरून कंपनीची प्रतिष्ठा, नावलौकिक समजत असतो. म्हणून सर्व कर्मचारी, अधिकारी यांना टेलिफोनवरून कसे बोलावे याचे प्रशिक्षण दिले जाते. अधिकाऱ्यांना पत्रकार परिषद, टि. व्ही. मुलाखत, इत्यादी ठिकाणी कंपनीची ध्येय-धोरणे, माहिती कशी सांगावी, याचे प्रशिक्षण दिले पाहिजे. यामध्ये कंपनी जर यशस्वीरीत्या संदेश जनतेपर्यंत देऊ शकली नाही किंवा संपर्क ठेवू शकली नाही तर कंपनीची प्रतिमा डागाळली जाऊ शकते व त्याचा विपरित परिणाम कंपनीच्या व्यवसायावर होऊ शकतो.

१४) इंटरनेट : इंटरनेटवरून वेबसाईटद्वारे कंपनीची माहिती पुरविणे व जनतेशी

संपर्क साधणे हे अलीकडील (Recent) महत्त्वाचे साधन आहे. वेबसाईटद्वारा आंतरराष्ट्रीय पातळीवर तुम्हाला संपर्क ठेवता येऊ शकतो. नवीन उद्योजकाला हे माध्यम तर फारच महत्त्वाचे आहे.

७.७ जनसंपर्क क्षेत्रात निर्माण झालेले नवे प्रवाह :

(New Trends in Public Relation) :

सार्वजनिक क्षेत्रात कार्य करणाऱ्या संस्थांनी आपले जनसंपर्क कार्य कशाप्रकारे राबवावे याबाबत अनेक नवीन विचारप्रवाह आज आलेले आहेत. स्थानिक स्वराज्य संस्था, इस्पितळे, विद्यापीठे, लाभाच्या प्रेरणेशिवाय कार्य करणाऱ्या शासकीय संस्था, क्रीडान्यास या सर्वांनाच जनसंपर्काची गरज भासत आहे.

या क्षेत्रात जनसंपर्काचे संदर्भात निर्माण झालेले नवे प्रवाह पुढीलप्रमाणे आहेत -

१) सार्वजनिक संस्थांची वाढती संख्या व अपेक्षित लाभार्थी याबाबत जनतेच्या मनात असणारा असंतोष दूर करण्यासाठी करावयाची उपाययोजना.

२) या संस्थांची उद्दिष्टे, कार्यप्रणाली व अपेक्षित लाभार्थी याबाबत जनतेच्या मनात असणारा असंतोष दूर करण्यासाठी करावयाची उपाययोजना.

३) निधी संकलनासाठी वापरावयाची कल्पक योजना आणि त्याला प्राप्त करावयाची प्रसिद्धी.

४) शासकीय विभाग, स्थानिक स्वराज्य संस्था यांच्या अपेक्षित कार्याला प्रतिसाद प्राप्त करण्यासाठी.

५) दूरदर्शन, रेडिओ, वृत्तपत्रे यासारख्या प्रसारमाध्यमांचा सार्वजनिक संस्थांच्या उद्दिष्टे प्रसारासाठी कल्पकतेने वापर करणे.

६) आपल्या कार्याला उचित प्रसिद्धी प्राप्त व्हावी, त्याचा प्रसार व्हावा व स्वयंसेवी वृत्तीने कार्य करणारे अनुयायी प्राप्त होण्यासाठी.

७) दृक्श्राव्य माध्यमांचा वापर करून अपेक्षित घटकांना आकर्षित करणे.

८) सार्वजनिक संस्थांच्या कार्यात विविध विपणन तंत्रांचा वापर करून अपेक्षित प्रसिद्धी मिळवून देण्यासाठी.

९) उद्दिष्टांनुसार व्यवस्थापन तंत्रे वापरून ठराविक उद्दिष्टांच्या पूर्ततेसाठी नियोजन करणे.

१०) इतर क्षेत्रात कार्य करणाऱ्या सहकारी व सार्वजनिक संस्थांमध्ये समन्वय साधणे.

११) सार्वजनिक संस्थांमधील परस्पर स्पर्धा, प्रतिकूल वातावरण अथवा गैरसमज दूर करण्यासाठी जनसंपर्क तंत्राचा वापर करणे.

१२) संगणक आणि संदेशवहनाच्या तंत्राचा वापर करून आपल्या कार्याचा वास्तविक लाभार्थींना उपयोग व्हावा यासाठी प्रयत्न करणे.

१३) नवीन आश्रयदाते व खाजगी क्षेत्रातील मोठ्या संस्थांचा त्यांना पाठिंबा मिळविण्यासाठी प्रयत्न करणे.

कंपनीच्या कार्याला गती प्राप्त व्हावी, कंपनीचे नाव उद्योग, व्यवसाय आणि आर्थिक क्षेत्रात योग्य प्रकारे सिद्ध व्हावे यासाठी विविध नवे उपक्रम आणि कार्यक्रम आज राबविले जात आहेत. कंपनीच्या कार्यक्षेत्राला जनसंपर्काला त्यामुळे विशेष स्थान प्राप्त झाले आहे.

जनसपंर्काच्या क्षेत्राला आज एक नवे स्वरूप आणि आकार प्राप्त झाला आहे. जनसंपर्क ही केवळ एक उपचारापुरती सीमित क्रिया राहिली नाही. कंपनी व्यवसायात तिला विशेष महत्त्वाचे स्थान प्राप्त झाले आहे. समाजातील कंपनीचे स्थान, वैशिष्ट्यपूर्ण भूमिका, वाढती स्पर्धा व बदलते आर्थिक पर्यावरण यामुळे जनसंपर्काचे संपूर्ण स्वरूपच बदलले आहे. जनसंपर्काच्या कार्याची नवीन कार्यक्षेत्रे आणि प्रभाव क्षेत्रे निर्माण होत आहेत.

जनसपंर्काची नवीन क्षेत्रे पुढीलप्रमाणे सांगता येतील -

- बेंचमार्किंग.
- बदलांचे व्यवस्थापन.
- संघर्षाचे व्यवस्थापन.
- मार्गदर्शन व सल्लागारिता.
- संघनिर्मिती.
- संघटनेची प्रभावक्षमता व विकास.
- संघटनेचे प्रतिमासंवर्धन.
- संगणक व तंत्रज्ञानाविषयक निर्माण झालेले नवे प्रवाह.

१) बेंचमार्किंग : बेंचमार्किंग म्हणजेच तुलनात्मक प्रमाणीकरण ही आज काळाची गरज आहे. प्रत्येक संस्थेला आपले कार्य इतर संस्थांपेक्षा अधिक दर्जेदार व अधिक उत्तम स्वरूपाचे असावे असे वाटते. विविध निकषांवर आपल्या कार्याला, संस्थेच्या नावाला श्रेष्ठत्व प्राप्त व्हावे, इतरांपेक्षा सरसदर्जा प्राप्त व्हावा ही अपेक्षा गैर नाही. तुलनात्मक दर्जा प्राप्त व्हावा यासाठी तुलनात्मक दर्जा निर्धारण अत्यंत आवश्यक ठरते. केवळ आपले कार्य अपेक्षेइतके चांगले असून पर्याप्त नाही तर ते त्यापेक्षा देखील अधिक दर्जेदार असावे, इतर समकक्ष संस्थांपेक्षादेखील अधिक उत्तम असावे यासाठी बेंचमार्किंगची योजना करण्यात आली आहे. बेंचमार्किंगसाठी विशिष्ट निकष ठरविण्यात येतात. त्यासाठी

ठराविक प्रमाण आणि प्रमाप यांना आधारभूत मानण्यात येते.

त्या सर्व निकषांवर बेंचमार्किंगची प्रक्रिया कुशलपणे राबविणे अत्यंत आवश्यक आहे. बेंचमार्किंगची वैशिष्ट्ये पुढीलप्रमाणे सांगता येतील.

- बेंचमार्किंग हे प्रमाणीकरणाचे व श्रेणीकरणाचे तंत्र आहे.
- बेंचमार्किंग हे तुलनात्मक प्रमाणीकरणाचे तंत्र आहे.
- बेंचमार्किंग माध्यमातून संस्था आपले एकंदर व्यावसायिक क्षेत्रातील स्थान निर्धारित करते.
- बेंचमार्किंग ही सापेक्ष कल्पना आहे.
- बेंचमार्किंगच्या माध्यमातून न्यूनस्थळे व शक्तीस्थळांचा नेमका अंदाज बांधता येतो.
- बेंचमार्किंग विकासात्मक श्रेणीकरण करण्यासाठी उपयुक्त आहे.

बेंचमार्किंगच्या संदर्भात जनसंपर्काची भूमिका

बेंचमार्किंगच्या संदर्भात जनसंपर्क कार्याची भूमिका पुढीलप्रमाणे स्पष्ट करता येईल -

- संस्थेच्या अंतर्गत विविध घटकांमध्ये संस्थेच्या क्षमतांविषय निश्चित जाणीव निर्माण करणे.
- संस्थेचे आजचे वास्तविक स्थान आणि अपेक्षित स्थान यातील अंतर लक्षात आणून देणे व त्या ध्येयप्राप्तीसाठी चेतना निर्माण करणे.
- इतर संस्थाच्या तुलनेत आपण कोणत्या कारणांमुळे मागे आहोत किंवा अग्रेसर आहोत याविषयी नेमकी जागृती करणे.
- संस्थेला ठराविक उद्दिष्टांच्या पूर्ततेसाठी अपेक्षित वातावरण निर्माण करणे.
- संस्थेची ध्येयधोरणे, जीवितकार्य, आगामी कार्यक्रमांची नेमकी रूपरेषा सर्व संबंधित घटकांना अवगत करून देणे.

२) बदलांचे व्यवस्थापन : या संपूर्ण गतिमान विश्वात बदलांइतके शाश्वत दुसरे काहीच नाही; कारण बदल सातत्याने होत असतात. काळ, परिस्थिती, अपेक्षा, साधने आणि आव्हाने यामधील परिवर्तनांचा सामान्य परिपाक म्हणजे विविध स्वरूपाचे बदल होय.

बदलांचा सर्वच स्थिर आणि गतिमान घटकांवर प्रभाव होतो. बदलांना टाळता येत नाही. जे बदलांना टाळण्याचा, त्यांना दूर सारण्याचा प्रयत्न करतात त्यांना बदलांच्या प्रभावाचे बळी व्हावे लागते. यामुळेच बदलांचे नियोजन करणे अत्यावश्यक ठरते.

जनसंपर्क अधिकाऱ्याला बदलांचे व्यवस्थापन करताना खालील कार्ये करावी लागतात -

- प्रस्थापित यंत्रणेच्या मर्यादा लक्षात आणून देणारे प्रसिद्धीपत्रक काढणे.
- नवीन यंत्रणा, कार्यपद्धती किंवा बदलांची आवश्यकता का भासली ते स्पष्ट करणे.
- या बदलांचे लाभ किंवा उपयोग सांगणारे बदलांचे उचित समर्थन करणे.
- बदलांची शास्त्रशुद्ध अंमलबजावणी करण्यावर भर देणे.
- बदलांच्याबाबत असणारे गैरसमज आणि संदेह दूर करणे.
- बदलांच्याबाबत असणाऱ्या अडचणी आणि त्रुटी यांची माहिती उच्च व्यवस्थापनाला देणे.

३) संघर्षाचे व्यवस्थापन : संघर्ष आणि मतभेद हे प्रत्येक संघटनेत असणे नैसर्गिक मानले पाहिजे. जेथे समूह आहे, विविध प्रकृती आणि व्यक्तिमत्त्वाची माणसे आहेत तेथे संघर्ष आणि मतभेद नैसर्गिकच मानले पाहिजे. हे संघर्षाचे वातावरण कार्यक्षमतेला बाधा पोहोचविते, कार्यपद्धतीत आणि प्रक्रियेत अडथळे निर्माण करते अशा परिस्थितीत संघर्षाची कारणे शोधून ती दूर करणे आणि संघर्षाचे व्यवस्थापन करणे अत्यंत आवश्यक ठरते. दीर्घकाळ चालणारा संघर्ष हा कॅन्सरच्या रोगासारखा त्रासदायक आणि जीवघेणा ठरू शकतो.

संघर्षाचे व्यवस्थापन करण्यासाठी खालील तंत्राचा वापर जनसंपर्क अधिकाऱ्याद्वारे केला जातो -

- संघर्षाचे विविध घटक कोणते आहेत याचा नेमका अदमास घेणे.
- संघर्षाची सुप्त आणि दृश्यकारणे यांची नेमकी माहिती प्राप्त करणे.
- संघर्षाची कारणीभूत ठरणारी तात्कालिक कारणे कोणती याची माहिती घेणे.
- संघर्षाची पार्श्वभूमी जाणून घेणे.
- संघर्षात असणाऱ्या घटकांच्या प्रतिनिधींना एका व्यासपीठावर आणण्याचा प्रयत्न करणे.
- संघर्षाबाबत व्यवस्थापनाची भूमिका स्पष्ट करणे.
- व्यवस्थापन भूमिकेचे समर्थन करणारे निवेदन प्रसिद्ध करणे.
- संघर्ष टाळण्यासाठी व्यवस्थापनाने केलेल्या प्रयत्नांचा आढावा घेणारे पत्रक काढणे.
- संघर्षाबाबत व्यवस्थापन विरोधी घटकांच्या भूमिकेचे खंडन करणे.
- समायोजन व्हावे यासाठी पुढाकार घेणारी सकारात्मक भूमिका स्वीकारणे.

४) मार्गदर्शन व सल्लागारिता : व्यवसायाचा संबंध प्रामुख्याने ज्या बाह्य घटकांशी

येतो, त्यामध्ये नागरिक, ग्राहक, प्रसारमाध्यमे, पुरवठादार, अधिकोष, गुंतवणूकदार व भागधारक यांचा समावेश होतो. व्यवसायाने ह्या सर्व बाह्य घटकांशी संबंध ठेवताना मैत्रीपूर्ण सौहार्द आणि सकारात्मक प्रतिमानिर्मितीवर भर दिला पाहिजे अशी सर्वांची अपेक्षा असते.

ज्या विविध घटकांना व्यवसायाबरोबर विविध कारणांसाठी संपर्क करावा लागतो त्याची एक विशिष्ट अपेक्षा असते. माझी अडचण, समस्या किंवा गरज यांचा विचार व्यवसायाने प्रथम करावा असे त्याला वाटते. त्यात फारसे काही गैर नाही. परंतु, प्रत्येकाला प्रथम संधी देणे व्यवसायाला शक्य होत नाही. प्रत्येकाची अडचण प्राधान्यक्रमाने सोडविणे शक्य व्हावे यासाठी जनसंपर्क विभागाद्वारे विशेष प्रयास केले जातात.

त्यामध्ये पुढील उपक्रमांचा समावेश होतो -

- प्रत्येकाच्या अडचणी, समस्या, चौकशीचे योग्य अध्ययन व वर्गीकरण करणे.
- या समस्या ज्या विभागाशी संबंधित आहेत त्याकडे त्यांना निर्देशित करणे.
- ठराविक व नियमितपणे येणाऱ्या प्रश्नाबाबत कंपनीची भूमिका स्पष्ट करणारी पत्रके प्रकाशित करणे.
- ग्राहक व नागरिकांना विशिष्ट गरजा, आवश्यकता व समस्या सोडविण्यासाठी 'साहाय्यता व मार्गदर्शक' यांच्या माध्यमातून साहाय्य करणे.
- प्रमाणित प्रपत्रे आणि अर्ज तयार करणे त्यामुळे नेमकी माहिती सहजपणे उपलब्ध होते.
- नवीन उत्पादने, सेवा, कार्यपद्धतीचे मार्गदर्शन करणारी पुस्तिका प्रसारित करणे.
- कंपनीची उद्दिष्टे, ध्येये व दृष्टी याबाबत माहिती देणारी पुस्तिका प्रसिद्ध करणे.

५) संघनिर्मिती : व्यवसायाची खरी शक्ती व सामर्थ्य केवळ एकाच घटकांत आहे. ते म्हणजे व्यवसायाचे कार्यक्षम निष्ठावान मनुष्यबळ कंपनीचे यश साधने, संपत्ती व साहित्यात नाही तर संघवृद्धीमध्ये आहे हे लक्षात घेतले पाहिजे. संघनिर्मिती ही सतत चालणारी संथ प्रक्रिया आहे. केवळ एकाच कार्यक्रमाने किंवा एका घोषणेने संघनिर्मिती होत नाही. संघनिर्मितीसाठी एक अनुकूल व सकारात्मक वातावरण हवे. विश्वास, निष्ठा, हेतुंबाबत समान धोरण व दृष्टिकोन, तसेच निरपेक्षवृत्तीने कार्य करण्याची तयारी हवी. ह्या सर्व गोष्टी एकत्र येऊन मग दर्जेदार संघनिर्मिती होते. या दृष्टीने जनसंपर्क विभागाला विविध कार्ये करावी लागतात. ती पुढीलप्रमाणे सांगता येतील -

- कर्मचाऱ्यांमध्ये विश्वासाची आणि आत्मीयतेची भावना निर्माण करणे.
- संघटनेच्या उद्दिष्टांबाबत आणि कार्यपद्धतींसंदर्भात असणारे संदेह दूर करणे.

- संघटनेच्या संदर्भात योग्य प्रतिमा निर्माण व्हावी व एकदिलाने सर्वांनी कार्य करावे. यासाठी योग्य घोषवाक्य व संकल्पनांची निर्मिती करणे.
- विविध कार्यक्रम, उपक्रम व कार्यपद्धतीची वैशिष्ट्ये व उपयुक्तता स्पष्ट करणारे पत्रक काढणे.
- कर्मचाऱ्यांचे मेळावे, चर्चासत्रे, व इतर कार्यक्रम यांचे आयोजन करणे.
- संभाव्य संघर्षाचा अंदाज घेऊन ती दूर व्हावीत यासाठी प्रयत्न करणे.

प्रभावक्षमतेचा विकास : संघटनेला बळ देणारे जे विविध घटक आहेत त्यामध्ये 'प्रभावक्षमता' हा सर्वात महत्त्वाचा घटक आहे.

ही प्रभावक्षमता निर्धारित करणारे महत्त्वाचे कारक पुढीलप्रमाणे सांगता येतील -

- सुस्पष्ट उद्दिष्टे.
- पारदर्शक धोरणे.
- दुहेरी संदेशवहन.
- कार्यक्षम कार्यपद्धती.
- नावीन्यपूर्ण कार्यक्रम.
- परस्पर विश्वासाचे वातावरण.
- कार्यात्मक अडथळ्यांवर मात करणारी यंत्रणा.
- सहभाग आणि सहकार्यावर आधारित व्यवस्थापन.

कंपनी व्यवस्थापनात ह्या सर्व घटकांचा समावेश करण्यासाठी जनसंपर्काला विशेष महत्त्वाची भूमिका बजवावी लागते. कंपनीचे उच्च व्यवस्थपान सातत्याने व दररोजच्या समस्या सोडविण्यासाठी कार्य करीत नाही. ते शक्य देखील नाही; यादृष्टीने जनसंपर्क विभाग पुढील कार्ये करतो -

- कर्मचारीवर्गाला व्यवस्थपानात सहभागी होण्यासाठी आवाहन करणे.
- कार्यपद्धतीत सुस्पष्टता आणि नियमितता आणण्यासाठी कार्यक्रम ठरविणे.
- कर्मचाऱ्यांच्या सूचना, तक्रारी व अपेक्षा यांच्या समाधानासाठी संयुक्त मेळावे व सभांचे आयोजन करणे.

६) प्रतिमा संवर्धन : कंपनीच्या कार्यपद्धतीच्या दृष्टीने सर्वात महत्त्वाची गोष्ट म्हणजे प्रतिमासंवर्धन होय. प्रतिमानिर्मितीचे कार्य प्रामुख्याने जनसंपर्क अधिकाऱ्याचे किंवा विभागाचे कार्य आहे. ह्यामध्ये पुढील बाबी समाविष्ट होतात.

- कंपनीच्या ध्येयधोरणांविषयी व जीवित कार्याविषयी उचित माहिती देणाऱ्या पुस्तिका प्रकाशित करणे.
- कंपनीची नवीन उत्पादने व सेवा याविषयी प्रचार मोहीम राबविणे.

- कार्यपद्धती, सेवातंत्रे आणि इतर बदलांविषयी पूर्ण कल्पना देणारे प्रसिद्धीपत्रक नियमित करणे.
- भागधारक व गुंतवणुकदारांना आवश्यक माहिती देणारी जाहिरात देणे व सूचना प्रकाशित करणे.
- नवे भागभांडवल व निधी गोळा करताना आवश्यक माहिती देणे.
- कंपनीच्या विकास कार्यक्रमांना, विस्तार आणि परवर्तनविषयक धोरणांना जनतेपुढे मांडणे.
- संघर्ष किंवा संदेहास्पद परिस्थितीत कंपनीची भूमिका स्पष्ट करणे.

७) कार्पोरेट सिटीझनशिप : कार्पोरेट सिटीझनशिप ही व्यवस्थापनातील नवीनतम कल्पना आहे. त्याची परिभाषा वेगवेगळ्या प्रकारे लेखकांनी केली आहे.

शैलेश सेनगुप्ता : कार्पोरेट सिटीझनशिप म्हणजे व्यवसायाच्या तत्त्वातील आर्थिक संसाधने दायित्वाचे भान ठेऊन समाज व राष्ट्रहितासाठी वापरण्याचे कंपनीचे धोरण.

सुशील बहल : कंपनीने आपल्या कार्याला समाजाभिमुख करण्यासाठी कार्यपद्धती, तंत्रे यामध्ये पारदर्शकता आणण्याचे, संसाधनांच्या विवेकपूर्ण वापराचे आणि दायित्वपूर्ण व्यवहाराचे धोरण स्वीकारणे म्हणजे कार्पोरेट सिटीझनशिपचे धोरण अंमलात आणणे होय.

जोसेफ फर्नांडिस यांच्या मते : ज्याप्रमाणे एखादा सामान्य नागरिक देशहित व समाजहिताच्या दृष्टीने आपली कार्ये, कर्तव्ये, दायित्व आणि अधिकार यांचा विवेकपूर्ण वापर करतो, स्वत:च्या व समाजाच्या हिताच्या कार्यांना प्रोत्साहन देतो व त्यास सहभागी होतो, त्याचप्रमाणे कंपनीने एक कृत्रिम नागरिक म्हणून आपले कार्य, दायित्व आणि धोरण समाजहिताला प्राधान्य देऊन आखणे म्हणजे कार्पोरेट सिटीझनशिपचे धोरण स्वीकारणे होय.

कार्पोरेट सिटीझनशिपचे धोरण स्वीकारण्यामागील भूमिका

- आजच्या आर्थिक पर्यावरणात कंपनी हा व्यवसायाचा सर्वात प्रभावी आणि महत्त्वाचा घटक आहे.
- कंपनी व्यवसायाकडे सर्वाधिक आर्थिक संसाधने केंद्रित झाली आहेत.
- कंपनी हा अधिक स्थिर व प्रभावी व्यवसाय आहे.
- कंपनी धोरणांचा समाजातील सर्वात मोठ्या वर्गावर प्रभाव होतो.
- कर्मचारी, ग्राहक, नागरिक, शासन बँकर्स यांच्या कामकाजावर इतर कोणत्याही घटकांपेक्षा कंपनी व्यवसायाचा अधिक प्रभाव पडतो.

- कंपनीचे कार्य समाजाभिमुख व दायित्वाला प्राधान्य मानून केले गेले तर, त्याचा समाजाला व देशाला अधिक लाभ होईल.
- प्रतिमानिर्मिती, ख्याती व प्रसिद्धी प्राप्त करण्यासाठी जनतेचा सहभाग व सहकार्याची मात्रा वाढविण्यासाठी कार्पोरेट सिटीझनशिपची कल्पना अत्यंत योग्य आहे.

जनसंपर्क आणि कार्पोरेट सिटीझनशिप

कंपनी व्यवसाय कार्पोरेट सिटीझनशिपची संकल्पना योग्य प्रकारे अंमलात आणण्यासाठी जनसंपर्काच्या कार्याचा वापर करू शकतो. जनसपंर्क विभाग कंपनीच्या कार्याला योग्य प्रसिद्धी व व्यासपीठ प्राप्त करून देऊ शकतो. यादृष्टीने योग्य प्रसिद्धी देऊन, त्यांना उचित प्रकारे लोकमान्यता देऊ शकतो. कंपनी आपले कार्य करताना समाजहितास प्राधान्य देत आहे, समाजाच्या सर्व घटकांना एकत्र घेऊन चालण्याची कंपनीची भूमिका आहे. हे सिद्ध करण्यासाठी, या धोरणाचा विशेष उपयोग होते.

जनसंपर्क विभाग कंपनीच्या खालील कार्यावर प्रकाशझोत टाकून तिला प्रतिष्ठा व समाजमान्यता मिळवून देऊ शकतो.

- कंपनीने अंगीकृत केलेल्या लोककल्याणाच्या व समाजहिताच्या विविध योजना.
- पर्यावरणाचे रक्षण व संवर्धन.
- वनसंपत्तीचे संवर्धन.
- पाणी व जलसाठा व्यवस्थापन.
- ग्रामीण आरोग्य व स्वच्छता.
- समाजास आवश्यक सुविधा.
- स्वच्छता व आरोग्य केद्रांची उभारणी.
- प्रौढशिक्षण.
- कुटुंब कल्याण.
- रस्ते सुरक्षा अभियान व वाहतूक नियोजन.
- व्यवसाय शिक्षण, तांत्रिक कौशल्याचा विकास.
- मानवीय अवयवांचे रोपण, दान, अधिकोष.
- व्यसनमुक्ती आंदोलन.
- शाळा व महाविद्यालयांची बांधणी व विकास.
- स्त्रिया व पीडित वर्गाचा उद्धार व पुनर्वसन.

- महिला स्वावलंबन व सक्षमीकरण.
- युवकांना रोजगार मार्गदर्शन.
- खेळ, क्रीडा संवर्धन.
- संगीत, साहित्य व संस्कृती विकासाचे कार्यक्रम.

वरील सर्व कार्यात कंपनीचा सहभाग वाढावा, त्यातून समाजाच्या विविध वर्गांचे कल्याण व्हावे ह्या हेतूने कार्य करणे हाच जनसंपर्क विभागाच्या नवीन उद्देशांचा आधार आहे. केवळ ग्राहक व नागरिक यांना कंपनीच्या कामकाजाविषयी माहिती देणे व विविध प्रकारची पत्रके प्रसिद्धीस देणे एवढेच जनसंपर्काचे कार्य मर्यादित नाही. जनसंपर्क ही आधुनिक व्यवसायाला विशेषत: कंपनी व्यवसायाला एक भरीव कामगिरी व लोकमान्यता प्राप्त करून देणारा महत्त्वाचा व्यवस्थापकीय कार्यक्रम आहे. जनसंपर्क हा विश्वास, प्रतिमा व प्रसिद्धी निर्मितीसाठी एक जाणीवपूर्वक आखलेला कंपनी धोरणाचा भाग आहे. केवळ चांगले काम करणे पुरेसे नाही तर त्याला योग्य प्रसिद्धी व मान्यता प्राप्त करून देणे महत्त्वाचे आहे. कंपनी व्यवसायाच्या दृष्टीने महत्त्वाचे आहे या भूमिकेतून कार्पोरेट सिटीझनशिपच्या कार्याला पुढे नेणे महत्त्वाचे ठरते.

८) जाहिरात मोहीम (Corporate Advertising Campaign) : जनसंपर्क आणि जाहिरात या दोन कार्यांमध्ये अत्यंत घनिष्ठ सहसंबंध आहे. जनसंपर्काच्या कार्याचा आधार हा जाहिरातीच्या काही मूलभूत सिद्धान्तावर स्थापन करण्यात आला आहे. जनसंपर्काच्या प्रारंभिक काळात त्याचे कार्य जाहिरातीच्या कार्याशी संबंधित आहे असेच मानले जात होते. प्रारंभिक काळात जाहिरात विभागाद्वारेच जनसपंर्काचे काम केले जात असे. जनसंपर्काची व्याप्ती सीमित होती याचा परिणाम जाहिरात विभाग आणि जनसंपर्क विभाग हा एकच कार्य करतो असे मानण्यावर होत असे.

परंतु, कंपनी व्यवसायाची व्याप्ती व कार्य जसजसे विकसित व विस्तारित झाले त्याबरोबर कंपनीच्या प्रतिमा निर्मितीला, कार्यपद्धतीला आणि भूमिका निर्धारणाला विशेष महत्त्व प्राप्त झाले. कंपनी व्यवसायाला विविध घटकांशी संपर्क करावा लागतो त्या सर्वच घटकांना संतुष्ट करणे, त्यांच्या मनात कंपनीविषयी अनुकूल व कायमस्वरूपाची सकारात्मक प्रतिमा निर्माण करणे महत्त्वाचे ठरले. यासाठी या सर्व संबंधित घटकांना आकर्षित करणे, त्यांना योग्य संदेश व माहिती देणे. कंपनीच्या कार्याविषयी योग्य प्रसार व प्रचार करणे यासारखी कार्ये जाहिरातीच्या माध्यमातून करण्यात येतात यासाठी जाहिरातींची विशेष मोहीम राबविण्यात येऊ लागली. या जाहिरात मोहिमांचा हेतू ठराविक मुद्द्यांवर कंपनीची भूमिका, धोरणे व दृष्टिकोन स्पष्ट करणे व तो योग्य आहे हे ग्राहकांच्या मतावर रुजविणे हा आहे.

जाहिरातीच्या मोहिमेची व्याप्ती व स्वरूप

कंपनी जाहिरात मोहीम विविध हेतूंची व विविध माध्यमांचा वापर करून राबविली जाते. तिचे स्वरूप देखील सारखे नसते. काळ, परिस्थिती, संभाव्य वाचक अथवा प्रभाव गट, धोरणांचे स्वरूप व व्यवस्थापनाचा दृष्टिकोन या घटकांचा विचार करून कंपनीचे जाहिरात धोरण ठरविले जाते.

जाहिरात मोहिमेचे स्वरूप खालीलप्रमाणे विषद करता येईल -

- कंपनीची कार्यपद्धती समाजापुढे योग्य प्रकारे मांडण्यासाठी विशेष प्रयत्न करणे.
- कंपनीच्या भूमिकांना न्याय देणारे आणि ठराविक दृष्टिकोनाला व्यक्त करणारे प्रचार धोरण आखणे.
- केवळ प्रचारात्मक धोरणांचा प्रसार करणाऱ्या जाहिराती निर्माण करण्याऐवजी विशिष्ट हेतू, उद्देश आणि विचार असणाऱ्या जाहिरातींची मोहीम राबविणे.
- कंपनीच्या जाहिराती या संस्थांतर्गत जाहिराती आहेत. त्यांची एक ठराविक प्रतिमा निर्माण करणे, एक ठराविक धारणा जनसामान्यात रुजविणे.
- कंपनीची व्याप्ती आणि प्रतिमा यांना प्रतिष्ठा व समाजमान्यता प्रदान करणे.
- स्पर्धात्मक वातावरणात ठराविक पद्धतीने कार्य करणारी संस्था म्हणून प्रतिमा निर्माण करणे.
- समाजशिक्षण, ग्राहकशिक्षण व चेतना निर्मितीसाठी प्रयास करणाऱ्या जाहिरातीचा प्रसार करणे.

व्याप्ती : कंपनी जाहिरात मोहिमेची व्याप्ती कोणत्या वर्गासाठी आणि कोणत्या हेतूने या जाहिराती निर्गमित करण्यात येत आहेत; यावर आधारित आहे. सामान्यपणे या जाहिरातींचे स्वरूप व व्याप्ती वेगवेगळ्या प्रकारे ठरविण्यात येते. काही वेळा ठराविक प्रसंगी व विशिष्ट हेतूने ज्या जाहिराती कंपनीद्वारे प्रसारित केल्या जातात. त्यांचाच यामध्ये समावेश करण्यात येतो. सामान्यपणे या जाहिरात मोहिमांची व्याप्ती पुढीलप्रमाणे निर्धारित करण्यात येते -

- एकाच हेतूने किंवा एकाच कार्यासाठी देण्यात आलेली एक जाहिरात.
- एकाच मुद्द्याला केंद्रीभूत आधार समजून जाहिरात मालिका प्रसारित करणे.
- कंपनीच्या प्रतिमेला उजाळा देण्यासाठी एक विशिष्ट जाहिरात.
- कंपनीच्या प्रतिमा व भूमिकेला सातत्याने ग्राहक व समाजाभिमुख करण्यासाठी विशिष्ट जाहिरात मोहीम राबविणे.
- जाहिरात मोहिमेचे विशिष्ट लक्ष कोणते आहे हे समजावून घेणे.
- योग्य प्रसारमाध्यमांची व संदेशाची निवड करणे.

- प्रसंग व परिस्थितीचे औचित्य लक्षात घेऊन जाहिरात मोहीम राबविणे.
- कालसंगत, संस्कृती व सामाजिक धारणांचा पूर्वविचार करून जाहिरात धोरणांची रचना करणे.
- जाहिरातीचा संभाव्य प्रभाव व परिणाम लक्षात घेणे.

९) **समुदाय संदेशवहन (Communite Communication) :** कंपनी व्यवसाय आपल्या समाजाचा एक अभिन्न मार्ग आहे. एका मोठ्या व्यवस्थेची ती एक उपव्यवस्था आहे हे समजून घेतले पाहिजे. ज्या समाजरचनेत कंपनी व्यवसाय कार्य करते त्या रचनेत आपले स्थान आणि भूमिका यांचा योग्य प्रभाव पाडणे, समाजाला आपले कार्य समजावून देणे अगत्याचे ठरते. समाजाला त्याचे ऋण फेडण्यासाठी योगदान देणे, दायित्वाच्या भावनेतून विविध उपक्रम राबविणे हे कंपनी व्यवसायाचे खरे कार्य आहे. कंपनीच्या व्यावसायिकांनी आपली भूमिका समाजाला समजावून सांगण्यासाठी विविध प्रकारचे संदेशवहन करणे, माहितीचे आदान-प्रदान करणे अपेक्षित आहे. समाजाचे मत अनुकूल व्हावे त्याने कंपनीला आदराचे स्थान द्यावे यासाठी समुदाय संदेशवहन अगत्याचे व महत्त्वाचे ठरते.

समुदाय संदेशवहनामागील भूमिका : सामुदायिक संदेशवहन समाज आणि कंपनी यामधील परस्पर संबंध सुदृढ करण्यासाठी प्रयत्नपूर्वक केलेले संदेशवहन होय. समाज व कंपनी यामध्ये नियमित संदेशवहन व्हावे व त्यातून विश्वासाचे वातावरण निर्माण व्हावे ही त्यामागील खरी व मूळ भूमिका आहे.

समुदाय संदेशवहनाची भूमिका पुढीलप्रमाणे सांगता येईल -

- समाजापुढे कंपनीची योग्य प्रतिमा निर्माण करणे.
- कंपनीचे समाजात एक विशिष्ट स्थान निर्माण करणे.
- समाजाच्या मनोभूमिकेत बदल व्हावा यासाठी जाणीवपूर्वक प्रयत्न करणे.
- कंपनीचे उपक्रम, उत्पादने व सेवा यांची माहिती समाजाला देणे.
- समाजाची गरज, आवश्यकता जाणून त्या अनुरूप विविध उपक्रम राबविणे.
- समाजाने कंपनीला आपला महत्त्वाचा घटक मानावे सन्मान द्यावा यासाठी विशेष प्रयत्न करणे.
- विद्वेष, उपप्रचार यावर मात करण्यासाठी कंपनीद्वारे विशेष प्रचार मोहीम राबविणे.

समुदाय संदेशवहनाचे स्वरूप :

कंपनी व्यवसायाचा मुख्य उद्देश लाभप्राप्ती व संपत्तीमध्ये वाढ करणे हा आहे. परंतु, ही संपत्तीमधील वाढ इतरांना योग्य वाटली पाहिजे ती समाजाला अयोग्य वाटता

कामा नये आणि देशहिताविरोधी असता कामा नये. जेव्हा व्यवसायाच्या प्रगतीबद्दल समाज समाधानी असतो, व्यवसायाच्या कार्यकल्पाविषयी समाजाच्या मनात संदेह नसतो त्या वेळी कंपनीला अपेक्षित स्थान समाजात निर्माण करता येते.

आपल्या कार्यातील अनावश्यक गोपनीयता, कार्यपद्धतीतील अपारदर्शिता, असत्य किंवा वास्तवापासून दूर असणारे अहवाल व माहितीचे प्रसारण, भ्रष्टाचार व अयोग्य कार्यपद्धतीचा स्वीकार, ग्राहक किंवा गुंतवणुकदारांची फसवणूक यामुळे कंपनीची प्रतिमा मलिन होते.

व्यवसायात स्पर्धा अपरिहार्य असते. बाजारपेठेतील विविध घटक परस्पर विरोधी कार्य सातत्याने करीत असतात. त्यामुळे परस्परविरोधी धोरणे, अपप्रचार, निंदाव्यंजक विधाने व बदनामी होण्याची शक्यता टाळता येत नाही. कंपनीची उत्पादने व सेवांविषयी, त्यांच्या दर्जा व गुणवत्तेविषयी संदेह ग्राहकांच्या मनात निर्माण होतो. बँकर्स, वितरक, किरकोळ विक्रेते, पुरवठादार यांना कंपनीविषयी आत्मीयता व बांधिलकी निर्माण करणे अगत्याचे असते. अशा वेळी सातत्यपूर्ण व जिव्हाळा जोपासणारे, विश्वास निर्माण करणारे संदेशवहन आवश्यक असते.

- कंपनीद्वारे विशिष्ट समूहाला अथवा समुदाय विशेषाला लक्ष करून केलेले संदेशवहन.
- समाजाच्या ठराविक गरजा लक्षात घेऊन त्यांच्या पूर्ततेसाठी केलेल्या प्रयत्नांचे विवेचन करणारे संदेशवहन.
- समाजाच्या अपेक्षापूर्ती करणारे प्रकल्प राबवून त्यांची माहिती देणारे संदेशवहन.
- समाजातील उपेक्षित घटक, गरजू आणि अडचणीत सापडलेल्या वर्गांना आर्थिक, नैतिक साहाय्य.
- समाजोन्नतीसाठी विशिष्ट कला, खेळ व सांस्कृतिक उपक्रमांना योग्य व्यासपीठ उपलब्ध करून देणे.
- समाजाचा आर्थिक व सामाजिक दर्जा संपन्न करणाऱ्या, सुविधा व सेवा उपलब्ध करून देणे.
- नियमित कालवाधीने मासिके, नियतकालिके अथवा परिपत्रके काढून कंपनीची भूमिका स्पष्ट करणारे संदेशवहन.
- दृक्-श्राव्य माध्यमे, दूरचित्रवाणीवर ठरावीक कार्यक्रमांचे प्रयोजन करणे.
- कंपनीची कार्यपद्धती, तत्त्वज्ञान व उत्पादने यावर आधारित चित्रफिती काढणे.
- समाजशिक्षणाला पूरक व उपयुक्त कार्यक्रम राबविणे.
- संभाव्य विपदांची सूची करणे. त्यांच्या निराकरणासाठी पूर्वतयारी करणे.
- विपदांच्या निराकरणविषयक साधने, यंत्रे, व्यवस्था यांचे आयोजन करणे.

- नैसर्गिक संकटे व आपदा किंवा अपघात आणि घातपातापासून होणारे संकट दूर करण्यासाठी त्याची तीव्रता कमी करण्यासाठी कर्मचाऱ्यांना प्रशिक्षण देणे.
- विपदांच्या निराकरणासाठी एक मानसिकता व दृष्टिकोन तयार करणारे कार्यक्रम आखणे.

१०) आपत्ती व्यवस्थापन आणि जनसंपर्क : आपत्ती आणि विपदा धोरण व्यवहार्य आणि सुस्पष्ट असणे आवश्यक आहे. विपदांच्या संदर्भात कंपनीची भूमिका आणि व्यवस्थपनाचे धोरण स्पष्ट हवे. वस्तुस्थिती आणि स्पष्टीकरण यांची योग्य मांडणी सर्व संबंधित घटकांपुढे सादर करणे आवश्यक आहे.

विशिष्ट परिस्थितीत कंपनीचा निर्णय कशाप्रकारे समर्थनीय होता, कोणत्या कारणास्तव एखादी कृती करण्यात आली हे समाजाला पटवून देण्यासाठी विविध प्रकारच्या संदेशवहन तंत्राचा वापर करता येतो. ही तंत्रे कोणत्या पद्धतीने व केव्हा वापरावयाची याचा विवेक आणि तर्कशुद्धपणा व्यवस्थापनाशी असणे अगत्याचे ठरते. केवळ एखादा निर्णय नाइलाजाने घेतला होता असे म्हणून व्यवस्थापन आपले दायित्व टाळू शकत नाही तसेच या निर्णयाबरोबर आम्ही सहमत नाही अथवा दुरुस्तीसाठी योग्य पावले उचलत आहोत हे सांगणे पर्याप्त नाही; तर योग्य व समजूतदार भूमिकेची मांडणी करणे त्यासाठी योग्य संदेश व माध्यमाची निवड करणे आवश्यक आहे.

विपदा नियोजनासाठी जनसंपर्काची भूमिका

- विपदा आणि आपत्तीच्या निर्मितीचा किंवा विशिष्ट अप्रिय निर्णय घेण्यामागील कारणमीमांसा स्पष्ट करणारे निवेदन देणे.
- समाजातील जे घटक अथवा व्यक्तिसमूह चुकीच्या कार्यपद्धती अथवा निर्णयाने प्रभावित झाले आहेत त्यांच्याशी मुक्तपणे व पूर्वग्रहविरहित संपर्क साधणे.
- प्रभावित व्यक्तीच्या प्रतिक्रिया, कृती आणि विरोध यांचा वास्तववादी विचार करून त्याची तीव्रता कमी करण्यासाठी दुहेरी संवाद साधण्यावर भर दिला जातो.
- कोणतीही बाह्य घटना, कुप्रसंग अथवा अपघात घडलाच नाही असा अपकारण त्रागा करणारे, 'कंपनी कोणत्याही प्रकारे जबाबदार नाही' असा पवित्रा घेणारे विधान अथवा आक्रमक विधान टाळण्यासाठी संयमित व संतुलित वक्तव्ये देणे.
- योग्य व सुसंवाद साधणारे, कंपनीची भूमिका सुस्पष्ट मांडणारे परिपत्रक, निवेदन विविध प्रसार माध्यमांचा वापर करून देणे.
- अंतर्गत प्रसारमाध्यमे, बाह्य प्रसारमाध्यमे, मत व भूमिका निर्माण करणाऱ्या सर्वच प्रभावी व्यक्ती व गटांबरोबर संपर्क साधणे.

- व्यवस्थापनाच्या कोणत्याच पातळीवर परस्परविरोधी किंवा विसंवादाची भूमिका घेतली जाणार नाही याची खबरदारी घेणे.
- भविष्यकाळात अशा प्रकारे अपघात, घटना अथवा विपदा निर्माण होणार नाही यासाठी काळजी घेण्यात येईल असा विश्वास निर्माण करणारे निवेदन करणे.
- व्यवसायच्या विविध गटांमध्ये, कामगार व अधिकारी यांच्या मते सर्वच संभाव्य विपदा आणि विपरित परिस्थिती विरोधात कार्य करणारी भावना व मानसिकता निर्माण करणारे वातावरण निर्माण करणे.

११) संस्थेची गृहपत्रिका : कंपनी व्यवसायाचा विस्तार सातत्याने वाढत आहे. या वाढत्या विकासामुळे कंपनीच्या संपर्कात येणारे विविध घटक आणि व्यक्ती यांची पण संख्या वाढत आहे. ह्या सर्व घटकांना कंपनीची भूमिका आणि मते वेळोवेळी सांगणे त्यांचे कंपनी विषयक मत अनुकूल आणि सकारात्मक ठेवणे अत्यंत आवश्यक आहे. परंतु परस्परविरोधी, दूर अंतरावर असणाऱ्या आणि कंपनीच्या नियमित संपर्कात न येणाऱ्या घटकांना कंपनीविषयक माहिती देण्याचे एक माध्यम आवश्यक आहे.

कंपनीचे कर्मचारी आणि व्यवस्थापन यामध्ये देखील सुसंवाद आणि विश्वासाचे संबंध निर्माण होणे गरजेचे आहे. कंपनीचा आकार जेव्हा विक्री व नफ्याच्या संख्येत वाढतो त्याबरोबरच भौगोलिक कार्यक्षेत्रदेखील वाढते. कंपनीचा विकास होणे ही अभिमानाची बाब आहे. हा विस्तार कंपनीला एक ठराविक स्थान प्राप्त करून देतो. बाजारपेठेतील मोठा हिस्सा प्राप्त करण्यासाठी आवश्यक व उपयुक्त सिद्ध होतो. शासनदरबारी समाजात, ग्राहक व इतर संबंधित घटकांच्या मनात कंपनीची एक निश्चित प्रतिमा त्यामुळे निर्माण करण्यासाठी उपयुक्त सिद्ध होते. भौगोलिक कार्यक्षेत्र वाढले की, संरचना व आकारमान पण वाढते. कर्मचारी संख्या, कार्यालये, शाखा आणि उपकंपन्यांचे पण मोठे कुटुंब तयार होते. या गोतावळ्याला सांभाळण्यासाठी नियमित संपर्क व प्रसारमाध्यमे आवश्यक सिद्ध होतात.

गृहपत्रिकांत समाविष्ट होणारे घटक व विषय

गृहपत्रिका हा स्वतंत्र आणि वैशिष्ट्यपूर्ण प्रकाशन प्रकार आहे. तो नियमितपणे प्रकाशित होणाऱ्या व्यावसायिक नियतकालिकासारखा नाही. त्याचा वाचकवर्ग हा ठराविक उद्योग आणि व्यवसायाशी संबंधित आहे. त्याच्या विशिष्ट कल्पना व अपेक्षा आहेत. त्या समूहाद्वारे व विविध निर्णयातून पूर्ण व्हाव्यात असे त्याला वाटते. गृहपत्रिका हे त्या अपेक्षा व कल्पना व्यक्त करण्याचे कंपनीने उपलब्ध करून दिलेले व्यासपीठ आहे. आपले कलागुण, विचार, मनोगत आणि अपेक्षा कर्मचारी जेथे मुक्तपणे मांडू शकतो असे ते एक प्रभावी माध्यम आहे.

गृहपत्रिका केवळ कर्मचाऱ्यांच्याच भावना व विचार व्यक्त करण्यासाठी नाहीत तर त्यांचे कुटुंबीय, आप्त व परिवाराचे सदस्य यांच्या अभिव्यक्तीला प्रकट करण्यासाठी ते प्रभावी साधन आहे. विचार, कल्पना आणि प्रतिमेस व्यक्त होण्यासाठी ते योग्य साधन आहे. गृहपत्रिका ग्राहक व विक्रेते, वितरक यांना आकर्षित करण्यासाठी देखील निर्गमित केल्या जातात. आपली उत्पादने, सेवा आणि त्यांची वैशिष्ट्ये सांगण्यासाठी त्या संदर्भात झालेले संशोधन व त्यांची श्रेष्ठता पटवून देण्यासाठी त्यांचा कल्पकतेने वापर करता येतो. ही उत्पादने कोठे उपलब्ध होतील, त्याची विक्री किंमत, सूट व सवलत विक्रयविषयक धोरण आणि वितरणाचे धोरण याविषयीची माहितीदेखील या गृहपत्रिकांच्या माध्यमातून देता येते. सामान्यपणे गृहपत्रिकांमध्ये जे विविध विषय समाविष्ट होतात.

त्यांची व्याप्ती पुढीलप्रमाणे सांगता येईल -

- कर्मचारी
- समुदाय
- ग्राहक
- प्रसारमाध्यमे
- भागधारक व गुंतवणुकदार
- शासन आणि प्रशासकीय यंत्रणा

वरील सर्वच विषय व्यवस्थापनाला जिव्हाळ्याचे व महत्त्वाचे वाटतात. या सर्वच हितसंबंधियांना प्रभावित करणे आवश्यक आहे. हे हितसंबंधीय व्यवसायाला भवितव्य देतात किंवा त्याचे भावी यश काळवंडू शकतात आणि या दृष्टीने व्यवसायाशी संबंधित असणाऱ्या महत्त्वाच्या हितसंबंधियांना योग्य संदेश, भावनापूर्ण आवाहन, प्रसन्न करणारी माहिती व बांधिलकी वाढविणारा विचार गृहपत्रिकेच्या माध्यमातून देणे आवश्यक ठरते. संस्थेचा विकास प्राप्त व्हावा या हेतूने गृहपत्रिकेत अनेक नवीन विषय व माहितीचापण समावेश केला जातो.

गृहपत्रिकेचे उद्देश : गृहपत्रिका प्रकाशित करण्यामागे कंपनी व्यवस्थापनाचे उद्देश वेगवेगळे असू शकतात. गृहपत्रिका हे व्यवसायाच्या मुखपत्राचे कार्य करते. ते व्यवसायाची ठराविक विषयांवरील भूमिका व्यक्त करण्यासाठी उपयुक्त आहे. तसेच व्यवसायाचे हितसंबंधियांच्या ठराविक विषयावरील प्रतिक्रिया व भूमिका जाणून घेण्यासाठी देखील एक समान व्यासपीठ आहे. व्यवसायात होणाऱ्या घडामोडी व व्यवसायावर प्रभाव टाकणाऱ्या घटना यांचा नेमका अंदाज घेऊन त्या संदर्भात एक भूमिका मांडण्यासाठी देखील गृहपत्रिकेचा वापर करता येतो. गृहपत्रिका लाभप्राप्ती करिता निर्गमित किंवा प्रकाशित केल्या जात नाही तर, प्रतिमा निर्मितीचे साधन म्हणून त्यांच्याकडे पाहिले

जाते. गृहपत्रिकेबाबतचे दृष्टिकोन निर्मितीचे मत घडविण्याचे आणि अपेक्षित प्रतिसाद प्राप्त करण्यासाठी देखील प्रभावीपणे वापरण्यात येणारे साधन आहे.

गृहपत्रिकेची ठळक उद्दिष्टे पुढीलप्रमाणे सांगता येतील -

- संघटनेची उद्दिष्टे, ध्येये व कार्यपद्धती याविषयी बांधिलकी व आत्मीयता निर्माण करणे.
- संघटनेच्या जीवितकार्य व उद्दिष्टे या विषयीची नेमकी जाणीव निर्माण करणे.
- संस्थेच्या कार्याची, कामगिरी व ध्येयप्राप्तीची कर्मचाऱ्यांना व समाजातील विविध वर्गांना माहिती देणे.
- संघटनेविषयी योग्य भूमिका व मत निर्माण करणारे साहित्य व माहिती सर्वत्र प्रसारित करणे व वाचकांमध्ये, संबंधित घटकांमध्ये जागृती निर्माण करणे.
- संघटनेच्या विविध विभागात, घटकांमध्ये परस्परांविषयी जाणीव, जिव्हाळा व बांधिलकीचे वातावरण निर्माण करणे; एकोपा, एकसंघता व एकवाक्यता ठेवण्यासाठी उचित वातावरण निर्माण करणे.
- कर्मचाऱ्यांमध्ये उत्साह, आनंद व चैतन्याचे वातावरण निर्माण व्हावे यासाठी उपयुक्त माहिती, बोधप्रद व ज्ञान देणारे लेख व नवीन विचार यांचे आदान-प्रदान करणारे व्यासपीठ उपलब्ध करून देणे.
- कर्मचाऱ्यांमधील सुप्त कलागुणांना संधी देणारे त्यांच्या मतांना व मनाला व्यक्त करण्याचे प्रभावी अंतर्गत माध्यम उपलब्ध करून देणे.

गृहपत्रिकेचे संघटनेतील योगदान

गृहपत्रिका हा आधुनिक कंपनी व्यवसायाचा एक महत्त्वाचा भाग आहे; कारण ते अंतर्गत व बाह्य संपर्काचे उपयुक्त माध्यम आहे. समाजापर्यंत कंपनीचे कामकाज, ध्येयधोरण आणि दृष्टिकोन पोहोचविण्याचे एक छापील साधन आहे. गृहपत्रिका उन्नतीच्या काळात संस्थेला चांगला चेहरा मिळवून देते तर प्रतिकूल परिस्थितीत संस्थेच्या प्रतिमेचे रक्षण करते. आपल्या भूमिकेविषयी स्पष्टीकरण देण्याचे, समर्थन देण्याचे ते व्यासपीठ आहे.

गृहपत्रिकेचे संस्थेच्या, कंपनीच्या कार्यातील व विकासातील योगदान पुढीलप्रमाणे सांगता येईल -

- कंपनीच्या प्रत्येक कर्मचाऱ्याशी संपर्क व सरळ संबंध प्रस्थापित करण्याचे ते सर्वात प्रभावी माध्यम आहे.
- कंपनीच्या कर्मचाऱ्यांना त्यांची मते मांडण्याचे, उच्च व्यवस्थापनाशी सुसंवाद साधण्याचे ते हक्काचे संदेशवहन माध्यम आहे.

- संस्थेच्या योजना, कल्पना, कार्यक्रम याविषयी विचारांचे आदान-प्रदान या माध्यमातून होते.
- बाह्य जगातील प्रसारमाध्यमे, वृत्तपत्रे व अन्य घटकांशी संपर्क साधण्याचा तो राजमार्ग आहे.
- कर्मचाऱ्यांचे आप्तस्वकीय, हितसंबंधी यांना कंपनीविषयी माहिती देण्याचे व त्यांची माहिती संकलित करण्याचे ते उपयुक्त साधन आहे.
- विश्वसनीयता, बांधिलकी, परस्पर सुसंवाद आणि एकवाक्यता निर्माण करण्यासाठी गृहपत्रिकेचा विशेष लाभ होतो.

गृहपत्रिकेचे प्रकार

गृहपत्रिकेचे प्रामुख्याने तीन प्रकार आहेत. गृहपत्रिकेचे हे वर्गीकरण त्यांचे व्यवस्थापन व प्रकाशन कशाप्रकारे केले जाते या आधारावर केले जाते. तसेच गृहपत्रिकांचा वाचकवर्ग कोण आहे हे लक्षात घेऊन देखील त्यांचे वर्गीकरण करण्यात येते.

७.८ जनसंपर्क कार्याच्या विस्तारित कक्षा

येणाऱ्या काही दशकात सार्वजनिक संस्थांच्या कार्याची भूमिका व व्याप्ती वाढणार आहे. त्या दृष्टीने सार्वजनिक संस्थांना आपल्या कार्याची उद्दिष्टे अधिकाधिक व्यापक करावी लागतील. केवळ जनसेवा या उद्देशाने जर सार्वजनिक संस्थांचे कार्य होत असेल, तर सार्वजनिक संस्थांच्या उद्देश्यपूर्ततेसाठी व्यवस्थापनाची नवी तंत्रे व कार्यपद्धती या संस्थांना स्वीकारावी लागेल. सार्वजनिक संस्थांचे कार्य जनसंपर्काशिवाय तसेच बाजारपेठ तंत्राच्या यशस्वी अंमलबजावणीशिवाय सफल होणार नाही. आगामी दशकांत सार्वजनिक संस्थांपुढे निर्माण होणारी नवी आव्हाने येथे नमूद केलेली आहेत.

१) सार्वजनिक संस्थांचे विस्तारणारे जाळे :

लोकहिताच्या दृष्टीने कार्य करणाऱ्या आणि लाभाशिवाय कार्य करणाऱ्या संस्थांच्या संख्येत आगामी काळात मोठी वाढ अपेक्षित आहे. या संस्था विविध हेतूने जर कार्य करणार असतील तर या संस्थेतील ही संख्यात्मक वाढ सर्वच संस्थांपुढे आव्हाने निर्माण करतील; कारण अशा संस्थांना आपल्या कार्याचा विस्तार करणे, निधी उभारणे, प्रसार करणे यासारख्या समस्यांचा सामना करावा लागेल. आश्रयदाते, सदस्यांची संख्या व संस्थांची संख्या यामध्ये असणाऱ्या अनुपातात असमतोल निर्माण होईल. परिणामत: प्राप्त होणारा जनाधार मर्यादित राहील.

२) वाढता व्यवस्थापन खर्च :

संस्थांतर्गत कार्याला सुसूत्रपणे गुंफावयाचे असेल, तर त्यासाठी व्यवस्थापनाची

एक शिस्तबद्ध रचना आवश्यक असते. या व्यवस्थापनासाठी व आस्थापनेसाठी संस्थेला मोठा खर्च करावा लागेल. प्राप्त निधीची मर्यादा विचारात घेऊन अनेक सार्वजनिक संस्थांना उत्पादने व खर्च यामध्ये संतुलन साधणे कठीण जाईल.

३) शासनाचा मर्यादित सहभाग व पाठिंबा :

शासन आणि शासकीय संस्थांच्या माध्यमातून सार्वजनिक संस्थांना जे अनुदान व वित्तीय साहाय्य प्राप्त होते त्यातही कपात होत आहे. विविध उद्देशांनी स्थापन होणाऱ्या संस्था, त्यांची वाढती संख्या, उत्पादनाचे मर्यादित स्रोत यामुळे शासनाला सर्व संस्थांना समान स्वरूपात अर्थसाहाय्य करणे शक्य होत नाही; अशा परिस्थितीत सार्वजनिक संस्थांना अधिकाधिक आश्रयदात्यांशी संपर्क साधणे व त्यादृष्टीने कार्यविस्तार करणे आवश्यक आहे. यासाठी जनसंपर्क कार्याला पर्याय नाही.

४) स्पर्धात्मक वातावरणाची निर्मिती :

सार्वजनिक हितार्थ कार्य करणाऱ्या व लाभाच्या प्रेरणेशिवाय कार्य करणाऱ्या संस्थांची संख्या सातत्याने वाढत आहे. परिणामत: एकाच उद्देशाने कार्य करणाऱ्या संस्थाही कमी नाहीत. अशा परिस्थितीत आपले कार्य जनसामान्यांपर्यंत पोहचविण्यासाठी व त्याचे महत्त्व पटविण्यासाठी, निधी संकलनासाठी आणि इतरही कार्यासाठी सार्वजनिक संस्थांनी नियोजनबद्ध पद्धतीने कार्य करणे आवश्यक आहे. संस्थेची वेगळी शैली व कार्यपद्धती प्रस्थापित केल्याशिवाय त्यांच्या कार्याला गती मिळणार नाही. अशा परिस्थितीत आपल्या कार्याचे वेगळेपण पटवून देण्यासाठी जनसंपर्क व सामाजिक सेवा हेच महत्त्वाचे माध्यम आहे.

५) तंत्रज्ञानाचा वाढता प्रभाव :

गेल्या काही दशकापासून तंत्रज्ञानाचा प्रसार वाढत आहे. तंत्रज्ञानामध्ये यांत्रिकी पद्धती आणि साधनांचा शोध लागला; याचा संघटनेची कार्यपद्धती आणि त्यांचा सामान्यांशी असणारा संपर्क यावरही विलक्षण प्रभाव पडला आहे. संघटनांना आपली उद्दिष्टे व कार्ये यांची माहिती सामान्य जनतेपर्यंत प्रभावीपणे पोहचविता यावी तसेच कोणत्याही व्यक्तीला संघटनेची माहिती सहजपणे प्राप्त करता यावी यासाठी तंत्रज्ञानाचा वापर करून अपेक्षित माहिती जनतेपर्यंत पोहचवून आपली उद्दिष्टे पटवून देणे महत्त्वाचे आहे. यादृष्टीने जनसंपर्क कार्याला विशेष महत्त्व प्राप्त झाले.

६) प्रसारमाध्यमे आणि जनसंपर्क :

प्रसार माध्यमांचा विविधअंगाने विकास झाला आहे. विशेषत: संगणक आणि उपयोजित उच्चतर तंत्रज्ञानामुळे माहितीचे आदान-प्रदान अत्यंत झपाट्याने व कोणत्याही

गोपनीयतेशिवाय होत आहे. अशा परिस्थितीत या माध्यमांचा कल्पकतेने वापर करून लोकाश्रय वाढविणे तसेच आपले कार्य हे जनहिताचे आहे हे पटवून देणे हे सार्वजनिक संस्थांना आवश्यक झाले आहे. प्रतिमानिर्मिती आणि अपेक्षित लाभ घटक (target audience) निर्माण करून समाजाला पटेल, रुचेल असा संदेश देणे गरजेचे आहे. माहितीचे आदान-प्रदान, योग्य कार्यक्रमाची आखणी करून त्या घटकांकडून अपेक्षित प्रतिसाद साधता येतो. जनसंपर्काला खऱ्या अर्थाने प्रभावीपणे कार्य करावयाचे असेल, तर प्रसारमाध्यमांचा कल्पकतेने वापर करावयास हवा. प्रसारमाध्यमांचा जनतेवर असणारा प्रभाव विचारात घेऊन आगामी काळात कोणत्याही संस्थेकरिता जनसंपर्क हे एक महत्त्वाचे व्यावसायिक कार्य राहणार आहे.

७) राजकीय व सामाजिक परिस्थितीत होणारे बदल :

समाजाची रचना तंत्रज्ञानाच्या प्रभावामुळे अधिक झपाट्याने बदलत आहे. व्यक्तिस्वातंत्र्याच वाढते महत्त्व, कुटुंबव्यवस्थेची परिवर्तने, कामाची पद्धती, संघटना व व्यक्ती यांच्यात झालेले बदल, लोकशाहीचा विकास, मनोरंजन व समाजहित याविषयी समाजाच्या बदललेल्या कल्पना या सर्वांमुळे सर्वसामान्य व्यक्ती व सार्वजनिक संस्था यांच्यातील संबंध बदलणारे आहेत. अशा परिस्थितीत केवळ भूतदयावादी दृष्टिकोन ठेवून जनतेचा सार्वजनिक संस्थांना जसा पाठिंबा प्राप्त होतो तसा तो प्राप्त होणार नाही. त्याकरिता नवीन तंत्रांचा व जनसंपर्क माध्यमांचा प्रभावी वापर करावा लागेल.

८) सार्वजनिक व सामाजिक संस्थांच्या भूमिकेत झालेले बदल :

सार्वजनिक व सामाजिक संस्थांच्या भूमिका व तत्त्वप्रणाली यात सातत्याने बदल होत आहेत. उदार जनमताच्या सहकार्याने चालविल्या जाणाऱ्या सामाजिक संस्थांना आता अधिक व्यापक स्थान आणि ध्येय प्राप्त झालेले आहे. लाभाच्या प्रेरणेने या संस्था कार्य करीत नसल्या तरी देखील उत्पन्नाचा वाढावा (surplus) असला पाहिजे ही मात्र या संस्थांची निश्चित धारणा आहे आणि त्यासाठी इतर संस्थांकडून, समाजाकडून, विविध माध्यमातून निधी संकलन करणे व व्यावसायिक संस्थांप्रमाणे व्यावसायिक दृष्टिकोन ठेवून आपल्या कार्याला प्रसिद्धी देणे व कार्यकर्त्यांना अतिरिक्त मोबदला देऊन त्यांच्याकडून अधिक चांगले कार्य करवून घेणे, अशी विचारधारा बळावली आहे. परिणामत: या संस्थांच्या पदाधिकाऱ्यांमध्ये व कार्यकर्त्यांमध्ये आधुनिक व्यवस्थापन तत्त्वानुसार एका निश्चित संबंधाची साखळी निर्माण झाली आहे. त्याचप्रमाणे कार्यकर्ते व पदाधिकारी यांच्यात एक निश्चित धोरणही निर्माण झाले आहे. त्यांना मानधन देणे ही कल्पना रूढ होत आहे. आपल्या कार्याला गौरविले पाहिजे यादृष्टीने कार्याचे नियोजन होत आहे.

प्रतिमानिर्मितीसाठी अधिकाधिक कार्यकर्त्यांशी संपर्क हा सर्व सार्वजनिक संस्थांच्या कार्याचा महत्त्वाचा भाग झाला आहे. त्याची अपरिहार्यता वाढली आहे.

९) जनसंपर्काचा शास्त्रीय स्वरूपात वापर

सार्वजनिक संस्थांच्या भूमिकेत जे उपनिर्दिष्ट बदल झालेले आहेत. त्या सर्वांच्या मुळाशी मुख्यत्वे करून बाजारपेठशास्त्र, व्यवस्थापन व जनसंपर्कशास्त्र आहे. या शास्त्रातील तंत्रांचा व संकल्पनांचा केवळ व्यावसायिक उपयोग न होता त्याची व्याप्ती सार्वजनिक संस्थांपर्यंत पोहोचली. ही तंत्रे वापरून आपल्या उद्दिष्टांना सफल करता येते, हे उद्योजकांच्या व संस्था चालकांच्या लक्षात आलेले आहे. परिणामत: व्यवसाय व विपणनशास्त्राची तंत्रे लाभाशिवाय कार्य करणाऱ्या सार्वजनिक संस्थांमध्ये कशाप्रकारे वापरता येतील हा विचार रूढ होत आहे. सार्वजनिक संस्थांच्या कार्याला जनसंपर्कतंत्राने एक नवी दिशा दिली आहे. कार्यकर्ते व समर्थकांची एक मोठी फळी निर्माण करण्याकरिता व उदारमतवादी नागरिकांचा पाठिंबा मिळविण्यासाठी जनसंपर्क तंत्रांचा वापर होत आहे. आपल्या ध्येयधोरणांची व उद्दिष्टांची माहिती व्हावी व त्यातून प्रतिमानिर्मिती व्हावी यासाठी जनसंपर्क तंत्र वापरले जात आहे. प्रसारमाध्यमांच्या विकासामुळे सातत्याने सार्वजनिक संस्थांना आपले कार्य जनतेपर्यंत पोहचविणे शक्य झालेले आहे. जनतेत संस्थेप्रती आपुलकी निर्माण करण्याकरिता प्रसारमाध्यमांचा, वृत्तपत्रांचा व इतरही साधनांचा उपयोग करण्यासाठी जनसंपर्काला पर्याय नाही. वरील मुद्द्यांचा विचार करता हे सहजपणे लक्षात येते की, जनसंपर्क ही केवळ खाजगी व लाभाकरिता कार्य करणाऱ्या संस्थेची आवश्यकता नाही, तर ती सर्वच प्रकारच्या जनहितार्थ कार्य करणाऱ्या सार्वजनिक संस्थांचीही गरज आहे. या संदर्भात ओक्लाहामा राज्याच्या स्वास्थ्य विभागाने शासकीय व सार्वजनिक संस्थांच्या जनसंपर्क तत्त्वाची खालील प्राथमिक उद्दिष्टे म्हणून मान्य केली आहे -

१) संदेशवहनाच्या सर्व माध्यमांचा प्रभावीपणे वापर करून संस्थेची ध्येयधोरणे, उद्दिष्टे इत्यादी विषयाची माहिती समाजाच्या सर्व घटकांपर्यंत योग्य पद्धतीने प्रसारित करणारी व्यवस्था निर्माण करणे.

२) सार्वजनिक संस्थांच्या कार्याचे महत्त्व व उपयोगिता सर्वसामान्य जनतेला प्राप्त होईल, त्यातून या उद्दिष्टपूर्तीकरिता पाठिंबा मिळू शकेल या हेतूने जनसंपर्क तंत्रांचा वापर करून व्यवस्थापनाला जनसंपर्क व प्रतिमानिर्मितीला चालना देणे व प्रतिमानिर्मिती योजना विकसित करणे, संस्थांतर्गत गरजा विचारात घेऊन जनसंपर्क कार्याला मध्यवर्ती स्थान प्राप्त करून देणे.

३) संस्था, समाज यात दुवा साधणारा केंद्रबिंदू म्हणून कार्य करणे. संस्थेतील कर्मचारी व समाज यांना संस्थेच्या प्रती समाजाचा दृष्टिकोन अनुकूल राहील यासाठी

प्रसारमाध्यमे व इतर प्रचारसाहित्याचा कल्पकतेने वापर करणे.

४) विविध घटक, आश्रयदाते व सदस्य यांचा संस्थेप्रती असणारा दृष्टिकोन याविषयी संशोधन करणे व तो जाणून घेणे. या दृष्टिकोनाला अनुकूल स्वरूप प्राप्त होईल याकरिता प्रयत्न करणे.

वरील बाबींचा विचार केल्यास बदलत्या परिस्थितीत सार्वजनिक संस्थांचे स्थान आणि कार्य यामध्ये जनसंपर्क कार्याला अनन्यसाधारण महत्त्व प्राप्त झालेले आहे.

प्रश्नावली

१) जनसंपर्काच्या व्याख्या देऊन अर्थ स्पष्ट करा.

२) जनसंपर्काची उद्दिष्टे व महत्त्व स्पष्ट करा.

३) जनसंपर्काची कार्ये स्पष्ट करा.

४) जनसंपर्क अधिकाऱ्याची वैशिष्ट्ये सांगून त्याची कार्ये स्पष्ट करा.

५) जनसंपर्काची व्याप्ती स्पष्ट करा.

६) जनसंपर्काचे घटक स्पष्ट करा.

७) जनसंपर्क कार्याच्या विस्तारित कक्षा स्पष्ट करा.

८) खालील विषयावर सविस्तर टिपा लिहा.

    अ) जनसंपर्क विभाग

    ब) जनसंपर्क विभागाचे मूल्यमापन

    क) जनसंपर्काची माध्यमे

    ड) जनसंपर्क क्षेत्रातील नवे प्रवाह

    इ) बेंचमार्किंग

    ई) कार्पोरेट सिटीझनशिप

प्रकरण
८

कार्यालय स्वयंचलिकरण
Office Automation

८.१ कार्यालयीन स्वयंचलिकरण - व्याख्या, व्याप्ती, फायदे, व्यवहार्यता, यांत्रिकीकरण.
८.५ कार्यालयीन यंत्रसामुग्री

८.१ कार्यालयीन स्वयंचलिकरण

स्वयंचलिकरण म्हणजे कार्यालयामधील कामामध्ये सुधारणा घडवून आणण्यासाठी स्वयंचलित यंत्रांचा / सुविधांचा उपयोग करणे होय. अशा प्रकारच्या स्वयंचलिकरणामुळे कामाची गुणात्मक अणि संख्यात्मक दृष्टिकोनातून सुधारणा केली जाते. व्यापक अर्थाने स्वयंचलिकरण म्हणजे यांत्रिक साधनांचा उपयोग करणे होय. अशा प्रकारे तंत्रज्ञानाच्या वापराने उत्पादनामध्ये वाढ घडवून आणली जाते. ही एक अशी संज्ञा आहे जिचा संबंध तांत्रिक बाबींशी असतो. याचाच अर्थ कार्यालयीन कामकाजामध्ये एका स्वयंचलित / यांत्रिक प्रणालीचा वापर करणे होय.

कार्यालयीन स्वयंचलिकरण हे विविध संगणक यंत्रणा आणि कंपनीचे मूळ लक्ष्य आणि ध्येय साध्य करण्यासाठी आवश्यक असणारी माहिती मिळविणे, साठवून ठेवणे,

वापरणे अणि हाताळणे यासाठीच्या सॉफ्टवेअरशी संबंधित असते. कच्ची माहिती गोळा करणे, तिचे संकलन करणे अणि व्यावसायिक माहितीचे इलेक्ट्रॉनिक माध्यमातून व्यवस्थापन करणे या सर्व बाबींचा कार्यालयीन स्वयंचलिकरणातील मूळ कार्यामध्ये समावेश होतो. कार्यालयीन स्वयंचलिकरण हे कार्यालयातील प्रक्रियांची संख्या कमी करणे किंवा अस्तित्वात असणाऱ्या कार्यालयीन प्रक्रियांना स्वयंचलित यंत्राच्या साहाय्याने मदत करणे यासाठी वापरतात.

कार्यालयातील लॅन ही प्रणाली कार्यालयीन स्वयंचलिकरणाचा कणा आहे. या प्रणालीच्या माध्यमातून नेटवर्कच्या साहाय्याने माहिती, मेल आणि आवाजही प्रक्षेपित केला जातो. कार्यालयीन, स्वयंचलिकरणात टाईप करणे, फाईल करणे, प्रती करणे, फॅक्स, टेलेक्स, मायक्रोफिल्म आणि दप्तर व्यवस्थापन, टेलिफोन या सर्व कार्यालयीन कार्यांचा समावेश होतो.

व्याख्या :

१) 'कार्यालयीन स्वयंचलिकरण म्हणजे कार्यालयामध्ये संगणकासारख्या नियंत्रण प्रणालीचा उपयेग कार्यालयातील प्रक्रिया करण्यासाठी मानवी गरज कमी करणे होय.'

२) 'कार्यालयीन स्वयंचलिकरण हे विविध संगणक यंत्रणा आणि कंपनीचे मूळ लक्ष्य किंवा ध्येय साध्य करण्यासाठी आवश्यक असणारी माहिती मिळविणे, साठवून ठेवणे, हाताळणे आणि पुरविणे इत्यादी कार्ये करणाऱ्या सॉफ्टवेअरशी निगडित असते.'

कार्यालयीन स्वयंचलिकरणाची व्याप्ती :

कार्यालयीन स्वयंचलिकरणाची व्याप्ती पुढील निरनिराळ्या कार्यालयीन उपक्रमांशी संबंधित असते :

१) कागदपत्र मिळविणे / हस्तगत करणे : यामध्ये बाहेरून येणारी मेल (पत्रं), टिपण्या, नकाशे, आराखडे, निवेदने यांसारखी कागदपत्रे मिळविणे, एकमेकांत मिसळले आहे हे वेगळे करणे यांचा समावेश होतो. ही सर्व कागदपत्रे जतन करून ठेवावी लागतात. ही कार्ये प्रत्येक कार्यालयाच्या दृष्टीने महत्त्वाची असतात आणि संगणकाच्या साहाय्याने ही सर्व कागदपत्रे जतन करून ठेवली जातात. ज्याचा उपयोग भविष्यकाळामध्ये संदर्भ म्हणून होऊ शकतो.

२) कागदपत्र तयार करणे : यामध्ये कागदपत्र तयार करणे, डिक्टेशन / टिपण घेणे, माहितीचे संकलन करणे, इत्यादी बाबींचा समावेश होतो. या सर्व कामांसाठी सचिवाला खूप वेळ द्यावा लागतो. ही सर्व कामे स्वयंचलित यंत्राच्या साहाय्याने झाल्याने कंपनी सचिवाचा वेळ वाचतो आणि या वेळेत तो कार्यालयातील इतर महत्त्वाच्या कामांकडे लक्ष पुरवू शकतो.

३) **स्वीकारणे आणि वितरण करणे :** यामध्ये साधारणपणे व्यक्तींना पाठविलेल्या पत्र व्यवहाराचा समावेश होतो. यामध्ये संगणकाच्या साहाय्याने माहिती गोळा केली जाते आणि निरनिराळ्या यंत्रणा राबवून हीच माहिती एकाच वेळी अनेक ठिकाणी पाठवता येते. यासाठी वेळखाऊ असा पत्रव्यवहार करावा लागत नाही. एकच प्रकारचा संदेश एकाच वेळी अनेक लोकांना पाठविता येतो.

४) **नस्तीकरण शोध, मिळविणे, पाठपुरावा :** यामध्ये ज्या कागदपत्रांसाठी खूपच वेळ लागतो अशी कागदपत्रे शोधणे, सूचीकरण करणे, तसेच त्यांचे नस्तीकरण करणे यांचा समावेश होतो. हे काम संगणकाच्या साहाय्याने कमी वेळेत करता येते. प्रत्येक कार्यालयामध्ये अशा प्रकारचे काम हा कार्यालयाचा अविभाज्य असा भाग असतो. त्यामुळे या क्षेत्रामध्ये कार्यालयीन स्वयंचलिकरण अत्यंत महत्त्वाची भूमिका बजावते.

५) **हिशोब :** प्रत्येक कार्यालयामध्ये हिशोब ठेवणे हे अत्यंत महत्त्वाचे काम असते. यामध्ये दैनंदिन गणिती हिशोब जसे बिल तयार करणे, व्याज काढणे, टक्केवारी काढणे आणि इतर तत्सम कामांचा समावेश होतो. स्वयंचलित यंत्राच्या साहाय्याने ही कामे भरभर उरकली जातात आणि हाताने करण्यासाठी लागणारा भरपूर वेळ वाचविला जातो.

वर नमूद केलेली सर्व कार्ये संगणकाच्या साहाय्याने अधिक सोपी आणि परिणामकारक केली जातात. त्यामुळेच कार्यालयीन कामकाज संगणकाकडून हाताळले जाणे म्हणजे कार्यालयीन स्वयंचलिकरण असेही म्हटले जाते.

कार्यालयीन स्वयंचलिकरणाचे फायदे :

आजच्या कार्यालयामध्ये कार्यालयीन स्वयंचलिकरण अविभाज्य बनले आहे. कार्यालयातील बहुतेक कामे यंत्राच्या साहाय्याने पूर्ण केली जातात; याचे कारण म्हणजे त्यापासून मिळणारे फायदे होत. हे फायदे पुढीलप्रमाणे सांगता येतील -

१) **कामाचा उत्तम दर्जा :** कार्यालयीन कामामध्ये स्वयंचलित यंत्राचा उपयोग केल्याने कामाचा दर्जा उत्तम असतो. अशा यंत्राच्या साहाय्याने केलेले काम अधिक सुबक, नीटनेटके व पद्धतशीर तसेच अचूक असते.

२) **कामाचा वेग :** यंत्राच्या साहाय्याने कमी वेळेत अधिक काम केले जाते. व्यक्तीने केलेल्या कामापेक्षा हे काम अधिक गतीने होते. उदा. संगणकामुळे काम वेगात/ जलद होईल याची खात्री असते.

३) **अधिक कार्यक्षमता :** स्वयंचलित यंत्रामुळे सर्व प्रकारच्या कार्यालयीन कामकाजामध्ये गती येते व कार्यक्षमतेमध्ये वाढ होते. ज्या कामांना पूर्ण करण्यासाठी

व्यक्तीला खूप वेळ लागतो ते काम स्वयंचलित यंत्राच्या साहाय्याने अतिशय थोड्या कालावधीमध्ये पूर्ण होऊ शकते. याचा कंपनीला फायदा होतो. कंपनीशी व्यवहार करणाऱ्या व्यक्तीच्या मनामध्ये कंपनीची प्रतिमा उंचावते.

४) अचूकता : स्वयंचलित उपकरणांच्या साहाय्याने कामामध्ये अधिकाधिक अचूकता येते. चुका होण्याचे प्रमाण जवळ जवळ संपुष्टात येते. याचा परिणाम म्हणून कार्यालयीन कामांमध्ये कोणत्याही प्रकारची दिरंगाई न होता काम सुरळीतपणे चालते.

५) नियंत्रण : स्वयंचलित उपकरणांच्या साहाय्याने नेमून दिलेली कामे व्यवस्थितपणे पूर्ण केली जातात. कर्मचाऱ्यांवर योग्य नियंत्रण ठेवता येते. टाईम रेकॉर्डिंग मशिनमुळे कामगारांची उपस्थिती कळते. स्वयंचलित उपकरणांच्या वापरामुळे अकाऊंट विभागामधील अफरातफरींचे प्रमाण कमी होते.

६) दैनंदिन कामकाजाचे प्रमाणीकरण : स्वयंचलित उपकरणांच्या साहाय्याने काम केल्याने कार्यालयीन दैनंदिन कामाचे आणि कार्य पद्धतीचे प्रमाणीकरण करणे शक्य होते. त्यामुळे कार्यालयीन कामकाजामध्ये समन्वय साधता येतो.

७) रटाळपणा / निरसता कमी होते : अशा उपकरणांच्या साहाय्याने काम केल्याने कर्मचाऱ्यांना तेच तेच काम करताना येणारा कंटाळा किंवा निरसता दूर करता येते. त्यामुळे कामगारांचा मानसिक तणाव कमी होतो.

८) कर्मचाऱ्यांची प्रगती / विकास : स्वयंचलित उपकरणांचा वापर करण्यासाठी कर्मचाऱ्यांना प्रशिक्षण घ्यावे लागते. उदा. संगणकावर काम करण्यासाठी संगणकाचे प्रशिक्षण घ्यावे लागते. त्यामुळे कर्मचाऱ्यांची प्रगती, विकास होऊ शकतो. अशा कामांमध्ये कुशल बनल्याने त्यांच्या रोजगारांच्या संधीमध्ये सातत्याने वाढ होते.

९) सातत्य : स्वयंचलित उपकरणांच्या साहाय्याने केलेल्या कामात सातत्य असते. ठरवलेल्या प्रमाणकांप्रमाणे कामाचा दर्जा स्थिर असतो. त्यामुळे कंपनीशी व्यवहार करणाऱ्या व्यक्तीच्या मनात कंपनीची चांगली प्रतिमा निर्माण होते.

कार्यालयीन स्वयंचलिकरणाची व्यवहार्यता :

१) आर्थिक व्यवहार्यता : सर्वसाधारणपणे स्वयंचलित यंत्रे / उपकरणे ही महाग असतात. त्यासाठी मोठ्या प्रमाणावर गुंतवणूक करावी लागते. मोठ्या किंवा मध्यम आकाराच्या कंपन्या असा खर्च सोसू शकतात. मात्र, लहान व्यावसायिक कंपन्यांना कार्यालय स्वयंचलिकरणाचा हा खर्च परवडणारा नसतो. त्यामुळे अशा कार्यालयांमध्ये कार्यालयीन स्वयंचलिकरण करणे व्यवहार्य ठरत नाही.

२) तांत्रिक व्यवहार्यता : कार्यालयीन स्वयंचलिकरण म्हणजे कार्यालयामध्ये विविध उपकरणे आणि तंत्रज्ञान यांचा उपयोग होय. यासाठी अशी उपकरणे, यंत्रे / तंत्रज्ञान कार्यालयात लावले जाते. अशी उपकरणे चालविण्यासाठी प्रशिक्षित आणि कुशल कर्मचाऱ्यांची आवश्यकता असते. कर्मचाऱ्यांना प्रशिक्षण देणे ही एक अवघड आणि खर्चिक बाब असते. प्रत्येक कंपनीला असा खर्च परवडतोच असे नाही.

३) मानसशास्त्रीय व्यवहार्यता : कार्यालयाच्या स्वयंचलिकरणसाठी खुद्द कर्मचाऱ्यांचाच विरोध असतो; कारण त्यापूर्वी सर्व कामे कर्मचारी हाताने करतात. मात्र, अशा उपकरणांचा वापर करण्यासाठी लागणारे ज्ञान त्यांच्याकडे नसते. तसेच अशा स्वयंचलिकरणामुळे त्यांच्या रोजगारीवर कुऱ्हाड कोसळेल अशी त्यांना भीती वाटते. त्यामुळे ते अशा स्वयंचलिकरणास तयार नसतात. ते व त्यांच्या संघटना याबाबत विरोध दर्शवितात.

४) तार्किक व्यवहार्यता : कार्यालयामध्ये काम अधिक सोपे करण्यासाठी स्वयंचलिकरण केले जाते. परंतु, असे दिसून येते की, कधी कधी स्वयंचलिकरणामुळे एखादी सोपी प्रक्रिया अवघड बनते. तसेच छोटी आणि कधीतरी होणाऱ्या कामांसाठी खर्चिक अशी यंत्रणा राबविणे फायद्याचे नसते; जर अशा स्वयंचलिकरणामुळे कामात अडथळा निर्माण होणार असेल तर अशी यंत्रणा राबविणे तर्कशास्त्रदृष्ट्या फायदेशीर नसते.

५) शैक्षणिक व्यवहार्यता : ज्या कार्यालयामध्ये कर्मचाऱ्यांची शैक्षणिक पातळी खालची असते. अशा कार्यालयामध्ये स्वयंचलिकरण करणे कठीण असते; कारण असे स्वयंचलिकरण स्वीकारणे अशा कमी शिक्षण असलेल्या कर्मचाऱ्यांना जड जाते. तसेच अशा यंत्रणा वापरणे त्यांच्या कुवतीबाहेरचे असते; कारण त्यांना त्याचे शिक्षण दिलेले नसते व असे शिक्षण देणे कठीण असते. अशा कार्यालयांमध्ये कार्यालयीन कामकाजाचे स्वयंचलिकरण करणे व्यवहार्य ठरणार नाही.

कार्यालय यांत्रिकीकरण :

कार्यालय यांत्रिकीकरण ही कार्यालयामध्ये व्यवस्थापकीय प्रक्रियांना मदत करण्याच्या दृष्टीने यंत्रे अणि उपकरणे वापरण्याशी संबंधित अशी प्रक्रिया आहे. कार्यालयामध्ये कामे वेगाने पूर्ण होण्यासाठी यंत्रे आणि उपकरणे पुरविली जातात. यंत्रांच्या उपयोगामुळे वेळ वाचतो आणि कारकुनी खर्चात बचत होते. यंत्रांच्या साहाय्याने केलेल्या कामात अधिक अचूकता निर्माण होते आणि यांत्रिकीकरणामुळे अचूकतेची खात्री देता येते. यंत्रांचा उपयोग करून कामाचे प्रमाणीकरण करता येते जे कामामध्ये अत्यंत महत्त्वाचे

असते. यंत्रांच्या वापरामुळे कार्यालयीन कामकाजात अफरातफरीच्या संधी कमी होतात.

आधुनिक कार्यालयातील प्रशासकीय प्रक्रियेमध्ये यांत्रिकीकरण हा महत्त्वाचा भाग बनला आहे. कार्यालयात केल्या जाणाऱ्या कामाच्या दर्जामध्ये सुधारणा करण्याच्या दृष्टीने यंत्रांची मदत होते. असे काम व्यवस्थित, अधिक नीटनेटके आणि पद्धतशीर असते. सर्व प्रकारच्या कामांमध्ये वेग आणि कार्यक्षमता येते. व्यवस्थापकाच्या कामामध्ये याचा उपयोग होतो. त्यांच्या हाताखालच्या लोकांवर नियंत्रण ठेवणे त्यांना सोपे जाते. कार्यालयाच्या दैनंदिन कार्यामध्ये प्रमाणीकरण आणता येते. कार्यालयातील तेचतेच काम करून कर्मचाऱ्यांना येणारा कंटाळा, यांत्रिकीकरणामुळे दूर होतो; कारण अशी कामे यंत्रांच्या साहाय्याने पूर्ण केली जातात. त्यामुळे त्याच त्याच प्रक्रियेमधून जावे लागल्याने कामगारांना येणाऱ्या मानसिक तणावांमधून त्याची सुटका होते.

असे असले तरी, यांत्रिकीकरण हे पूर्णपणे दोषमुक्त नाही. बरीचशी यंत्रे खूप महाग असतात. उदा. संगणक, लहान लहान कंपन्या अशा महागड्या यंत्रांचा फायदा घेऊ शकत नाहीत. काही प्रकारची यंत्रे आणि उपकरणे चालविण्यासाठी येणारा खर्च खूप असतो. यंत्रांच्या उपयोगामुळे निरसपणा व कंटळवाणेपणा वाढतो. अशी यंत्रे चालविण्यासाठी कुशल कामगारांची गरज असते. त्यांना प्रशिक्षण देण्यासाठी मोठा खर्च येतो.

८.२ व्यवसायाचे संगणकीकरण

आजच्य युगात संगणकाशिवाय जीवनाची कल्पनाही करता येणार नाही. शाळांपासून विद्यापीठांपर्यंत, लहान दुकानांपासून सुपर मार्केटपर्यंत आणि लघु उद्योगांपासून मोठमोठ्या उद्योग समूहांपर्यंत संगणकांनी सर्वच क्षेत्रे व्यापली आहेत.

संगणकाचे वेगवेगळे फायदे खालीलप्रमाणे सांगता येतील :

१) कोणत्याही नवीन रचनेसाठी उपयुक्तता : आधुनिक काळात वेगवेगळ्या प्रकारच्या गाड्या, इमारती, घरे एवढेच नव्हे तर विविध प्रकारच्या कपड्यांची आणि फॅशनच्या वस्तूंची रचना कॅड / कॅम अशा संगणक प्रणालींमधून केली जाते. संगणकाद्वारे नवनवीन रचनांचे हजारो पर्याय अल्पकाळात तपासता येतात.

२) संगणक नियंत्रित कार्ये : आजकाल अनेक मोठ्या उद्योगांमध्ये पुन्हा पुन्हा करावी लागणारी कामे किंवा धोकादायक कामे यंत्रमानवाकडून किंवा संगणक नियंत्रित यंत्रांकडून केली जातात. गाड्या तयार करणाऱ्या कारखान्यांमध्ये रंग देणे, वेल्डिंग, धातूंचे पत्रे कापणे अशा अनेक कामांसाठी संगणकीकृत यंत्रमानवांचा वापर केला जातो. मोठमोठी मिलिंग यंत्रे आणि बेअरिंग यंत्रे, लेथ मशीन यांचे नियंत्रण आजकाल संगणकांद्वारेच होते. संपूर्ण उत्पादन यंत्रणाच संगणकीकृत झाल्याचे चित्र टाटा मोटर्स

सारख्या कारखान्यातून दिसून येते. रासायनिक आणि तेलशुद्धीकरण यासारख्या कारखान्यात प्रक्रियांवर नियंत्रण ठेवणारी सर्व उपकरणे संगणकाद्वारेच चालतात.

३) संगणकाची वैद्यकीय उपचारात मदत : आधुनिक काळात वैद्यकीय सेवा आणि इस्पितळ प्रशासन यामध्ये केवळ संगणकांमुळेच फार मोठी प्रगती झाली आहे. मोठमोठ्या इस्पितळांमध्ये वैद्यकीय उपकरणे आणि औषधे यांच्या साठ्यांचे नियंत्रण, रुग्णांना रोजची बिले देणे, इस्पितळाचा हिशोब ठेवणे, रुग्णांची आवक-जावक पाहून नवीन रुग्णांसाठी खोली आणि खाट निश्चित करणे इत्यादी कामे संगणकाद्वारेच केली जातात.

आधुनिक उपचार पद्धतीमध्ये रुग्णाच्या प्रत्येक शरीरसंस्थेचा मागोवा घेणारी आणि दृश्य प्रतिमा दाखविणारी यंत्रे आवश्यक समजली जातात. ती संगणकाद्वारेच कार्य करू शकतात.

रुग्णांना योग्य तेवढ्याच अन्नाचा पुरवठा करणे, योग्य तेवढेच औषध नळीद्वारे किंवा इंजेक्शनद्वारे शरीरामध्ये निविष्ट करणे आदी कामे संगणकामार्फतच होतात. अत्याधुनिक उपचार पद्धतीत मानवी शरीरातील विविध वाहिन्यांमध्ये सूक्ष्मकॅमेरे घालून शरीरातील अंतर्गत व्यवहारांचे निरीक्षण डॉक्टर आणि शल्यचिकित्सक संगणकाच्या पडद्यावर बघू शकतात आणि कोणते उपचार करावेत याबाबत योग्य निष्कर्ष काढू शकतात.

अनेक हृदय विकारग्रस्त रुग्णांचे आयुष्य संगणकीकृत पेसमेकरमुळे वाढले आहे. संगणकाद्वारे चालणाऱ्या श्रवणयंत्रामुळे अनेक वृद्ध व्यक्तींना श्रवणशक्ती पुन्हा प्राप्त झाली आहे.

४) शिक्षणामध्ये संगणक : आजकाल शालेय विद्यार्थी अनेक विषयांचा अभ्यास करण्यासाठी संगणकाचा वापर करतात. संगणकावर दिसणाऱ्या दृश्य प्रतिमांमधून विषयाची समज जास्त वाढते. महाविद्यालये आणि विद्यापीठे यातील गुंतागुंतीचे प्रश्न सोडविण्यासाठी विद्यार्थी संगणकाची मदत घेतात. इंटरनेटमध्ये तर ज्ञानाचा महासागर उपलब्ध असतो आणि कोणत्याही विषयावरील माहिती शोधण्यासाठी विद्यार्थी इंटरनेटचा वापर करतात.

५) संगणकाचा व्यवसाय क्षेत्रातील उपयोग : संगणकाद्वारे व्यवसायातील बारीकसारीक व्यवहारांचे सूक्ष्म आणि अचूक विश्लेषण केले जाते. व्यवसायातील प्रत्येक विषयामध्ये अल्प खर्चिक आणि कार्यक्षम उत्तरे शोधून काढण्यासाठी संगणकाचा वापर होतो. मायक्रोसॉफ्ट ओरॅकल, सॅप आणि सनमायक्रो सिस्टम्स् यासारख्या कंपन्यांनी लहानमोठ्या उद्योगातील अनेक प्रकारची कामे कमी वेळात सुलभरितीने होण्यासाठी लक्षावधी कार्यप्रणाली तयार केल्या आहेत व त्यामुळे या सर्व संस्थांची कार्यक्षमता अनेक पटींनी वाढली आहे.

विपणन क्षेत्रातील अधिकारी सादरीकरण करण्यासाठी तसेच ग्राहकांच्या मागणी-पुरवठ्याचा मागोवा ठेवण्यासाठी संगणकाचा वापर करतात. नफा-तोटा विधाने, ताळेबंद, गुणोत्तर विश्लेषण आणि इतर हिशोबपत्रे तयार करण्यासाठी संगणक आता अनिवार्य समजला जातो. कर्मचाऱ्यांच्या पगार पत्रिका तयार करणे, कराची मोजणी करणे, बाजारपेठेतील अंदाज बांधणे, उत्पादनाचे वेळापत्रक तयार करणे अशा अनेक गोष्टी संगणकाद्वारे साध्य केल्या जातात.

मोठमोठ्या दीर्घकालीन प्रकल्पांमध्ये संगणकाचा वापर करून सी.पी.एम. व पर्ट या तंत्रांचा मोठ्या प्रमाणावर उपयोग केला जातो.

६) सेवा क्षेत्रात संगणकाचा वापर : सध्या असे दिसते की, विजेच्या बिलापासून विमानाच्या तिकिटापर्यंत सर्वत्र बिलिंग करताना संगणकाचा वापर होतो. हॉटेल्समधील खोल्या, विमानातील जागा, रेल्वेमधील जागा किंवा बसमधील जागा यांचे आरक्षण संगणकाद्वारे होते. संगणकीकृत टेलिफोन एक्सचेंजमधून दर मिनिटाला लाखो कॉल नियंत्रित होतात आणि सर्वांचे बिल अचूकपणे तयार केले जाते.

पोलीस खात्यामध्ये त्यांच्या विशेष पथकात गुन्ह्याविषयी माहिती संकलित करणारे संगणक असलेल्या गाड्या वापरल्या जातात. गुन्ह्याच्या ठिकाणी गुन्हेगाराचे रक्त, केस किंवा त्वचा यांचा अतिसूक्ष्म भाग जरी सापडला, तरी डी.एन.ए. प्रिंटिंग तंत्राद्वारे गुन्हेगाराचा शोध घेणे सोपे जाते. हे तंत्र संगणकावरच आधारित आहे.

आयकर आणि विक्री कर विभागात संगणकीकरण झाल्यानंतर सरकारचे उत्पन्न फार मोठ्या प्रमाणावर वाढले आहे.

७) संगणकांचा प्रकाशन उद्योगात वापर : या व्यवसायात संगणक आल्यानंतर छपाई आणि प्रकाशन क्षेत्रात एक क्रांतीच झाली. भारतामध्ये डी.टी.पी. प्रकाशन हा एक फार मोठा उद्योग अस्तित्वात आला आहे. आकर्षक मुखपृष्ठ, संगणकाद्वारे संशोधित केलेली माहिती आणि आकर्षक छपाई यामुळे अनेक विषयांवर लक्षावधी पुस्तके वाजवी दरात उपलब्ध करून देणे आता शक्य झाले आहे. अक्षरांचा आकार व रचना बदलणे, मुखपृष्ठावरील चित्र किंवा कल्पना बदलणे, चुकांची दुरुस्ती करणे इत्यादी गोष्टी संगणकामुळे जलद गतीने होऊ लागल्या आहेत. अतिजलद वेगाने कार्य करणारी नवीन ऑफसेट यंत्रे संगणकाचाच वापर करतात.

८) बँकिंग व्यवसायात संगणकांचा वापर : बँकेत गेल्यावर पैसे काढण्यासाठी टोकन घेऊन तासनूतास प्रतीक्षा करण्याचे दिवस आता संपले आहेत. टेलर यंत्रणा व एटीएम यंत्रे यामुळे बँकेत येणाऱ्या सर्वसाधारण ग्राहकांचे काम आता जास्त सुलभ झाले आहे.

खात्यातील शिल्लक, ठेवींच्या रकमांचे मूल्य, व्याजाची आकारणी, ओ.डी.ची परिस्थिती इत्यादी गोष्टी क्षणार्धात समजू शकतात. पूर्वी अशी माहिती काढण्यासाठी बँक कर्मचाऱ्यांना मोठमोठ्या जाड वह्यांमध्ये तासन्‌तास धुंडाळावे लागत असे.

मोठमोठ्या आंतरराष्ट्रीय बँका आणि अती श्रीमंत वर्ग जागतिक बाजारपेठेतील परिस्थितीनुसार मिनिटागणिक आपल्या निधीची हलवाहलव करू शकतात ते केवळ संगणक व इंटरनेट यामुळेच.

मोठमोठ्या प्रकल्पांमधील दीर्घमुदतीनंतरची उत्पादन परिस्थिती व उत्पन्न परिस्थिती, गुंतवणुकीतून मिळणारा परतावा, कर्ज परतफेडीचा हप्ता अशा अनेक गुंतागुंतीच्या गोष्टी संगणकामुळे लगेच कळू शकतात.

९) भांडवल बाजार आणि विमा व्यवसाय यातील संगणकांचा वापर : जागतिकीकरणानंतर अनेक आंतरराष्ट्रीय भांडवली बाजारपेठा आणि विमा व्यवहार एकमेकांशी घट्ट जोडले गेले आहेत. आंतरराष्ट्रीय शेअर बाजार तर जवळजवळ २४ तास चालूच राहतो. जगातील विविध ठिकाणी महत्त्वाच्या समभागांच्या किमती तसेच विमा उत्पादनांची निर्धारित मूल्ये इंटरनेटमुळे क्षणोक्षणी उपलब्ध होतात. त्यामुळे मोठमोठ्या गुंतवणुकदारांना निर्णय घेणे जास्त सोपे जाते.

१०) कागदरहित कार्यालयात संगणकाचा वापर : आधुनिक कार्यालयांमध्ये हस्तलिखित किंवा टंकलिखित माहितीचे महत्त्व कमी होऊ लागले आहे. इ-मेल, इलेक्ट्रॉनिक फायलिंग, माहितीची इलेक्ट्रॉनिक पद्धतीने साठवण आणि पुन: प्राप्ती याच तंत्रांचा वापर आधुनिक कार्यालयात मोठ्या प्रमाणावर होत असतो.

यांत्रिकीकरणामुळे पारंपरिक टंकलेखन, फायलिंग आणि प्रती काढण्याच्या पद्धती आता भूतकाळात जमा झाल्या आहेत. खास रचना केलेल्या संगणकांद्वारे लहान व्यवसायास लागणारी पगार पत्रिका तयार करणे, कर्मचाऱ्यांची माहिती ठेवणे, दैनंदिन हिशोब ठेवणे, साठवणीवर नियंत्रण ठेवणे, विक्रीचे विश्लेषण करणे आणि वित्तीय लेखांकन करणे आदी कामे सहजपणे होऊ शकतात.

८.३ इंटरनेट (Internet)

स्वरूप : 'इंटरनेट' म्हणजे माहिती मिळविण्यासाठी, सुव्यवस्थित रचना करून, एकमेकांशी जोडलेल्या संगणकांचे जागतिक जाळे, एका संशोधन प्रकल्पातील संगणकांची जोडणी करून प्रारंभ झालेल्या या वैश्विक जाळ्याचे स्वरूप व विस्तार आज आधिकाधिक व्यापक होत चालला आहे. इंटरनेटवर कोणा एका संस्थेची किंवा देशाची मालकी नाही. सर्व देशांच्या सहभागातून व सार्वजनिक निधींमधून इंटरनेटची निर्मिती झाली आहे.

जागतिक माहिती जाळ्यात सहभागी होणाऱ्या व्यवसायांनी व संस्थांनी इंटरनेटची व्याप्ती वाढवत नेली आहे. इंटरनेटमुळे आज माहितीची, दृकू-श्राव्य स्वरूपात, जागतिक स्तरावर देवाण-घेवाण होत आहे. या माहितीमध्येच संदेशांची देवघेव (इ-मेल) तसेच विविध संकेत स्थळांच्या (वेब साईट्स), अनेक माध्यमांमधून (मल्टिमीडिया) मिळणारी माहिती यांचा समावेश होतो. भावी काळात विविध स्वरूपात अधिकाअधिक माहिती या 'माहितीजाला'तून मिळू शकेल.

उपयुक्तता : इंटरनेटमुळे संगणकधारकाला या सोयीचा उपयोग करून घेऊन त्याचा संगणक दुसऱ्या कोणत्याही संगणकाशी जोडता येतो व माहितीची देवाण-घेवाण करता येणे शक्य होते; कारण इंटरनेटचा वापर करणारे विशिष्ट प्रकारची कार्यपद्धती (पोटोकॉल) व नियमांचा अवलंब करतात.

इंटरनेटचे अनेक फायदे व्यवसाय संघटनेला मिळतात -

१) इंटरनेटमुळे माहितीचा प्रचंड स्रोत उपलब्ध होतो. सध्याचा स्पर्धात्मक व्यावसायिक जगात कोणत्याही व्यवसाय संघटनेचे यश तिला मिळणाऱ्या बाजारपेठेविषयीच्या अद्ययावत माहितीवर अवलंबून असते. इंटरनेटमुळे सर्व प्रकारची ताजी माहिती सहज मिळते. या माहितीचा योग्य व कौशल्यपूर्ण वापर जी व्यवसाय संघटना हुशारीने करते तीच स्पर्धात्मक व्यवसाय जगतात टिकाव धरते.

२) इंटरनेटवरून मिळणारी माहिती मिळविण्यासाठी येणारा खर्च अगदीच नगण्य असतो.

३) इंटरनेटमुळे व्यवसाय संघटना बाहेरील जगाशी जोडली जाते. तिच्या उत्पादनांची संभाव्य ग्राहकांना माहिती मिळते व त्यांच्याकडून उत्पादनांच्या खरेदीच्या विचारणा होतात. प्रत्यक्ष खरेदीचे आदेशही मिळतात आणि विकलेल्या उत्पादनांच्या किमतीच्या रकमाही जमा होतात. म्हणजेच इंटरनेटच्या सोयीमुळे उत्पादनांची माहितीपुस्तके पाठवणे, खरेदीचे आदेश पाठवणे इ. वेळखाऊ बाबी टाळता येतात.

४) इंटरनेटवरील उपलब्ध माहितीच्या आधारे संघटनेला बदलत्या परिस्थितीची कल्पना येते व त्याआधारे योग्य निर्णय त्वरित घेता येतात.

५) इंटरनेटमुळे एक अत्यंत प्रभावी संज्ञापन माध्यम संघटनेला प्राप्त होते.

६) इंटरनेटद्वारे संघटनेला 'संकेत स्थळ' निर्माण करून आपली उपस्थिती जगभरात पोहचवता येते.

७) जाहिरात व प्रसिद्धीसाठी इंटरनेट हे खूपच स्वस्त व प्रभावी ठरते.

८.४ संगणकीय नेटवर्कचे प्रकार

१) लोकल एरिया नेटवर्क (LAN)

२) वाईड एरिया नेटवर्क (WAN)

३) मेट्रोपॉलिटन एरिया नेटवर्क (MAN)

नेटवर्कमध्ये मुख्य संगणक व त्याला जोडलेले इतर क्लायंट संगणक कोठे आहेत. त्यावरून नेटवर्कचे वर्गीकरण वरील तीन गटांत केले आहेत.

१) लोकल एरिया नेटवर्क (LAN)

जेव्हा मुख्य संगणक व त्याला जोडलेले संगणक हे एकाच खोलीत अथवा एकाच इमारतीत असतात तेव्हा त्या नेटवर्कला लॅन (LAN) म्हणतात. लॅनमध्ये सर्व संगणक केबलने जोडलेले असतात. लॅन (LAN) साठी भौगोलिक मर्यादा स्पष्टपणे नोंदवलेली नाही. साधारणत: १ किलोमीटरच्या क्षेत्रफळाची मर्यादा पाळली जाते. एका इमारतीत किंवा परिसरातील अनेक इमारतीत LAN चे जाळे ऑप्टिकल फायबरच्या वायर्सच्या साहाय्याने संगणकाचे प्रिंटर्स व मॉनिटर्स जोडले जातात.

LAN मुळे मायक्रोकॉम्प्युटर्स एकमेकांना जोडले जातात आणि लाइन प्रिंटर्ससारखी महागडी उपकरणे संयुक्तरीत्या कमी खर्चात वापरता येतात.

LAN मध्ये माहितीचे संदेशवहन (Data Transmission) मोजण्यासाठी एका सेकंदास मेगा-बाईट्स हे एकक वापरतात.

LAN मुळे इ-मेलमुळे वेगाने माहितीवर प्रक्रिया व मायक्रो कॉम्प्युटरर्सची जुळणी आदी फायदे मिळतात. LAN मध्ये प्रत्यक्ष संगणकाची जोडणी केबल्सद्वारे केली जाते व प्रत्येक केंद्रावर सुयोग्य असे नियंत्रण सर्किट असते. LAN हे एकाच मालकाद्वारे नियंत्रित केले जाते.

एकाच भौगोलिक ठिकाणी LAN चे जाळे असल्यामुळे टेलिकॉमच्या सेवेची गरज नसते.

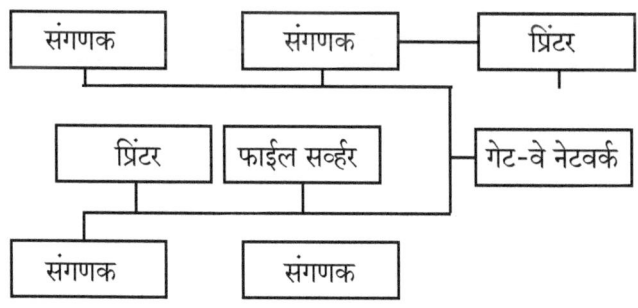

या विशिष्ट कनेक्टिव्हिटीचे फायदे

१) निरनिराळ्या प्रकारची उपकरणे लोकांना भागीदारीत घेता येतात व उपकरणावरील खर्च कमी येतो.

२) इतर उपकरणेदेखील लॅनला जोडता येतात. तसेच लॅन मोठ्या नेटवर्कला जोडता येतो. यासाठी गेट-वे नेटवर्क वापरला जातो.

३) लॅनला इतर उपकरणेदेखील जोडता येतात. या पद्धतीत माहिती पाठविण्याचा किंवा प्राप्त करण्याचा वेग जास्त असतो.

४) लॅनची मालकी खाजगी असल्याने टेलिकम्युनिकेशन ॲथॉरिटीचे नियंत्रण नसते.

५) अनेक संगणक मुख्य संगणकाबरोबर (सर्व्हर) जोडलेले असल्यामुळे यात कोणत्याही संगणकातील डेटा हा कोणत्याही वापरकर्त्याला घेता येतो. तसेच अनेक व्यक्ती एकाच वेळेस माहितीवर प्रक्रिया करू शकतात. यात व्यवसायाअंतर्गत इ-मेल पाठविणे शक्य असते.

LAN ची प्रमुख वैशिष्ट्ये

१) संदेशवहनाची स्वस्त अशी पद्धत.

२) विविध संगणकांची जोडणी सुलभता.

३) माहिती वहनाचा प्रचंड वेग.

४) नेटवर्कच्या विविध प्रकारच्या वेगाचा एकमेकांवर परिणाम होत नाही. प्रत्येक साधन स्वत:च्या वेगाने काम करते.

५) विविध उपकरणे एकमेकांना जोडण्याची क्षमता.

६) नेटवर्कमधील प्रत्येक साधनाची संदेशवहन क्षमता.

७) मध्यवर्ती केंद्रीय संगणक अनावश्यक.

८) प्रत्येक उपकरण स्वत: माहितीवर प्रक्रिया न करता ती माहिती जशीच्या तशी पुढे पाठवते.

LAN चा उपयोग - खालील कामांसाठी होतो.

१) फाईलचे हस्तांतर.

२) लेखी माहितीवर प्रकिया.

३) इ-मेल.

४) व्यक्तिगत माहितीची देवाण-घेवाण.

५) आलेखयुक्त माहिती इ.

लॅनचे फायदे - लॅनचा उपयोग करणे व्यापारी संस्थांना अपरिहार्य आहे.

लॅनमुळे अनेक सुविधा उपलब्ध आहेत -

१) सुरक्षितता.

२) व्यक्तिगत संगणकाचा पर्याप्त वापर.

३) कमी खर्चाची यंत्रणा.

४) प्रत्येक संगणक स्वतंत्रपणे माहिती साठवतो.

५) इ-मेलची सुविधा.

६) संदेशाचे प्रसारण.

७) संघटनेतील प्रत्येक घटकाला त्वरित माहिती पुरविणे.

८) माहिती व्यवस्थापन सुविधा.

९) कमी खर्चाचे सॉफ्टवेअर.

१०) सॉफ्टवेअरमध्ये सुधारणा शक्य.

२) वाईड एरिया नेटवर्क (WAN)

लॅनची व्याप्ती कमी पडू लागल्याने व्यावसायिक कार्यालये व विस्तृत क्षेत्रातील लोकांना नेटवर्किंगचा फायदा करून घेण्याच्या दृष्टीने वाईड एरिया नेटवर्क विकसित झाले. जेव्हा भौगोलिकदृष्ट्या विविध ठिकाणी असलेले संगणक नेटवर्कमध्ये जोडले जातात; तेव्हा त्यास वाईड एरिया नेटवर्क म्हणतात. येथे निरनिराळी शहरे व गावे टेलिफोन अगर सूक्ष्मलहरींनी उपग्रहांद्वारे जेव्हा जोडली जातात; यातील संपर्क केबलच्या साहाय्यने न होता टेलिफोन लाइन, सॅटेलाईट किंवा मायक्रोवेव्ह लिंक्सद्वारे होतो. जगातील विविध देश WAN मुळे एकमेकांस जोडले जातात. सूक्ष्मलहरी अगर उपग्रहांच्याद्वारे संदेशवहन होते. विविध संस्था WAN च्या मालक असतात. सार्वजनिक संदेशवहन साधारणत: भाड्याने अगर लीझने दिलेले असतात. WAN हे मोठ्या भांडवली खर्चाचे नेटवर्क आहे. येथे संदेशवहनाचा वेग उपकरणांवर अवलंबून असतो. उदा. चॅनेल्सची कार्यगती क्षमता. WAN मध्ये संदेशवहनाची गती bands मध्ये मोजली जाते.

विविध प्रकारचे संगणक WAN मध्ये एकमेकांना जोडता येतात. लहान, मध्यम व मोठे संगणक एकमेकांस जोडता येतात. एका संगणकात साठवलेली माहिती दुसऱ्या संगणकात मिळू शकते. हे WAN मुळे माहितीचे संदेशवहन अचूक, वेगाने आणि कार्यक्षमतेने होऊ शकते.

३) मेट्रोपॉलिटन एरिया नेटवर्क -

लॅन व वॅन या दोघांमध्ये येणारे हे मॅन नेटवर्क होय. हे नेटवर्क संपूर्ण शहर व्यापते. पण त्यात (LAN) तंत्रज्ञानाचा वापर असतो. केबल टेलिव्हिजन नेटवर्क हे मेट्रोपॉलिटन एरिया नेटवर्कचे उत्तम उदाहरण आहे.

८.५ कार्यालयीन यंत्रसामग्री

आजकाल कार्यालयीन यंत्रे ही आधुनिक कार्यालयाची अविभाज्य अंगे बनली आहेत. कार्यालयातील निरनिराळी कार्ये करण्यासाठी अनेकविध यंत्रांचा वापर केला जातो. कार्यालयातील कामकाज करण्याची ती साधने असतात. कार्यालयातील कामकाज व्यवस्थित चालण्यासाठी यंत्रसामग्री आणि उपकरणे यांची आवश्यकता असते.

ही यंत्रे पुढीलप्रमाणे सांगता येतील :

१) टाईपरायटर : टाईपरायटर हे कार्यालयामध्ये मोठ्या प्रमाणावर वापरण्यात येणारे साधन आहे. या साधनामुळे पत्रं, इनव्हॉईस, निरोप नीटनेटकेपणाने पाठविता येतात. या यंत्रावर अनेक प्रती तयार केल्या जाऊ शकतात. टाईपरायटरचे अनेक प्रकार निरनिराळ्या आकारात उपलब्ध असतात. त्यांच्यातील तंत्रज्ञान निरनिराळे असते. टाईपरायटरचे प्रकार पुढीलप्रमाणे असतात - १) स्टॅण्डर्ड टाईपरायटर २) पोर्टेबल टाईपरायटर, ३) आवाज न येणारा टाईपरायटर, ४) विजेवर चालणारा टाईपरायटर, ५) स्वयंचलित टाईपरायटर, ६) व्हेरीएबल टाईपरायटर, ७) विशिष्ट हेतूसाठी उपलब्ध असणारा टाईपरायटर, ८) इलेक्ट्रॉनिक टाईपरायटर.

२) लघुलेखन यंत्र : या यंत्रामध्ये देण्यात येणारा मजकूर स्वरमालेप्रमाणे कागदावर किंवा फितीवर घेतला जातो. त्यानंतर टंकलेखक यावरील मजकूर टंकलिखित करतो. हे यंत्र पोर्टेबल असते. चालविणारा कुशल असेल तर तो यावर खूप वेगाने काम करू शकतो. सभा वगैरेंसाठी हे यंत्र खूप उपयोगी ठरते; कारण यामध्ये एकाच वेळी टायपिंग करावयाची सोयही असते. सांगितलेला मजकूर वेगाने लिहून घेतला जातो. असा मजकूर हाताने लघुलिपित लिहिण्यापेक्षा हे कमी थकवा आणणारे काम असते. या यंत्राचा आवाज येत नाही. तसेच हे यंत्र कार्यालयातील इतर कामांमध्ये अडथळा आणत नाही.

३) डिक्टेटिंग मशीन : कधीकधी मजकूर सांगणारा अधिकारी आणि लघुलिपिक एकाच वेळी हजर नसतात. अशा परिस्थितीत हे डिक्टेटिंग मशीन उपयोगी पडते. अधिकारी मजकूर या यंत्रामध्ये टेप करतो. त्यानंतर टंकलेखक हा मजकूर टाईप करतो. या यंत्रामुळे तोंडी निरोप टेप करून नंतर तो प्रसारित केला जातो. या यंत्रामुळे लघुलिपिकाचा लिहून घेण्याचा वेळ वाचतो.

४) डुप्लिकेटिंग मशीन : कधीकधी एखाद्या कागदपत्राच्या दोन किंवा अधिक प्रतीची गरज असते. टाईपरायटरवर ठराविक प्रतीच निघू शकतात. अनेक प्रतींसाठी डुप्लिकेटिंग किंवा प्रती तयार करणाऱ्या यंत्राचा उपयोग केला जातो. या यंत्राचे अनेक प्रकार उपलब्ध आहेत.

५) फोटोकॉपिंग मशीन : फोटोकॉपिंग म्हणजे छायाचित्रणाने एखाद्या लेखाची किंवा कागदपत्राची नक्कल तयार करणे. आपल्या देशामध्ये हा प्रकर लोकप्रिय आहे. या यंत्राचे अनेक उपयोग आहेत. प्रती करण्यासाठी कमी वेळ लागतो. मूळ कागदपत्राप्रमाणेच या प्रती दिसतात. या यंत्रातून आकृत्या, आलेख, चित्रे वगैरेंची नक्कल करता येते. हे छायाचित्रण हुबेहूब असते. यामध्ये माणसांकडून होणाऱ्या चुका टाळल्या जातात.

६) हिशोब आणि तक्ता तयार करणारी यंत्रे : प्रत्येक कार्यालयामध्ये व्यवसाय संघटनेचे हिशोब ठेवले जातात. या सेवा मानवी प्रयत्नाने किंवा मशिनच्या साहाय्याने पुरविल्या जातात. ही यंत्रे निरनिराळ्या आकड्यांचे अचूकपणे विश्लेषण आणि गणिते करू शकतात. हे हिशोब शीघ्रगतीने केले जातात.

हिशोबयंत्रांचे निरनिराळे प्रकार असतात. ते पुढीलप्रमाणे सांगता येतील -

अ)ॲडिंग मशीन : ही यंत्रे व्यक्तीद्वारा किंवा विजेवर चालविली जातात. ही यंत्रे बहुतेक कार्यालयांमध्ये वापरली जातात. ॲडिंग मशीन दोन प्रकारची असतात.

i) ॲडिंग-लिस्टींग मशीन	ii) नॉन-लिस्टींग मशीन
फायदे : १) धनादेशाची सारणी करणे शक्य होते.	१) वेतन देयकांची जुळणी करणे शक्य होते.
२) विक्री विश्लेषण करण्यासाठी मदत होते.	२) रोकड शिलकीची तपासणी शक्य होते.
३) कॉस्ट शीट तयार करण्यासाठी मदत होते.	३) ताळेबंदपत्रक तयार करण्यासाठी मदत होते.
४) बँकेतील येणे किंवा देणे यांच्या हिशोबात मदत होते.	
५) इनव्हॉईसची सारणी अगोदरच तयार करता येते.	

ब) कॅलक्युलेटिंग मशीन : ज्या वेळी मोठमोठ्या रकमांची बेरीज-वजाबाकी करावी लागते. त्या वेळी या यंत्राचा वापर केला जातो. आधुनिक कार्यालयात हिशोबामध्ये आणि तथ्य संकलनामध्ये या यंत्राचा मोठ्या प्रमाणावर उपयोग केला जातो. या यंत्राच्या साहाय्याने बेरीज, वजाबाकी, गुणाकार, भागाकार, टक्केवारी काढणे यांसारखी कार्ये केली जातात. काही कामकाजाच्या संदर्भात स्मरणशक्ती बँक म्हणून हे यंत्र काम करते.

फायदे :

१) नेहमीचे, तेचतेच आणि मानसिक थकवा आणणारे कार्य ही यंत्रे करतात आणि व्यवसायाची कार्यक्षमता वाढवितात.

२) कारकुनांची कार्यक्षमता वाढवून कर्मचारी वर्गावरील खर्च कमी होण्यास मदत होते.

३) हिशोब आणि तथ्ये संकलनाचे वेळखाऊ काम मोठ्या वेगाने या यंत्रामुळे शक्य होते.

४) ही यंत्रे पोर्टेबल असल्याने ती एका विभागातून दुसऱ्या विभागात नेता येतात. त्यामुळे त्यांचा पुरेपूर उपयोग करून घेतला जातो.

क) कॅश रजिस्टर : कॅश रजिस्टर हे हिशोब यंत्रणेचा एक भाग असतो. डिपार्टमेंटल स्टोअर्स, सुपर मार्केट इत्यादी ठिकाणी जेथे ग्राहक मोठ्या प्रमाणावर रोख रकमेत खरेदी करतात; अशा ठिकाणी हे रजिस्टर वापरले जाते. यामध्ये सर्व स्टोअर्समध्ये जमा झालेल्या रकमेची नोंद केली जाते. या यंत्रातील मीटरमध्ये किंवा कागदाच्या स्लीपवर एकूण रक्कम दर्शविली जाते.

फायदे :

१) या यंत्राच्या साहाय्याने टेपवर सर्व रोख व्यवहार नोंदविले जातात.

२) दिवसाच्या शेवटी कॅशिअरजवळ जमा असलेली एकूण रक्कम समजण्यास / तपासण्यास मदत होते.

ड) सुटी नाणी हाताळणी यंत्रे : ज्या संस्थांमध्ये मोठ्या प्रमाणावर सुटी नाणी हाताळावी लागतात. तेथे अशी यंत्रे वापरली जातात. उदा. बँका, रेल्वे, किरकोळ दुकाने, सुपर मार्केट इत्यादी. अर्थात, भारतामध्ये या यंत्रांचा फारसा वापर केला जात नाही. या यंत्रांच्या साहाय्याने निरनिराळी नाणी वेगळी केली जातात. तसेच त्यांची एकूण रक्कमही दर्शविली जाते.

१) नाणी मोजणे आणि वेगळी करणे हे कठीण काम वेगाने होते.

२) नाणी वेगळी करणे आणि मोजणे या नीरस कामापासून सुटका होते.

३) ग्राहकांना परत देण्याच्या रकमेची मोजणी अचूकपणे होते.

इ) पोस्टींग मशीन : निरनिराळ्या हिशोबाच्या पुस्तकातील नोंदी त्या त्या संबंधित लेजरमध्ये करणे म्हणजे पोस्टींग होय. हे काम हाताने किंवा यंत्राने करता येते. त्यासाठी विशिष्ट अशी यंत्रे असतात. अर्थात, आपल्या देशात ही यंत्रे लोकप्रिय नाहीत.

फायदे :

१) करण्यात येणाऱ्या नोंदी स्पष्ट असतात.

२) नवीन शिल्लक रकमांचा हिशोब अचूक असतो.

३) एकाच वेळी अनेक नोंदी करणे शक्य होते.

४) पोस्टींगच्य कामाबरोबरच अनेक कामे केली जातात.

५) पोस्टींग केलेल्या रकमांची बेरीज ही अचूकपणे केली जात असल्याने पोस्टींग योग्य होते.

७) ॲड्रेसिंग आणि मेलिंग मशीन :

अ) ॲड्रेसिंग मशीन : वेष्टनावर नाव आणि पत्ते टाकण्यासाठी या यंत्राचा उपयोग केला जातो. याला पत्ता आलेख असेही म्हटले जाते. प्रत्यक्षात हे यंत्र डुप्लिकेटींग (अनेक प्रती) मशीन म्हणून कार्यालयात वापरले जाते.

फायदे :

१) या यंत्राच्या वापरामुळे प्रयत्न आणि वेळ यांच्यात बचत होते.

२) पर्यवेक्षणाची आणि तपासणीची गरज नसते.

३) हे यंत्र वापरण्यास सोपे व सुलभ असते.

४) टायपिंगमध्ये होणाऱ्या चुका या यंत्रामुळे कमी होतात.

ब) मेलिंग मशीन (टपाल यंत्र)

कार्यालयामध्ये येणारे आणि जाणारे टपाल हाताळण्यासाठी अनेक यंत्रे वापरली जातात. ती पुढीलप्रमाणे सांगता येतील -

१) टपाल उघडण्याची यंत्रे : ही यंत्रे टपाल उघडण्यासाठी वापरली जातात. उदा. पाकीट उघडण्यासाठी एक सुरीसारखे यंत्र असते. ज्यामुळे पाकिटाची एक कड अत्यंत बारीक अशी कापली जाते. ही यंत्रे विजेवर चालतात किंवा हाताने चालविली जातात. ज्या कार्यालयामध्ये मोठ्या प्रमाणावर टपाल येते अशा ठिकाणी वेगाने काम होण्याच्या दृष्टीने ही यंत्रे अत्यंत उपयुक्त ठरतात.

२) कागद घडी यंत्र : जेथे मोठ्या प्रमाणावर पत्रे, परिपत्रके किंवा इतर कागदपत्रे यांच्या घड्या घालाव्या लागतात. तेथे ही यंत्रे वापरली जातात. या यंत्राच्या साहाय्याने हे काम वेगाने होते.

३) पाकिटामध्ये पत्र टाकण्याचे यंत्र : या यंत्राच्या साहाय्याने पाकिटामध्ये पत्रे टाकण्याचे काम अत्यंत वेगाने केले जाते.

४) पाकीट बंद करण्याचे यंत्र : पाकिटे आपोआप बंद करण्यासाठी या यंत्राचा उपयोग केला जातो. ज्या कार्यालयामधून मोठ्या प्रमाणावर टपाल पाठविले जाते. त्याठिकाणी या यंत्राचा उपयोग होतो.

८) पंच कार्ड मशिन्स : खरेदी-विक्री इनव्हॉईस तयार करणे, वेतनाच्या बेरजा-वजाबाक्या करणे, साठा नियंत्रण, कॉस्ट अकाऊंटिंग यासारख्या कामांसाठी हे यंत्र वापरले जाते. या यंत्राद्वरे लिहिणे, प्रती तयार करणे, छाननी करणे, तुलना करणे इत्यादी कामे केली जातात. प्रत्येक कामकाज एका स्वतंत्र कार्डवर नोंदविले जाते.

फायदे :

१) मोठ्या प्रमाणावर माहिती प्रक्रिया केली जाते.

२) वेगाने तथ्ये हाताळली जातात.

३) अचूकतेची खात्री असते.

४) खरेदी-विक्री इनव्हॉईस तयार करणे तसेच कॉस्ट कन्ट्रोलसाठी याचा उपयोग होतो.

५) मोठ्या प्रमाणावर तपासणी, विश्लेषण, तक्ते तयार करण्यासाठी उपयोग होतो.

९) कार्यालय संगणक (Office Computer)

संगणक हे एक अतिवेगवान इलेक्ट्रॉनिक साधन आहे. ते - १) त्याला पुरविलेली माहिती स्वीकारते. २) दिलेल्या सूचनांचे पालन करते. ३) गणितस्वरूपाच्या व तर्कशुद्ध क्रिया करते आणि ४) वापरणाऱ्याच्या गरजांप्रमाणे माहिती देते. संगणकाशी निगडित संज्ञा म्हणजे 'डेटा' (Data) 'प्रोसेसिंग' (Processing) व माहिती (Information) 'डेटा' लाच 'input' असेही म्हणतात. डेटा म्हणजे जमविलेली आकडेवारी व माहिती. तिच्यावर आवश्यक त्या प्रक्रिया करून ती अर्थपूर्ण व उपयुक्त करता येते. संगणकामध्ये ठेवावयाची माहिती म्हणजेच डेटा, कीबोर्ड, माऊस या साधनांद्वारे भरवली जाते व ती संगणकाच्या 'मेमरी' (Memory) मध्ये, म्हणजेच 'इन्टर्नल स्टोरेज' (Internal Storage) मध्ये साठवली जाते. 'प्रोसेसिंग' म्हणजे जमविलेल्या माहितीची हवी तशी

केलेली मांडणी किंवा रचना. प्रोसेसिंगमुळे कच्चा स्वरूपातील, विसकळीत, असंघटित माहितीचे उपयुक्त माहितीत रूपांतर होते. उदा. टक्केवारी, तुलना, आकडेमोड इत्यादी. 'इन्फर्मेशन' किंवा 'माहिती' लाच 'आऊटपुट' (Output) असे म्हणतात. 'आऊटपुट' म्हणजे उपयुक्त व पूर्व-निश्‍चित स्वरूपातील निवडक माहिती. प्रोसेसिंगमुळे आऊटपुट मिळू शकतो. आऊटपुट संगणकाच्या एक्सटर्नल स्टोरेज (External Storage) मधून प्रिंटर, प्लॉटर्स या साधनांच्या मदतीने माहिती वापरणाऱ्याला मिळते. 'आऊटपुट' मुळे माहिती वापरणाऱ्याचा हेतु साध्य होतो.

संगणक संयत्रणा (Computer System) तीन घटकांची बनलेली असते. १) 'हार्डवेअर' (Hardware), २) 'सॉफ्टवेअर' (Software) आणि 'पर्सोनेल्' (Personnel) हार्डवेअर म्हणजे संगणकाचे यांत्रिक व इलेक्ट्रॉनिक भाग. उदा. की-बोर्ड, मॉनिटर, माऊस इत्यादी. हार्डवेअर संगणकाची क्षमता ठरवितो. सॉफ्टवेअर म्हणजे संगणक वापरणाऱ्याने हार्डवेअरकडून अपेक्षित काम विशिष्ट क्रमाने करवून घेण्यासाठी केलेल्या तर्कशुद्ध सूचना. म्हणून सॉफ्टवेअर मध्ये 'प्रोग्रॅम' (Program) चा समावेश होतो. 'प्रोगॅम' तयार करून संगणकाशी संज्ञापन साधण्यासाठी 'लँग्वेज' (Language) चा माध्यम म्हणून वापर केला जातो. 'पर्सोनेल' मध्ये संगणकाशी संबंधित व्यक्तींचा अंतर्भाव होतो. संगणकामध्ये माहिती भरणारे (Data Entry Operators), 'प्रोग्रॅम' लिहिणारे (Programmers), संगणक यंत्रणेची रचना (Design) करणारे (System Analysts) आणि संगणकातील माहितीचा प्रत्यक्ष उपयोग करणारे (End Users) या व्यक्ती पर्सोनेल मध्ये येतात.

आजचे युग हे संगणक युग आहे. कार्यालयामध्ये आज सर्वच ठिकाणी मोठ्या प्रमाणावर संगणकाचा उपयोग केला जातो. संघटनेची सर्व प्रकारची माहिती या संगणकामध्ये साठवून ठेवता येते. त्याचप्रमाणे कार्यालयीन कामकाज अत्यंत वेगाने व अचूकपणे पूर्ण होते.

फायदे :

१) इतर कोणत्याही मार्गापेक्षा यामार्गाने अधिक माहिती मिळणे शक्य होते.
२) वेगाने सर्व प्रकारचे कार्यालयीन कामकाज पूर्ण केले जाते.
३) संगणकाचे अनेक उपयोग असल्याने अप्रत्यक्षपणे आर्थिक बचत होते.
४) गुंतागुंतीचे हिशोब संगणकाच्या साहाय्याने सहजपणे करता व ठेवता येतात.
५) माणसाचे काम हलके होते.
६) कर्मचारी वर्गातील निरसपणा व कंटाळवाणेपणा दूर होतो.
७) कामकाजामध्ये लवचिकता येते.

८) काम अत्यंत अचूकपणे पार पाडले जाते.
९) खूप मोठ्या प्रमाणावरील माहितीतून अचूक व महत्त्वाची माहिती पुरविली जाते.
१०) संगणक साधारणपणे मुख्य कार्यालयात बसविलेले असल्याने केंद्रीय व्यवस्थापकीय नियंत्रण शक्य होते.

१०) इतर यंत्रे :

अ) टाइम रेकॉर्डिंग मशीन : कार्यालयातील कर्मचाऱ्यांच्या येण्या-जाण्याच्या वेळा नोंद करण्यासाठी या यंत्राचा उपयोग केला जातो. प्रत्यके कर्मचाऱ्याला एक स्वतंत्र कार्ड दिलेले असते. हे कार्ड या मशीनगनवर त्या कर्मचाऱ्याची येण्याची व जाण्याची वेळ नोंद करते.

ब) धनादेश लिहिण्याचे यंत्र : अफरातफर व धनादेशामध्ये होणारे फेरबदल टाळण्याच्या दृष्टीने धनादेश लिहिण्यासाठी या यंत्राचा उपयोग केला जातो.

क) धनादेशावर सही करण्याचे यंत्र : हे यंत्र धनादेशावर एकाच वेळी धनादेश देणाऱ्या व्यक्तीच्या नमुना सहीची छपाई करत असते. बनावट सही करून धनादेश वटविण्याच्या प्रकारावर आळा घालण्यासाठी हे यंत्र वापरले जाते.

ड) नंबरिंग मशीन : कार्यालयातील अहवाल, प्रपत्र किंवा इतर कागदपत्रांवर क्रमांक टाकण्यासाठी या यंत्राचा उपयोग केला जातो.

इ) इंप्रेशन स्टॅम्प : तारीख, क्रमांक, वेळ किंवा पेड, रिसीव्ह, कॅन्सल्ड वगैरें सारखे शब्द लिहिण्यासाठी निरनिराळ्या प्रकारचे रबरी शिक्के वापरले जातात.

फ) लॅमिनेटर : कार्यालयीन कागदपत्रांचे संरक्षण करण्यासाठी या यंत्राचा उपयोग केला जातो. उदा. इंजिनिअरिंग ड्रॉईंग, विक्री वाङ्मय, कायदेशीर कागदपत्रे, ओळखपत्रे, महत्त्वाचे करार इत्यादींबाबतची कागदपत्रे जतन करण्यासाठी या यंत्रांचा उपयोग होतो.

८.६ पे-रोल अकाऊंटिंग :

पे-रोल अकाऊंटिंग हे कर्मचाऱ्याच्या वेतनाशी, कामाचे दिवस, कामाचे तास, गैरहजर दिवस या गोष्टींशी निगडित आहे. यामध्ये प्रॉव्हिडंट फंड, विमा, इतर अलाउन्सेस यासंबंधीची माहितीही नोंदवली जाते. हिशोबनीसाला 'इन्कम ॲण्ड एक्सपेंडिचर अकाऊंट' आणि ताळेबंद तयार करताना पे-रोल अकाऊंटिंगचा उपयोग होतो. पे-रोलची रचना व्यवसायानुरूप बदलत जाते. पे-रोलला 'पे-स्लीप' असेही म्हटले जाते. पे-स्लीपची एक प्रत ऑफिसमध्ये ठेवली जाते तर दुसरी प्रत कर्मचाऱ्याकडे दिली जाते. कर्मचारी पे-स्लीपवरून आपल्याला मिळालेली रक्कम पडताळून पाहू शकतो 'सॅलरी-

बुक' नावाचे छोटे पुस्तक बाजारात मिळते; ज्यामध्ये २५ वर्षांपर्यंतच्या पे-स्लीपची नोंद करून ठेवली जाऊ शकते. त्यामधील कॉलम सर्व प्रकारच्या पे-स्लीपमधील माहिती भरण्यासाठी अनुकूल असतात. आता ऑफिस ऑटोमेशन ही संकल्पना ऑफिस व्यवस्थापनात महत्त्वाची ठरत असल्याने नवनवीन सॉफ्टवेअर बाजारात पे-रोल अकाऊंटिंगसाठी उपलब्ध आहेत.

ऑफिस किंवा मालक यांच्या दृष्टीने पे-रोल अकाऊंटिंगचे फायदे :

१) वेतन, प्रॉव्हिडंट फंड, अलाउन्सेस यासंबंधीच्या अचूक नोंदी यामुळे ठेवल्या जातात.

२) वेतन आणि इतर बाबींचे पैसे दिल्याचा हा एक प्रकारे पुरवाच असतो.

३) वार्षिक हिशोबपत्रे तयार करताना विशेषत: इन्कम अ‍ॅण्ड एक्सपेंडिचर अकाऊंट तयार करताना, ताळेबंद तयार करताना या नोंदीचा उपयोग होतो.

४) या नोंदी करताना पॅन नंबरही नोंद केला जातो ज्यामुळे कर्मचाऱ्याचा प्राप्तीकर कापून घेऊन राहिलेल्या रकमेचे पेमेंट करणे मालकाला सोपे जाते.

कर्मचाऱ्यांच्या दृष्टीने फायदे :

१) दर महिन्याचे वेतन, फंड, अलाउन्सेस यांच्या नोंदी करण्याचे किचकट काम कर्मचाऱ्याला करावे लागत नाही.

२) सॅलरी बुकमध्ये २५ वर्षांपर्यंत किंवा त्याहूनही जास्त पे स्लीपची नोंद ठेवता येते आणि निवृत्तीच्यावेळी निवृत्ती वेतन, प्रॉव्हिडंट फंड इत्यादींच्या रकमा पडताळून पाहता येतात. आरोग्य विमा पॉलिसी अथवा इतर पॉलिसीचा कालावधी पूर्ण झाल्यानंतर मिळणाऱ्या रकमा पडताळून पाहता येतात.

३) कर्मचाऱ्याला त्याचे कामाचे दिवस, प्राप्ती कराची रक्कम, गैरहजर दिवस, पगारी रजा, बिनापगारी रजा, सुट्ट्या या सर्वांबाबत अद्ययावत माहिती मिळते.

४) त्याचा पे-रोलमध्ये नोंदी करण्यासाठी लागणारा वेळ व पैसा वाचतो.

अशा प्रकारे पे-रोल अकाऊंटिंग हे कर्मचाऱ्यांच्या कामाच्या दिवसांची दैनंदिन नोंद करणारे, त्याच्या पगाराची, इतर फंडाची, अलाऊन्सची नोंद करणारे अकाऊंटिंग आहे. या नोंदी वार्षिक हिशोबपत्रके तयार करताना अत्यंत उपयोगी पडतात.

इन्व्हेंटरी स्टेटमेंट :

इन्व्हेंटरी म्हणजे स्टॉक, कोणत्याही तयार मालाचा, कच्च्या मालाचा, तयार होत असलेल्या मालाचा पैशांच्या रूपात नोंद केलेला साठा, इन्व्हेंटरी ही कशाचीही असू शकते. तयार माल, रोख पैसा, शिल्लक माल, दुकानात असलेल्या कोणत्याही अथवा

सर्व वस्तू, स्टेशनरी या सर्व गोष्टींच्या साठ्याची नोंद ठेवता येते. हिशोब व्यवस्थापक या सर्व गोष्टीची नोंद तारखेनिशी ठेवतो, स्टॉक खरेदी केल्याची तारीख अमुक टाका, तारखेला शिल्लक स्टॉक इत्यादी इन्व्हेंटरी स्टेटमेंटचे स्वरूप व्यवसायागणिक बदलते, एखाद्या होम अप्लायन्सेसच्या डीलरचे इन्व्हेंटरी स्टेटमेंटचे स्वरूप वेगळे असते; तर किराणा दुकानदाराच्या इन्व्हेंटरीचे स्वरूप वेगळे असते.

ऑफिस ऑटोमेशन या संकल्पनेनुसार हल्ली बरीच सॉफ्टवेअर्स उपलब्ध आहेत. 'टॅली' हे याचे उत्कृष्ट उदाहरण आहे. सर्व प्रकारच्या इन्व्हेंटर्स नोंदी 'टॅली' या सॉफ्टवेअरमध्ये करता येतात.

इन्व्हेंटरी स्टेटमेंटचे फायदे :

१) क्लोजिंग स्टॉकची रक्कम काढण्यासाठी या स्टेटमेंटचा उपयोग होतो. क्लोजिंग स्टॉक हा कोणत्याही अकाऊंटिंग पिरीयडच्या शेवटच्या दिवसाचा स्टॉक असतो; हा अकाऊंटिंग पिरीयड कधी एक वर्षाचा, एक महिन्याचा, तीन महिन्यांचा, तर कधी आठवड्याचाही असू शकतो.

२) प्रॉफिट अ‍ॅण्ड लॉस अकाऊंट आणि बॅलन्स शीट तयार करताना क्लोजिंग स्टॉकची रक्कम महत्त्वाची असते.

३) इन्व्हेंटरी स्टेटमेंटमुळे व्यापाऱ्याला पुढील मालाची खरेदी ठरविता येते.

४) व्यापाऱ्याला तयार मालाचा स्टॉक माहिती असला म्हणजे कस्टमर्सना ऑर्डरी घेणे सोपे जाते.

५) व्यापारात नक्की किती पैसा गुंतवला आहे, आणखी किती गुंतविणे आवश्यक आहे याची कल्पना इन्व्हेंटरी स्टेटमेंटवरून येते. तसेच वार्षिक उलाढालीचीही कल्पना येते.

अशा प्रकारे इन्व्हेंटरी स्टेटमेंट हे सर्व प्रकारच्या इन्व्हेंटरची, स्टॉकची, साठ्याची ठराविक तारखेनुसार पैशांच्या स्वरूपात नोंद करणारे महत्त्वाचे स्टेटमेंट आहे.

व्हाऊचर (पावती) :

व्यवसायामध्ये कार्यलयात पैसे देण्या-घेण्याचे अनेक प्रसंग असतात. अशावेळी पैसे दिल्यावर अथवा स्वीकारल्यावर एक पावती अदा केली जाते. त्यास व्हाऊचर असे म्हटले जाते. एखाद्या कार्यालयामध्ये हिशोबनीसाला दिवसभरात असे अनेक व्हाऊचर / पावत्या द्याव्या लागतात. प्रत्येक कार्यालयातील हे एक महत्त्वाचे कार्य असते. हिशोबनीसाला अनेक प्रकारची व्हाऊचर्स तयार करावी लागतात. अशा प्रकारे व्हाऊचर म्हणजे एक हिशोबाचे कागदपत्र असते. आजच्या काळात ते कार्यालयाचे एक अविभाज्य

घटक मानले जाते. व्हेन्डर किंवा विक्रेत्याकडून इन्व्हॉइस प्राप्त झाल्यानंतर मागणीशी पडताळून पाहिले जाते आणि नंतरच असे व्हाऊचर तयार करून अदा केले जाते. विक्रेत्याला रक्कम अदा केल्याची ती पावती असते. दिवसभरात असे अनेक व्हाऊचर तयार करावी लागत असल्याने त्यास भरपूर वेळ लागतो. मात्र, संगणकाच्या साहाय्याने हे काम सोपे होते. संगणकामध्ये व्हाऊचरचे निरनिराळे प्रकार साठवून ठेवलेले असतात. त्या त्या व्यवसायाप्रमाणे असे व्हाऊचर्स तयार केले जातात व अदा केले जातात. संगणकाच्या साहाय्याने हे काम केल्याने हिशोबनीसाचा बराचसा वेळ वाचतो. आजच्या या कागदविरहित कार्यालय संकल्पनेच्या काळात अशी व्यवस्था खूप फायदेशीर ठरते. संगणकारवर टॅली पॅकेजच्या साहाय्याने हे काम करणे अधिक सुकर होते.

अशा व्हाऊचर्सचे विविध प्रकार असतात. ते पुढीलप्रमाणे सांगता येतील :

१) पेमेंट व्हाऊचर : प्रत्येक कार्यालयामध्ये हा एक महत्त्वाचा कागदपत्रातील भाग असतो. संगणकावर दररोज अशा असंख्य व्हाऊचर्सची नोंद होत असते. हे व्हाऊचर व्यक्तीला प्रदान केलेल्या रकमेची नोंद पावती असते. अशी रक्कम रोख स्वरूपात दिलेली असते किंवा चेकच्या स्वरूपात दिलेली असते. ज्या वेळी व्हाऊचर रक्कम वितरकाला प्रदान केलेली असते त्या वेळी संगणकाला 'वितरकाला प्रदान करा' असा आदेश दिल्यानंतर संगणकावर असे व्हाऊचर आपोआप तयार केले जाते.

२) रिसीट – (स्वीकारणे) व्हाऊचर : ज्या वेळी कार्यालयामध्ये एखाद्या व्यक्तीकडून रोख किंवा चेकच्या स्वरूपात रक्कम स्वीकारली जाते. तेव्हा अशा पावती / व्हाऊचर दिले जाते. यामध्येही संगणकाला '....च्यापासून रक्कम मिळाली' असा आदेश दिल्यानंतर आपोआप तशी पावती तयार होते.

३) जर्नल व्हाऊचर : हिशोबाच्या नियमाप्रमाणे कॉन्ट्रा एन्ट्री म्हणजे निधी हस्तांतरणाचे खालील व्यवहार दर्शविते :

अ) रोख खात्यातून बँक खात्यात हस्तांतरण

ब) बँक खात्यातून रोख खात्यात हस्तांतरण

क) बँक खात्यातून दुसऱ्या बँक खात्यात हस्तांतरण

४) विक्री व्हाऊचर : विक्री व्हाऊचर म्हणजे वितरकाने, पुरवठादाराने ग्राहकांना केलेली विक्री आणि त्याची पुरवठादाराला मिळालेली रक्कम होय. ही रक्कम रोख स्वरूपात किंवा चेकच्या स्वरूपात असू शकते.

५) खरेदी व्हाऊचर : संगणकावरील टॅली पॅकेजमध्ये अशा प्रकारे खरेदी व्हाऊचर तयार करण्याची सुविधा असते. खरेदी ऑर्डर ही छापून पुरवठादाराकडे पाठविली जाऊ

शकते. त्यानंतर मिळालेल्या वस्तू या खरेदी ऑर्डरशी पडताळून पाहिल्या जातात. खरेदी व्हाऊचरमध्ये खरेदी ऑर्डर, वस्तू मिळाल्याची पोच आणि वस्तू परत केल्याबाबतच्या बाबींचा समावेश होतो.

६) मेमो व्हाऊचर : हे एक नॉन-अकाऊंटिंग व्हाऊचर असते आणि हे व्हाऊचर वापरून केलेल्या नोंदीचा हिशोबावर कोणत्याही प्रकारचा परिणाम होत नाही. म्हणजे टॅली या नोंदी लेजर बुकला न टाकता स्वतंत्रपणे मेमोरॅन्डम रजिस्टरला या नोंदी ठेवल्या जातात. कधीकधी काही खरेदीसाठी काही रक्कम दिलेली असते. त्याच्या पावत्या आणि किती रक्कम लागली हे माहीत नसते; अशा वेळी अशा व्हाऊचरच्या साहाय्याने या व्यवहाराची नोंद ठेवली जाते व ज्या वेळी त्या पैशांचा हिशोब आणि संबंधित पावत्या दिल्या जातात त्या वेळी त्याची नोंद लेजर बुकला केली जाते.

७) स्टॉक जर्नल व्हाऊचर : एका ठिकाणाहून दुसऱ्या ठिकाणी जर वस्तूंचा साठा हलवला किंवा वस्तू पुरविल्या गेल्यावर या व्यवहाराची नोंद स्टॉक जर्नल व्हाऊचरने केली जाते.

८) फिजिकल स्टॉक व्हाऊचर : प्रत्यक्षात पाहिलेल्या अथवा मोजलेल्या साठ्याची नोंद करण्यासाठी हे व्हाऊचर वापरले जाते.

सॅलरी (वेतन / पगार) :

व्यावसायिक संस्था किंवा त्यांची कार्यालये यामध्ये असंख्य कर्मचाऱ्यांची नेमणूक केलेली असते. कर्मचारी हा कार्यालयाचा एक आवश्यक घटक आहे. कार्यालयामध्ये असंख्य पदे असतात. या पदावर काम करणाऱ्या व्यक्तींना वेतन / पगार दिला जातो. त्यांच्या मेहनतीचा तो मोबदला असतो. असा पगार / वेतन हे सरकारी नियम किंवा कर्मचारी आणि मालक यांच्यात झालेल्या कराराप्रमाणे दिले जाते. असा पगार / वेतन हे प्रत्येक कर्मचाऱ्याचे वेगवेगळे असते. अशा प्रकारे कार्यालयातील कर्मचाऱ्यांना दिला जाणारा पगार हा कार्यालयातील खर्चाचा एक मोठा भाग असतो. प्रत्येक कर्मचाऱ्याचे पगार काळजीपूर्वक हिशोब करून करावे लागतात. पूर्वीच्या काळी हे काम व्यक्ती हाताने करीत असे; परंतु, आजच्या काळात एखाद्या संस्थेमध्ये हजारो लोक काम करतात. या सर्वांचे पगार दर महिन्याला करावे लागतात. हे अत्यंत कठीण आणि वेळखाऊ काम असते; कारण यामध्ये अनेक मुद्दे असतात. अशा वेळी स्वयंचलित उपकरणांचा फार मोठ्या प्रमाणावर उपयोग होतो. यासाठी संगणकावर टॅली हा कार्यक्रम खूप उपयोगी आहे. टॅलीवर पे-रोल अकाऊंटिंग सॉफ्टवेअरच्या साहाय्याने आपोआप अशा वेतन / पगाराचा हिशोब केला जातो. त्यासाठी निरनिराळ्या कार्यालयांमध्ये निरनिराळी सॉफ्टवेअर्स

वापरली जातात. यामध्ये खालील प्रकारची माहिती असते जेणेकरून पगाराचा हिशोब करणे सोपे जाते.

१) कर्मचाऱ्याचे पूर्ण नाव, विभाग, हुद्दा, कामावर हजर झाल्याची तारीख इत्यादी बाबी नमूद केलेल्या असतात.
२) पगार / वेतनाचा हिशोब.
३) पे स्लीप तयार करणे.
४) कर्मचाऱ्याच्या रजांचा हिशोब.
५) ओव्हरटाईम केलेल्या तासांचा पगार / वेतन.
६) कर्जाचे व्यवस्थापन.
७) भविष्य निर्वाहनिधीचा हिशोब.
८) ग्रॅच्युइटीची (निवृत्तीनंतरची) रक्कम.
९) नोकरीचा करारनामा.

फायदे :

१) कर्मचाऱ्यांचे पगार / वेतन अचूकपणे करण्यासाठी या पॅकेजचा उपयोग होतो. त्यासाठी कर्मचाऱ्यांचे कामाचे दिवस, तास, ज्यादा कामाचे तास, भत्ते, भविष्य निर्वाहनिधी इत्यादींचा विचार करावा लागतो.
२) कर्मचाऱ्यांचे पगार / वेतन अचूकपणे करण्यासाठी या पॅकेजचा उपयोग होतो. त्यासाठी कर्मचाऱ्यांचे कामाचे दिवस, तास, ज्यादा कामाचे तास, भत्ते, भविष्य निर्वाहनिधी इत्यादींचा विचार करावा लागतो.
३) संगणकावरील विविध पॅकेजेस हे वेळखाऊ आणि कठीण काम सहजासहजी करतात.
४) कागदावरील काम कमी होते. काही सेंकदांमध्ये कोणतेही कागदपत्र न पाहता पगारासंबंधीची प्रत्येक कर्मचाऱ्याची माहिती पाहता येते.
५) त्या कर्मचाऱ्याला त्याच्या नोकरीच्या काळात किती रक्कम पगार म्हणून दिली याची माहिती लगेच उपलब्ध होत.
६) अशा प्रकारच्या उपकरणांच्या साहाय्याने हजारो व्यक्तींची / कर्मचाऱ्यांची अद्ययावत माहिती ठेवता येते. त्यासाठी जास्त मनुष्यबळाची आवश्यकता नसते. त्यामुळे खर्चात आपोआपच बचत होते.

आर्थिक अहवाल :

अ) अर्थ : अहवाल म्हणजे काही घटना व्यवसायातील कामकाजाची प्रगती, सांख्यिकीय माहिती पद्धतशीरपणे मांडणे होय. हिशोबासंबंधीची माहितीही अहवालात

असू शकते. आर्थिक अहवाल हा नियामक अहवालाचा प्रकार आहे. नफा-तोटापत्रक, ताळेबंद तयार करणे हे कायद्याने बंधनकारक आहे. सर्वसाधारणपणे कायद्याने ठरवलेल्या फॉरमॅटमध्ये / छापील फॉरमॅटमध्ये / छापील फॉर्मनुसार ही वार्षिक हिशोबपत्रके तयार केली जातात.

ब) हेतू : व्यवस्थापनाला आर्थिक निर्णय घेण्यासाठी मदत होते. व्यवसायाचे संपूर्ण वर्षभरातील उत्पन्न व खर्चाच्या बाबी जाणून घेण्यासाठी हा अहवाल तयार केला जातो. व्यवसायाची आर्थिक स्थिती, व्यवसायाची मालमत्ता व देणी यांची वर्षाअखेरची स्थिती जाणून घेण्यासाठी हा अहवाल तयार केला जातो. हा अहवाल वर्षाच्या शेवटी किंवा व्यवस्थापनाला हवा असेल तेव्हा तयार केला जातो.

क) तयार करण्याची पद्धत : एखाद्या सॉफ्टवेअरची उदा. टॅली मदत घेऊन दैनंदिन आर्थिक व्यवहार नोंदवले जातात. आर्थिक वर्षाच्या शेवटी वार्षिक हिशोबपत्रके तयार केली जातात. हिशोबपत्रके प्रत्येक महिन्याच्या शेवटी, तीन महिन्यांसाठी, सहा महिन्यांसाठी किंवा वर्षाच्या शेवटी तयार केली जातात. या हिशोबपत्रकांच्या आधारे आर्थिक अहवाल तयार केला जातो. त्यानंतर आर्थिक अहवाल व्यवस्थापनाकडे सोपवला जातो.

लिव्ह अकाऊंटिंग :

अ) अर्थ :

१) लिव्ह अकाऊंटिंग हे कर्मचाऱ्यांच्या रजांशी संबंधित अकाऊंटिंग आहे. प्रत्येक कर्मचाऱ्याचे स्वतंत्र खाते उघडून त्यात त्याच्या वर्षभराच्या रजांचा हिशोब ठेवला जातो.

ब) उद्दिष्टे :

१) लिव्ह अकाऊंटिंगचा मुख्य उद्देश प्रत्येक कर्मचाऱ्यांच्या रजांचा हिशोब ठेवणे हा असतो.

२) यामुळे प्रत्येक कर्मचाऱ्याचे, कामकाजाचे व कामावर गैरहजर असलेले दिवस समजू शकतात. पगाराची रक्कम काढता येते.

३) रजेसंबंधीच्या नियमांचे पालन होत आहे की नाही ते कळते.

४) या अकाऊंटमुळे रजेचे वर्गीकरण करता येते. पगारी रजा, बिनपगारी रजा, आजारपणाची रजा, बाळंतपणाची रजा, शिल्लक रजा, प्रवासी रजा अशा सर्व रजांचा हिशोब ठेवला जातो.

क) पद्धत :

१) सर्वसाधारणपणे सर्व कार्यालयात 'कार्ड पंचिंग' ची पद्धत वापरली जाते. त्यामुळे व्यवस्थापनाला कर्मचाऱ्याचे गैरहजर दिवस कळतात.

२) पे-रोल किंवा पे-स्लीपमध्येही प्रत्येक महिन्यातले कामकाजाचे दिवस आणि गैरहजर दिवस नोंदवले जातात.

३) गैरहजर दिवसांचे वेगवेगळ्या रजेमध्ये वर्गीकरण केले जाते. जसे आजारपणाची रजा, पगारी रजा किंवा इतर रजा.

४) प्रत्येक कार्यालयातील मंजूर रजा वेगवेगळ्या असतात. राज्य सरकार, केंद्र सरकार यांच्या कार्यालयातील रजा सरकारच ठरवते. वर्षाच्या सुरवातीलाच या रजा जाहीर केल्या जातात. खासगी कार्यालयातील व्यवस्थापन कर्मचाऱ्यांच्या रजा ठरवून त्याप्रमाणे कर्मचाऱ्यांना एकूण रजेची कल्पना देते. खासगी कार्यालयांनाही या रजा सरकारी नियमानुसारच ठरवाव्या लागतात. तरीही सरकारी सुट्ट्या खासगी सुट्ट्यांपेक्षा जास्त असतात.

५) प्रत्येक कर्मचाऱ्याच्या रजेसंबंधी सर्व माहिती एकत्रित करून प्रत्येक कर्मचाऱ्याचे लिव्ह अकाऊंट तयार केले जाते. प्रत्येक कर्मचाऱ्याकडेही आपल्या रजांचा हिशोब असतोच, नवीन वर्ष सुरू होण्याआधी चालू वर्षातील शिल्लक रजा संपवण्याकडे कर्मचाऱ्यांचा कल असतो. सर्वसाधारणपणे वर्षभरातील रजा शिल्लक राहिल्यास डिसेंबरमध्ये घेऊन संपवल्या जातात.

६) काही खासगी आणि सार्वजनिक कंपन्यांमध्ये रजा 'कॅश' करण्याची सुविधा असते. कर्मचारी रजा न घेता काम करतात आणि साठवलेल्या रजेचे पैसे निवृत्तीच्या वेळेस एकरकमी मिळवतात.

अशा प्रकारे लिव्ह अकाऊंटिंग सर्व प्रकारच्या रजांचा हिशोब ठेवणारे अकाऊंट आहे. त्यामुळे पगाराची रक्कम, पगारी रजेची रक्कम, बिनपगारी रजेची रक्कम काढता येते. व्यवस्थापन आणि कर्मचारी या दोघांनाही हे अकाऊंट उपयोगी पडते.

८.७ इंटरनेट / वेब यावर अधारित कार्यालयातील आधुनिक तंत्रज्ञान

अर्थ :

इंटरनेट, इ-मेल, वेब, फॅक्स, व्हिडीओ कॉन्फरन्सिंग, ऑडिओ कॉन्फरन्सिंग, इ. आर. पी. सिस्टीम्स ही सर्व इंटरनेट / वेब या तंत्रज्ञानावर आधारित अशी कार्यालयातील आधुनिक उपकरणे आहेत. यामुळे कार्यालयाची गुणात्मक आणि संख्यात्मक कार्यक्षमता वाढते. या आधुनिक तंत्रज्ञानामुळे आधुनिक ऑफिस हे 'पेपरलेस ऑफिस' म्हणून ओळखले जात आहे. प्रत्येक उपकरणाची माहिती खालीलप्रमाणे आहे -

१) इंटरनेट / इ-मेल : भारतामध्ये इ-मेलची सुरुवात १९८६ मध्ये झाली. आर्थिक उदारीकरणाच्या प्रक्रियेनंतर हे जास्त प्रसिद्ध झाले. हे खासगी क्षेत्रात जास्त वापरले जाते. यामुळे व्यवस्थापनाला संबंधित विषयाची अद्ययावत माहिती मिळते. कार्यालयातील प्रत्येक कर्मचाऱ्यापर्यंत ही माहिती पोहोचविता येते.

२) इंटरनेट / फॅक्स : इंटरनेट फॅक्स वापरल्यामुळे फॅक्ससाठी एक वेगळी फोनलाईन एंगेज (व्यस्त) राहत नाही. व्यवस्थापन एकाचवेळी शेकडो फॅक्स पाठवू शकते.

३) व्हिडीओ कॉन्फरन्सिंग : या पद्धतीमध्ये टेलिव्हिजन उपकरणाची मदत घेऊन लांब लांब अंतरावर असलेल्या मीटिंगमधील सभासदांना जणू एकत्र जमल्याप्रमाणे मीटिंग घेता येते. या उपकरणात आवाज आणि चित्र दोन्ही सोयी उपलब्ध असतात. ऑफिसात बसून दूरवरच्या एखाद्या कस्टमरला उत्पादनाचे प्रात्यक्षिक दाखविण्यासाठीही याचा उपयोग होतो. तातडीच्या कामासाठी मीटिंग ठरवणे किंवा काही तातडीचे निर्णय घेताना आवश्यक चर्चा करण्यासाठी याचा उपयोग होतो. यासाठी संगणकाची आवश्यकता नसते.

४) ऑडिओ कॉन्फरन्सिंग : या उपकरणाद्वारे फक्त आवाज ऐकू येतो. दूरवरच्या दोन व्यक्तींना कार्यालयाच्या माध्यमातून एकमेकांचे बोलणे ऐकता येते. ते एखादी मीटिंगही ठरवू शकतात. यासाठीही संगणकाची आवश्यकता नसते. व्यास्थापन आपल्या विक्रेत्यांशी या उपकरणाद्वारे कायम संपर्कात राहू शकते. फिरत्या किंवा लांब अंतरावर जाऊन काम करणाऱ्या कर्मचाऱ्यांना ऑडिओ कॉन्फरन्सिंग उपयोगी पडते. व्यवस्थापनातील अधिकारी, कर्मचारी, ग्राहक या कोणाशीही याद्वारे संपर्क साधला जातो.

५) आर. पी. सिस्टीम : एन्टरप्रायझेस रिर्सोस प्लॅनिंग हे अत्यंत अद्ययावत सॉफ्टवेअर असून यामुळे सर्व प्रकारची माहिती एकत्र ठेवता येते. उत्पादन आणि वितरण या प्रक्रियांपैकी कुठल्याही प्रक्रियेशी निगडित असलेल्या कार्यालयातील व्यक्तीला हे मदत करते. विविध कारखान्यात वापरण्यात येणारी ही सिस्टीम याचे उत्तम उदाहरण आहे. डेटा प्रोसेसिंगसाठीचे हे अद्ययावत तंत्रज्ञान आहे. टॅली हे सुद्धा या प्रकारचे उदाहरण म्हणता येईल.

अशा प्रकारे सर्व उपकरणे कार्यालयात अद्ययावत तंत्रज्ञान वापरण्यासाठी उपयुक्त आहेत.

अटेंडन्स - हजेरी :

अर्थ :

व्यवसायातील प्रत्येक कर्मचाऱ्याची प्रत्यक्ष (Physical) उपस्थिती म्हणजे हजेरी होय. अटेंडन्स रजिस्टरमध्ये / हजेरी पुस्तकात सही करून अथवा कार्ड पंच करून

प्रत्येक कर्मचारी आपली हजेरी स्वत: लावत असतो. हजेरी कशी नोंदवायची हे व्यवसायाच्या स्वरूपावर, आकारावर अवलंबून असते. काही ठिकाणी 'टाईम रेकॉर्डिंग मशिन्स' असतात. ज्यामध्ये कर्मचाऱ्यांच्या येण्याजाण्याच्या वेळा अचूक नोंदवल्या जातात. प्रत्येक कर्मचाऱ्याकडे स्वतंत्र कार्ड असते. कार्ड पंचिंग मशिन्स कर्मचाऱ्यांची हजेरी नोंदवतात.

महत्त्व :

१) कर्मचाऱ्याचे कामाचे दिवस माहिती होण्यासाठी हजेरीची आवश्यकता असते.
२) नियमित हजेरी कर्मचाऱ्यांची कार्यक्षमता वाढवते त्यामुळे कामात सुसूत्रता राहते.
३) नियमित कर्मचाऱ्याकडे महत्त्वाची, जबाबदारीची कामे सोपवता येतात.
४) हजेरी / उपस्थितीमुळे कार्यालयात कामाचे वातावरण तयार होते. ऑफिसमध्ये एक शिस्त निर्माण होते.

८.८ आधुनिक कार्यालयातील अलीकडील घडामोडी

आधुनिक व्यापारी कार्यालयातील इलेक्ट्रॉनिक संज्ञापनांमध्ये 'इलेक्ट्रॉनिक मीटिंग' (Electronic Meeting) हा नवीन प्रकार अस्तित्वात आला आहे. दृक्‌श्राव्य माध्यमांचा वापर करून, दूरवर असणाऱ्या व्यक्तींना सभेतील चर्चेत सहभागी होता येते. या व्यक्ती जगभर विखुरलेल्या असल्या तरी त्यांना इलेक्ट्रॉनिक साधनांच्या मदतीने परस्परांशी संवाद साधून विचारांची देवाणघेवाण करता येते. त्यामुळे सभेला प्रत्यक्ष उपस्थित राहण्यासाठी करावा लागणारा प्रवास टाळता येतो, खर्चात बचत होते, वेळेचा अपव्यय टळतो.

इलेक्ट्रॉनिक मीटिंग मधील सर्वात जास्त प्रचलित प्रकार म्हणजे 'टेलिकॉन्फरन्सिंग' (Teleconferencing) दूरवर असलेल्या व्यक्ती या प्रकारात प्रत्यक्षात सभेस एकाच ठिकाणी उपस्थित नसतानाही एकमेकांस दृक्-श्राव्य साधनांद्वारे पाहू शकतात. एकमेकांशी बोलू शकतात आणि परस्परांना प्रतिसाद देत प्रश्नोत्तरांच्या साहाय्याने सभेच्या कामकाजात सहभागी होऊ शकतात. टेलिकॉन्फरन्सिंग सभांच्या माध्यमातून अनेक व्यवसाय संघटना अलीकडे विपणनविषयक प्रश्नांची सोडवणूक करतात, नवनवीन उत्पादनांची आंतरराष्ट्रीय बाजारपेठेत घोषणा करतात आणि कर्मचाऱ्यांची भरती व प्रशिक्षण इत्यादी पार पाडतात.

'टेलिकम्युटिंग' (Telecommutting) हा इलेक्ट्रॉनिक माध्यमांचा वापर करण्याचा आणखी एक आधुनिक प्रकार आहे. प्रत्यक्ष कामाच्या ठिकाणी न जाता घरूनच काम करणे या प्रकारात कर्मचाऱ्याला शक्य होते. या पद्धतीत कर्मचारी एखादा मायक्रोकॉम्प्युटरी किंवा कॉम्प्युटर टर्मिनल वापरून व्यवसाय संघटनेच्या कॉम्प्युटर नेटवर्कशी अगर

माहितीसाठ्याशी संपर्क साधतो. इलेक्ट्रॉनिक मेल व व्हॉईस मेल यांच्या वापराने कर्मचारी परस्परांशी संपर्क साधतात आणि आपापल्या कामांविषयीच्या माहितीची देवाणघेवाण करतात. नेमून दिलेल्या कामांची वरिष्ठांना माहिती पुरवितात आणि वरिष्ठ त्यांना कामाविषयीच्या सूचना किंवा आदेश देतात. अनेक मोठ्या व्यवसाय संघटना (कंपन्या) आणि व्यावसायिक संस्था टेलिकम्युटिंगचा अलीकडे व्यापक प्रमाणात वापर करतात.

इ-मेल (E-Mail)

स्वरूप :

इंटरनेटचा वापर करणाऱ्यांना ज्या अनेक सुविधा उपलब्ध होतात त्यापैकी एक म्हणजे इ-मेल, इ-मेल म्हणजे इलेक्ट्रॉनिक मेल (Electronic Mail) इ-मेल हा इंटरनेटच्या वापराचा सर्वात लोकप्रिय प्रकार; इ-मेलची सुविधा इंटरनेट मार्फत मिळविण्यासाठी संबंधितांना प्रथम इ-मेल अकाऊंट उघडावा लागतो.

उपयुक्तता :

व्यापारी कार्यालयाच्या दृष्टीने इ-मेल चे महत्त्व अतिशय आहे. इ-मेल मार्फत एकाच संस्थेत एकाच ठिकाणी किंवा अनेक ठिकाणी काम करणारे कर्मचारी आपले वरिष्ठ, कनिष्ठ व सहकारी यांच्याशी केव्हाही सहजपणे संपर्काद्वारे संवाद साधू शकतात आणि माहिती, संदेश, सूचना, आदेश, विनंती, आवाहन इत्यादींचे आदान-प्रदान करू शकतात. अनेक व्यवसाय संस्था आता बाह्य जगाशी संपर्क साधण्यासाठी इ-मेलची सुविधा व्यापक प्रमाणावर मिळवित आहेत. त्यामुळे एखाद्या संस्थेचे जगभर पसरलेले कर्मचारी आपापसात व मुख्य कार्यालयाशी संज्ञापन करू शकतात. सतत फिरतीवर असणाऱ्या कर्मचाऱ्यांशी सुद्धा इ-मेल सुविधेमुळे संपर्क साधणे शक्य होते. कार्यालयातील व्यक्तींमधील इ-मेल द्वारे होणारे संज्ञापन त्यांच्यात परस्परविश्वास निर्माण करते, सामंजस्य वाढवते, गैरसमज कमी करते. संस्थेची ध्येय-धोरणे, योजना, कृती-कार्यक्रम वरिष्ठांकडून सर्व संबंधितांना कळविता येत असल्याने प्रत्येकाला त्याची जाणीव राहते. आपले निश्चित काम काय, अधिकार कोणते व जबाबदाऱ्या कोणत्या याची प्रत्येक कर्मचाऱ्याला सुस्पष्ट कल्पना येऊ शकते. त्यामुळे संस्थेतील संघर्ष टळतो, सहकार्य वाढते, समन्वय साधणे सोपे होते.

सेल्युलर फोन (Cellure Phone) : भ्रमणध्वनी

स्वरूप :

आधुनिक जगातील विज्ञान व तंत्रज्ञान क्षेत्रातील अफाट प्रगतीचा आणखी एक

आविष्कार म्हणजे सेल्युलर फोन अथवा 'भ्रमणध्वनी' या फोनलाच 'मोबाईल फोन' असे म्हटले जाते. तो 'सेल फोन' या नावानेही ओळखला जातो. वायरलेस व केबल या दोन्ही तंत्रज्ञानांचा वापर या फोनसाठी केला जातो. तसेच रेडिओ ट्रान्समिशन व नेहमीचे स्थिर दूरध्वनींचे जाळे (ordinary fixed telephone network) यांचा मिलाफ या फोनमध्ये केलेला असतो. या टेलिफोनचे जाळे (network) 'सेल्स्' (cells) मध्ये विभागलेले असते व प्रत्येक सेलचे नियंत्रण एका रेडिओ बेस स्टेशनकडून केले जाते. बेस स्टेशन रेडिओ सिग्नल्स एखाद्या मध्यवर्ती मोबाइल स्विचिंग सेंटरला पाठवते. ही सर्व व्यवस्था अतिसूक्ष्म (Digital) संयत्रणेवर आधारलेली असते. जेव्हा एखादी व्यक्ती पैसे भरून 'ग्लोबल सीस्टिम फॉर मोबाइल कम्युनिकेशन' (GSM) ची वर्गणीदार बनते तेव्हा तिला 'सबस्क्रायबर आयडेंटिटी मोड्यूल (SIM)' कार्ड दिले जाते. त्या कार्डात असलेल्या मायक्रोचिपमुळे आवश्यक ते दूरध्वनी क्रमांक साठवून ठेवले जातात. प्रत्येक सिम कार्डाला एक सुरक्षा कोड क्रमांक दिलेला असतो. त्याला PIN (Personal Indentity Number) असे म्हणतात व तो केवळ मोबाईल सबस्क्रायबरलाच माहिती असतो. जेव्हा सिम कार्ड वापरणारा मोबाईल फोनमध्ये ते कार्ड घालतो व त्याचा PIN त्यामध्ये नोंदवतो तेव्हा त्याला इतरांचे दूरध्वनी मिळू शकतात व तोही इतरांशी त्यांच्या दूरध्वनींवर (फिक्स्ड् किंवा मोबाईल) बोलू शकतो.

सेल्युलर फोनवर अनेक सुविधा उपलब्ध असतात. दूरध्वनी करणारा कोण आहे ते कळते, आलेला दूरध्वनी थांबवून ठेवता येतो, तो नंतर घेता येतो इत्यादीं शिवाय फॅक्स, डेटा एन्ट्री, शॉर्ट मेसेज सर्व्हिस (SMS), फोन करणाऱ्याचा आवाज (मोठ्यांदा) ऐकण्याची सोय (Voice Mail Service) इत्यादी सोयी असू शकतात.

उपयुक्तता :

सेल्युलर फोनमुळे कार्यालयातील कोणीही, कोणाशीही, कुठेही व केव्हाही संपर्क साधू शकतो. त्यामुळे संज्ञापनच्या क्षेत्रात सेल्युलर फोनने एका क्रांतिकारी युगाचा प्रारंभ झाला आहे. नेहमीच्या (Landline) किंवा स्थिर (Fixed) दूरध्वनीचे सर्व फायदे तर सेल्युलर फोनमुळे मिळतातच, पण त्याखेरीज अधिक लवचिकता, सुरक्षितता व आणखी इतर कितीतरी नवीन सेवा-सुविधांचा लाभ मिळतो.

प्रश्नावली

१) कार्यालयीन स्वयंचलिकरणाची व्याख्या देऊन अर्थ स्पष्ट करा.
२) कार्यालयीन स्वयंचलिकरणाचे फायदे आणि व्यवहार्यता स्पष्ट करा.
३) संगणकाचे विविध क्षेत्रांतील उपयोजन स्पष्ट करा.

४) विविध प्रकारची कार्यालयीन यंत्रसामग्री आणि त्यांचे फायदे स्पष्ट करा.

५) खालील विषयावर सविस्तर टिपा लिहा.

  १) कार्यालय यांत्रिकीकरण

  २) आर्थिक अहवाल

  ३) लिव्ह अकाऊंटिंग

  ४) इंटरनेट / वेबवर आधारित कार्यालयीन कार्ये

  ५) कार्यालयीन हजेरी

  ६) इन्व्हेंटरी अकाऊंटिंग

  ७) पावती (व्हाऊचर)

  ८) कार्यालयीन वेतन

  ९) आधुनिक कार्यालयातील अलीकडील घडामोडी

संदर्भग्रंथ

1) Office Organization and Management - S.P. Arora
2) Office Methods - M. L. Basu
3) Office Automation - G. R. Terry
4) Office Management and Control - G. R. Terry
5) Office Management - P. K. Ghosh
6) Files and Record Management - Pophan
7) Office Administration and Management - Dr. Homai M. Dowell,
   Dr. Khorsheed Madon.